AF876605

ഗ്രീൻ ബുക്സ്

ഐതിഹ്യമാല

കുട്ടഞ്ചേരി മൂസ്സും കഥകളും

കൊട്ടാരത്തിൽ ശങ്കുണ്ണി

കൊല്ലവർഷം 1030 മീനം 23(1855 മാർച്ച് 23)ന്
കോട്ടയത്ത് കോടിമതയിൽ കൊട്ടാരത്തിൽ
വാസുദേവനുണ്ണിയുടെ മകനായി ജനനം.
'വാസുദേവൻ' എന്നതാണ് യഥാർത്ഥ നാമധേയം.
പതിനേഴ് വയസ്സിനു ശേഷം മണർകാട് ശങ്കരവാര്യരിൽനിന്നും
സിദ്ധരൂപം പഠിച്ചു. പിന്നീട് രഘുവംശം, മാഘം, നൈഷധം
തുടങ്ങിയ കാവ്യങ്ങളും, സഹസ്രയോഗം, ഗുണപാഠം,
ചികിത്സാക്രമം, അഷ്ടാംഗ ഹൃദയം മുതലായവയും പഠിച്ചു.
കൊടുങ്ങല്ലൂർ കുഞ്ഞിക്കുട്ടൻ തമ്പുരാന്റെ നിർബന്ധപ്രകാരം
സുഭദ്രഹരണ മണിപ്രവാളം മുപ്പത്തിയാറാം വയസ്സിൽ രചിച്ചു.
'കവിതിലകൻ' എന്ന സ്ഥാനവും മെഡലും 1904ൽ
കൊച്ചിരാജാവിൽനിന്ന് കരസ്ഥമാക്കി.
അതിനുശേഷം എം.ഡി സെമിനാരി ഹൈസ്കൂളിൽ
ആദ്യത്തെ മലയാളം മുൻഷിയായിരുന്നു.
1112 കർക്കടകം ഏഴിന് (1937 ജൂലൈ 22) അന്തരിച്ചു.

ഐതിഹ്യമാല

കുട്ടഞ്ചേരി മൂസ്സും കഥകളും

കൊട്ടാരത്തിൽ ശങ്കുണ്ണി

ഗ്രീൻ ബുക്സ്

green books private limited
gb building, civil lane road, ayyanthole,
thrissur- 680 003, kerala, ph: +91 487-2381066, 2381039
website: www.greenbooksindia.com
e-mail: info@greenbooksindia.com

malayalam

aithihyamala

kuttanchery moossum kathakalum

(epic)

by

kottarathil sankunni

first green books edition july 2014
reprinted february 2020

illustrations : gopidas
cover design : rajesh chalode

branches:
thrissur 0487-2422515
thiruvananthapuram 0471-2335301
calicut 0495 4854662
ernakulam 8589095302

isbn : 978-81-8423-333-9

GBPL/580/2014

7

ഐതിഹ്യമാല

കുട്ടഞ്ചേരി മൂസ്സും കഥകളും

ഉള്ളടക്കം

1. അവണങ്ങാട്ടു പണിക്കരും ചാത്തന്മാരും

അവണങ്ങാട്ടു പണിക്കരുടെ ഭവനം കൊച്ചിരാജ്യത്ത് തൃശ്ശിവപേരൂർ താലൂക്കിൽ കിഴക്കുംമുറി വില്ലേജിൽ പെരിങ്ങോട്ടുകര ദേശത്താണ്. ആ ഗൃഹത്തിൽ ഒരു കാലത്ത് ഒരു പുരുഷനല്ലാതെ മറ്റാരുമില്ലാതായിത്തീരുകയാൽ ഒടുവിൽ ശേഷിച്ച ആ പണിക്കർ ഗുരുവായൂർ സമീപം കണ്ണഞ്ചിറ എന്ന ദിക്കിൽനിന്ന് ഒരു സ്ത്രീയെ വിവാഹം ചെയ്തു സ്വഗൃഹത്തിൽ കൊണ്ടുവന്നു താമസിപ്പിച്ചു. ഇപ്പോൾ ആ ഗൃഹത്തിലുള്ളവരെല്ലാം ആ ദമ്പതിമാരുടെ സന്താനപരമ്പരയിലുൾപ്പെട്ടവരാണ്. ആ ദമ്പതിമാർക്ക് 'ഉണ്ണിത്താമൻ' എന്നും 'കേളുണ്ണി' എന്നും രണ്ടു പുത്രന്മാരും നാലഞ്ചു സ്ത്രീസന്താനങ്ങളുമുണ്ടായി. ആ ഗൃഹത്തിൽ ഒടുവിൽ ഏകാകിയായിത്തീർന്നിരുന്ന ആ പണിക്കർ തന്റെ സർവ്വസ്വവും തന്റെ ഭാര്യയ്ക്കും മക്കൾക്കുമായി കൊടുക്കുകയും അവരെ തന്റെ കുടുംബവകാശികളായിത്തീർക്കുകയും ചെയ്തതിന്റെ ശേഷമാണു ചരമഗതിയെ പ്രാപിച്ചത്. അതിനാൽ അദ്ദേഹത്തിന്റെ സന്താനങ്ങൾക്കും 'അവണങ്ങാട്ടു പണിക്കർ' എന്നുള്ള പേരു തന്നെ സിദ്ധിച്ചു.

സ്വപിതാവു കാലധർമ്മത്തെ പ്രാപിച്ചതിന്റെ ശേഷം ഉണ്ണിത്താമപ്പണിക്കരും കേളുണ്ണിപ്പണിക്കരും കുറച്ചുകാലം വിദ്യാഭ്യാസാർത്ഥം മാതുലഗൃഹത്തിൽ പോയി താമസിച്ചിരുന്നു. ആ ഗൃഹക്കാർ പുരാതനകാലംമുതൽക്കുതന്നെ വലിയ വിദ്വാന്മാരും മാന്ത്രികന്മാരുമായിരുന്നു. അതിനാൽ അവരുടെ സഹവാസവും അഭ്യാസവും നിമിത്തം ഇരുവരും വലിയ വിദ്വാന്മാരും മന്ത്രവാദികളുമായിത്തീർന്നു. വിദ്യാഭ്യാസം കഴിഞ്ഞതിന്റെ ശേഷം അവർ മടങ്ങിവന്ന് പിതൃദത്തമായ സ്വഗൃഹത്തിൽ തന്നെ താമസമുറപ്പിച്ചു. മന്ത്രവാദികൾക്ക് അവരുടെ കർമ്മങ്ങൾ ശരിയായി ഫലിക്കുന്നതിന് ഏതെങ്കിലും ഒരു മൂർത്തിയെ സേവിച്ചു പ്രത്യക്ഷമാക്കിവെക്കേണ്ടത് അത്യാവശ്യമാണ്. അതിനാൽ ഉണ്ണിത്താമപ്പണിക്കരും കേളുണ്ണിപ്പണിക്കരും ഗണപതിയെ സേവിച്ചു പ്രത്യക്ഷമാക്കി. അവർ അവർക്കു രണ്ടുപേർക്കും ഇരിക്കുവാൻ

മതിയാകത്തക്ക വിസ്താരത്തോടുകൂടി ഒരു കിണർ കുഴിപ്പിച്ച് അതിൽ ഇറങ്ങിയിരുന്നു തപസ്സുചെയ്താണ് ഗണപതിയെ പ്രത്യക്ഷമാക്കിയത്. ആ കിണറിനു വളരെ താഴ്ചയുണ്ടായിരുന്നെങ്കിലും അതിൽ വെള്ള മുണ്ടായിരുന്നില്ല. അതിനാൽ അതിന്റെ അടിയിലും മുകളിലും കല്ലു പാകി തളംചെയ്തിരുന്നു. അതിലേക്ക് ഇറങ്ങുവാൻ ഒരു വശത്തു കൂടിയാണു വഴി വെച്ചിരുന്നത്.

അവർ ഗണപതിയെ സേവിച്ചു പ്രത്യക്ഷമാക്കിയതിന്റെശേഷം കാലടി ഭട്ടതിരിമാരെപ്പോലെ ആ ദേവൻമുഖാന്തരം ആത്മാർത്ഥമായും പരമാർത്ഥമായും പല കാര്യങ്ങൾ സാധിക്കുകയും സാധിപ്പിക്കുകയും ചെയ്തുകൊണ്ടിരുന്നു. എങ്കിലും അവർക്ക് അതൊന്നുംകൊണ്ടും തൃപ്തിയായില്ല.

അക്കാലത്ത് 'പഞ്ചനല്ലൂർ ഭട്ടതിരി' എന്നു പ്രസിദ്ധനായിട്ട് ഒരു മാന്ത്രികനുണ്ടായിരുന്നു അദ്ദേഹം ചാത്തന്മാരെ സേവിച്ചു പ്രത്യക്ഷപ്പെടുത്തി, തന്റെ വംശവദന്മാരാക്കിത്തീർത്തിരുന്നു. ആദ്യം അദ്ദേഹത്തിന്റെ അധീനതയിൽ നാനൂറു ചാത്തന്മാരുണ്ടായിരുന്നു. അവരിൽ പത്തു മൂർത്തികളെ പ്രസിദ്ധ മാന്ത്രികനായ കാട്ടുമാടസ്സു നമ്പൂതിരിക്കു വിട്ടുകൊടുത്തതുപോകെ മുന്നൂറ്റിത്തൊണ്ണൂറു ചാത്തന്മാരാണ് ഭട്ടതിരിക്കുണ്ടായിരുന്നത്. ആ ചാത്തന്മാർ മുഖാന്തരം ഭട്ടതിരിയും അനേകകാര്യങ്ങൾ സാധിക്കുകയും അന്യന്മാർക്ക് സാധിപ്പിച്ചുകൊടുക്കുകയും ചെയ്തുകൊണ്ടിരുന്നു. ഗണപതി മുഖാന്തരം പണിക്കർ സാധിപ്പിച്ചിരുന്നതിലധികം കാര്യങ്ങൾ ഭട്ടതിരി ചാത്തന്മാർമൂലം സാധിച്ചിരുന്നു. ഗണപതിയെക്കൊണ്ടു ദാസ്യപ്രവൃത്തിയൊന്നും ചെയ്യിക്കാൻ പാടില്ലാത്തതിനാലും ചാത്തന്മാരെക്കൊണ്ടു സകലപ്രവൃത്തികളും ചെയ്യിക്കാമായിരുന്നതുകൊണ്ടും ഓരോ കാര്യങ്ങൾ സാധിക്കുന്നതിനായി പണിക്കരുടെ അടുക്കൽ ചെല്ലുന്നതിലധികം ആളുകൾ ഭട്ടതിരിയുടെ അടുക്കൽ ചെന്നുകൊണ്ടിരുന്നു. അതിനാൽ ആദായവും ഭട്ടതിരിക്കാണ് അധികമുണ്ടായിക്കൊണ്ടിരുന്നത്. ഈ വർത്തമാനമറിഞ്ഞതിനാൽ ഏതുവിധവും ചാത്തന്മാരെ സ്വാധീനപ്പെടുത്തണമെന്ന ഒരാഗ്രഹം പണിക്കർക്കു കലശലായിട്ടുണ്ടായി. അതിനാൽ ആ സഹോദരന്മാർ രണ്ടുപേരും പഞ്ചനല്ലൂർ ഭട്ടതിരിയുടെ അടുക്കൽച്ചെന്ന് അദ്ദേഹത്തിന്റെ ചാത്തന്മാരിൽ ചിലരെ തങ്ങൾക്കു വിട്ടുതരേണമെന്ന് അപേക്ഷിച്ചു. അപ്പോൾ ഭട്ടതിരി താനൊരു ബ്രാഹ്മണനായിരിക്കുന്ന സ്ഥിതിക്കു നീചമൂർത്തികളായ ചാത്തന്മാരെ സേവിച്ചുകൊണ്ടിരിക്കുന്നത് അത്ര ഉത്തമമല്ലെന്നും തനിക്ക് ഈശ്വരന്മാരായിട്ടുള്ള മൂർത്തികളിൽ ആരെയെങ്കിലും സ്വാധീനപ്പെടുത്തണമെന്നും അതിന് അവണങ്ങാട്ടുപണിക്കരുടെ ഗണപതിയെത്തന്നെ ആയാൽ

കൊള്ളാമെന്നും വിചാരിച്ചുകൊണ്ടിരിക്കുകയായിരുന്നു. ചാത്തന്മാരെ യഥാക്രമം സേവിച്ചുകൊണ്ടിരിക്കുന്നവരായ ആരെയെങ്കിലും ഏൽപ്പിക്കാതെ വെറുതെ വിട്ടയച്ചാൽ അവർ ഉപദ്രവിച്ചെങ്കിലോ എന്നുള്ള ഭയവും ഭട്ടതിരിക്കു സാമാന്യത്തിലധികമുണ്ടായിരുന്നു. അതിനാൽ ഉണ്ണിത്താമപ്പണിക്കരും സഹോദരനും കൂടി ചെന്ന് അപേക്ഷിച്ച ഉടനെ ഭട്ടതിരി, "എന്റെ ചാത്തന്മാരിൽ ചില മൂർത്തികളെമാത്രമാക്കേണ്ട, ഇവിടെ എനിക്ക് അധീനന്മാരായിട്ടു പത്തു കുറച്ചു മുന്നൂറ്റിത്തൊണ്ണൂറ് ചാത്തന്മാരാണുള്ളത്. അവരെയൊക്കെ പണിക്കർക്കു വിട്ടുതന്നേക്കാം. എന്നാൽ പണിക്കരുടെ ഗണപതിയെ എനിക്കു വിട്ടു തരണം. ചാത്തന്മാരെക്കൊണ്ടുണ്ടാകുന്നിടത്തോളം ഉപകാരവും ആദായവും ഗണപതിയെക്കൊണ്ടുണ്ടാവുകയില്ല. എങ്കിലും ആ നഷ്ടം ഞാൻ സഹിച്ചുകൊള്ളാം" എന്നു പറഞ്ഞു. ഭട്ടതിരിയുടെ ഈ അഭിപ്രായത്തെ ഉണ്ണിത്താമപ്പണിക്കരും സഹോദരനും സസന്തോഷം പൂർണ്ണമായി സമ്മതിക്കുകയും രണ്ടു കൂട്ടക്കാരും അവരുടെ സേവാമൂർത്തികളെ പരസ്പരം വിട്ടുകൊടുക്കുകയും ഗണപതിയെ സേവിച്ചുകൊണ്ടിരിക്കുന്നതിനുള്ള മുറകളെ പണിക്കർ ഭട്ടതിരിക്കും, ചാത്തന്മാരെ സേവിക്കാനുള്ള ക്രമങ്ങൾ ഭട്ടതിരി പണിക്കർക്കും ഉപദേശിക്കുകയും അങ്ങനെ അവണങ്ങാട്ടു ഗണപതി പഞ്ചനല്ലൂർ ഗണപതിയും പഞ്ചനല്ലൂർ ചാത്തന്മാർ അവണങ്ങാട്ടു ചാത്തന്മാരുമായിത്തീരുകയും ചെയ്തു.

ഉണ്ണിത്താമപ്പണിക്കരും കേളുണ്ണിപ്പണിക്കരും സമാധിയിലിരുന്ന കിണറിന്റെ മേൽഭാഗം കല്ലു പാകി അടച്ചിരുന്നു എന്നു മുൻപ് പറഞ്ഞിട്ടുണ്ടല്ലോ. അത് അവർ ഒരു മുല്ലത്തറയാക്കുകയും ആ മുല്ലത്തറയിൽ ചാത്തന്മാരെ എല്ലാം കുടിയിരുത്തുകയും ചെയ്തു.

ഈ ചാത്തന്മാരെല്ലാം ശ്രീപരമേശ്വരനു വിഷ്ണുമായയിൽ നിന്നു ജനിച്ച പുത്രന്മാരാണെന്നും മായയ്ക്ക് അധീനന്മാരായിട്ടാണ് അവർ വർത്തിക്കുന്നതെന്നുമാണ് വിശ്വസിച്ചുപോരുന്നത്. അവണങ്ങാട്ട് ശ്രീകോവിൽ പണിയിച്ച് അതിനുള്ളിൽ വിഷ്ണുമായയേയും പ്രതിഷ്ഠിച്ചിട്ടുണ്ട്. മായയുടെ രൂപം അരമുതൽ കീഴ്പോട്ടു സ്ത്രീയും മേൽപോട്ടു പുരുഷനുമായിട്ടാണിരിക്കുന്നത്. ഇവിടെ രണ്ടു നേരവും പൂജയുണ്ട്. കാലത്തു നിവേദ്യം, മലർ, പഴം, ശർക്കര, ഇളനീർ മുതലായവയാണ്. വൈകുന്നേരം അത്താഴപ്പൂജയ്ക്കു നിവേദ്യത്തിനു നാഴിയരി പതിവുണ്ട്. അത് തൃശ്ശിവപേരൂർ അയ്യന്തോൾ പടിഞ്ഞാറ്റിടത്തു നമ്പൂരിപ്പാട്ടിലെവക വഴിപാടാണ്. ഈ നമ്പൂരിപ്പാട് ഇവിടെ ഇങ്ങനെ ഒരു വഴിപാട് വകവെച്ചുകൊടുത്തു പതിവായി നടത്തിത്തുടങ്ങിയതിന്റെ കാരണം താഴെപ്പറയുന്നു.

പടിഞ്ഞാറ്റിടത്തെ ദായദന്മാരായി കിഴക്കിനിയിടം എന്നൊരു ഇല്ല ക്കാരും കൂടി അവിടെത്തന്നെ ഉണ്ടായിരുന്നു. ആ ഇല്ലത്തു പുരുഷ ന്മാരെല്ലാം മരിച്ചു ചില അന്തർജ്ജനങ്ങൾ മാത്രമായിത്തീർന്നകാലത്ത് പടിഞ്ഞാറ്റിടത്ത് നമ്പൂരിപ്പാട് ആ അന്തർജ്ജനങ്ങളെയെല്ലാം ആജീവ നാന്തം വേണ്ടതുപോലെ രക്ഷിച്ചുകൊള്ളാമെന്നു പറഞ്ഞ് അവരുടെ വസ്തുവകകളെല്ലാം അവരോട് എഴുതിവാങ്ങി കൈവശപ്പെടുത്തി. കിഴക്കിനിയിടം വഴിയായി വളരെ സ്വത്തുക്കളുണ്ടായിരുന്നു. എങ്കിലും പടിഞ്ഞാറ്റിടത്തു നമ്പൂരിപ്പാട് ആ അന്തർജ്ജനങ്ങളെ വേണ്ടതുപോലെ രക്ഷിച്ചില്ല. ചെലവിനുപോലും യഥാകാലം വേണ്ടതുപോലെ കൊടു ക്കായ്കയാൽ ആ അന്തർജ്ജനങ്ങൾ മുറിപ്പട്ടിണികിടന്നു വിഷമിച്ചു. അതിനാൽ അവർ "ഞങ്ങൾക്കു ബുദ്ധിമുട്ടിനു ഇടയാകാതെ വേണ്ട തെല്ലാം തരുവിച്ചാൽ ഞങ്ങൾ അവണങ്ങാട്ടു ചാത്തന്മാർക്കു വഴിപാ ടായി നൂറു പണം കൊടുത്തേയ്ക്കാം" എന്നു നിശ്ചയിച്ചുകൊണ്ടു ചാത്തന്മാരെ മനസ്സുകൊണ്ടു വന്ദിച്ചു പ്രാർത്ഥിച്ചു. ഉടനെ പടിഞ്ഞാറ്റി ടത്തു ചാത്തന്റെ ഉപദ്രവങ്ങൾ തുടങ്ങി. ഭക്ഷണസാധനങ്ങളിൽ തല മുടി, കരിക്കട്ട, അമേധ്യം മുതലായവ കൊണ്ടുചെന്ന് ഇടുക, തേവാര പ്പുരയിലുള്ള വിഗ്രഹങ്ങളും, സാളഗ്രാമം, ശിവലിംഗം മുതലായവയും എടുത്തു തുപ്പൽക്കുഴിയിലും എച്ചിൽക്കുഴിയിലും കക്കൂസിലും മറ്റും കൊണ്ടുചെന്ന് ഇടുക, പുരയ്ക്കകത്തു കിടന്നുറങ്ങുന്ന കൊച്ചു പെൺകുട്ടികളെ എടുത്തു നാലുകെട്ടിന്റെ മുകളിലത്തെ ഉത്തര ത്തിന്മേലും കിണറ്റിന്റെ വക്കത്തും മറ്റും കൊണ്ടുചെന്ന് കിടത്തുക, അന്തർജ്ജനങ്ങളും മറ്റും ഉടുത്തിരിക്കുന്ന വസ്ത്രങ്ങൾക്ക് ആകസ്മാൽ തീപിടിക്കുക മുതലായ ഉപദ്രവങ്ങൾ അവിടെ ദുസ്സഹങ്ങളായി ത്തീർന്നു. എന്നാൽ ചാത്തന്മാരെ പ്രത്യക്ഷമായി അവിടെയെങ്ങും ആരും കാണുകയുമില്ല. ഉപദ്രവങ്ങൾ സഹിക്കവയ്യാതെയായപ്പോൾ നമ്പൂരിപ്പാട് ഒരു ദൈവജ്ഞനെ വരുത്തി പ്രശ്നം വയ്പിച്ചുനോക്കി ക്കുകയും ഈ ഉപദ്രവങ്ങളെല്ലാം കിഴക്കിനിയിടത്തെ അന്തർജ്ജന ങ്ങളുടെ പ്രാർത്ഥന നിമിത്തം അവണങ്ങാട്ടു ചാത്തന്മാർ ചെയ്യുന്ന താണെന്നും അന്തർജ്ജനങ്ങൾ വഴിപാടായി നിശ്ചയിച്ചിട്ടുള്ള നൂറു പണം അവണങ്ങാട്ടു കൊണ്ടുചെന്നു കൊടുക്കുകയും അന്തർജ്ജന ങ്ങൾക്ക് ബുദ്ധിമുട്ടിന് ഇടയാകാതെ വേണ്ടതെല്ലാം ധാരാളമായി കൊടുത്തുതുടങ്ങുകയും ചെയ്താൽപ്പിന്നെ ഉപദ്രവമൊന്നും ഉണ്ടാ വുകയില്ലെന്നും പ്രശ്നക്കാരൻ വിധിക്കുകയും നമ്പൂരിപ്പാട് അപ്രകാരം ചെയ്യുകയും ഉപദ്രവം മാറുകയും ചെയ്തു. അപ്പോൾ നമ്പൂരിപ്പാട്ടി ലേക്കു ചാത്തന്മാരെക്കുറിച്ച് ഏറ്റവും ഭക്തിയും വിശ്വാസവും ജനിച്ചു. ആ മൂത്ത നമ്പൂരിപ്പാടിലേക്ക് അൻപത്തഞ്ചും അദ്ദേഹത്തിന്റെ അനുജന്

അൻപതും വയസ്സുവീതം പ്രായമായിരുന്നു. അവർ രണ്ടുപേരും വേളി കഴിച്ചിരുന്നു. എങ്കിലും അവർക്കു ചില പെൺകിടാങ്ങളല്ലാതെ പുത്ര സന്താനമുണ്ടായിട്ടില്ലായിരുന്നു. അതിനാൽ അതിലേക്കു ചാത്തന്മാരുടെ കൽപ്പനയൊന്നു കേട്ടാൽ കൊള്ളാമെന്നു അവർ വിചാരിക്കുകയും പരസ്പരം പറയുകയും ചെയ്തു. അടുത്തദിവസം ചാത്തന്മാരുടെ വെളിച്ചപ്പാടു തുള്ളി പടിഞ്ഞാറ്റിടത്തു ചെല്ലുകയും "മൂസ്സാമ്പൂരിപ്പാട് ഒന്നുകൂടി വേളികഴിക്കണം. അത് ഏറ്റവും ദാരിദ്ര്യമുള്ള ഒരു ഇല്ലത്തു നിന്നായിരിക്കണം. സ്ത്രീധനമായി യാതൊന്നും വാങ്ങുകയുമരുത്. എന്നാൽ ഉണ്ണിയുണ്ടാകും" എന്നു കല്പിച്ചിട്ട് വെളിച്ചപ്പാട് അപ്പോൾത്തന്നെ മടങ്ങിപ്പോവുകയും വലിയ നമ്പൂരിപ്പാട് ആ കൽപന പ്രകാരം വീണ്ടും വിവാഹം കഴിക്കുകയും അതിൽനിന്ന് അചിരേണ ഉണ്ണിയുണ്ടാവുകയും ചെയ്തു. അതിനാൽ സന്തോഷിച്ചാണ് നമ്പൂരിപ്പാട് അവണങ്ങാട്ട് അത്താഴപ്പൂജയ്ക്കു നാഴിയരിവീതം നിവേദ്യത്തിനു വകവച്ചുകൊടുത്തത്. ഇതു കൂടാതെ ആ ഇല്ലത്തുനിന്ന് ആണ്ടിൽ ക്കോളായി (*ആണ്ടുതോറുമുള്ള വഴിപാടായി*) ഒരു സംഖ്യ ഇപ്പോഴും കൊടുത്തുവരന്നുമുണ്ട്.

ചാത്തന്മാരെ സേവിക്കുവാനുള്ള മുറകൾ ഉണ്ണിത്താമപ്പണിക്കർക്കും കേളുണ്ണിപ്പണിക്കർക്കും പഞ്ചനല്ലൂർ ഭട്ടതിരി ഉപദേശിച്ചതുപോലെ ഇവർ ഇവരുടെ ഒരു ഭാഗിനേയനായ കുഞ്ചുണ്ണിപ്പണിക്കർക്കും ഉപദേശിച്ചിരുന്നു. ഇവർ മൂന്നൂപേരും ചാത്തന്മാരെ സേവിച്ചു പ്രത്യക്ഷമാക്കുകയും ചെയ്തിരുന്നു. അവർ മൂന്നുപേരും ചരമഗതിയെ പ്രാപിച്ചതിന്റെ ശേഷം അവരുടെയും പ്രതിമകളുണ്ടാക്കി മായയുടെ ശ്രീകോവിലിൽത്തന്നെ പ്രതിഷ്ഠിച്ചു. ഇവർ മന്ത്രവാദത്തിനു പോയി ചില സ്ഥലങ്ങളിൽനിന്ന് ആകർഷിച്ചുകൊണ്ടുപോന്നിട്ടുള്ള ചില ദേവകളെയും അവിടെത്തന്നെ പ്രതിഷ്ഠിച്ചിട്ടുണ്ട്. ഇവർക്കെല്ലാം പതിവായി പൂജ നടത്തിവരുന്നുമുണ്ട്. ഈ വിഗ്രഹങ്ങളിൽ മായയുടേതും കുഞ്ചുണ്ണിപ്പണിക്കരുടേതും സ്വർണ്ണംകൊണ്ടും ശേഷമുള്ളവ വെള്ളികൊണ്ടും ഉണ്ടാക്കപ്പെട്ടിട്ടുള്ളവയാണ്. ഇവിടെ അമാവാസി, പൗർണ്ണമാസി മുതലായ ചില വിശേഷദിവസങ്ങളിൽ ശാക്തേയരീതിയിലുള്ള ചില കർമ്മങ്ങളും പതിവുണ്ട്. മുൻകാലങ്ങളിൽ ഇവിടെ മാസംതോറും 'പാട്ട്' എന്നൊരടിയന്തിരം നടത്തിവന്നിരുന്നു. ഒരു പാട്ടു നടത്തുന്നതിന് ഏകദേശം പത്തു രൂപാ ചെലവു വരും. കുറച്ചു കാലമായിട്ട് ആ അടിയന്തിരം മാസംതോറും നടത്താറില്ല. മാസംതോറും ഒരു ദിവസം വീതമായി ആണ്ടിൽ പന്ത്രണ്ടു ദിവസം നടത്തിവരുന്ന ഈ അടിയന്തിരം ഇപ്പോൾ ആണ്ടിൽ രണ്ടു തവണയായി എഴും അഞ്ചും പന്ത്രണ്ടു ദിവസമായിട്ടാണു നടത്തിവരുന്നത്. ഇതിനുള്ള ചെലവ് അന്നും ഇന്നും

ശരിയാണ്. ഇപ്പോൾ ആദ്യത്തെ തവണ ഏഴുദിവസത്തേക്ക് എഴുപതും രണ്ടാമത്തെ തവണ അഞ്ചു ദിവസത്തേക്ക് അമ്പതു രൂപാവീതം ചെലവു ചെയ്തു കേമമായിട്ടാണ് നടത്തിവരുന്നത്.

അവണങ്ങാട്ടു പണിക്കരുടെ കുടുംബത്തിൽ മുമ്പു പറഞ്ഞിട്ടുള്ള മൂന്നുപേർ (*ഉണ്ണിത്താമപ്പണിക്കരും, കേളുണ്ണിപ്പണിക്കരും, കുഞ്ചുണ്ണിപ്പണിക്കരും*) അല്ലാതെ വേറെ ആരും ചാത്തന്മാരെ സേവിച്ചു പ്രത്യക്ഷപ്പെടുത്തീട്ടില്ല. എങ്കിലും അവരുടെ അനന്തരവരും ചാത്തന്മാരെ തങ്ങളുടെ പരദൈവങ്ങളെന്നു വിചാരിച്ചു യഥാശക്തി ഭക്തിപൂർവ്വം സേവിച്ചുകൊണ്ടാണിരുന്നിട്ടുള്ളത്. അതിന് ഇപ്പോഴും വലിയ ഭേദഗതിയൊന്നും വന്നിട്ടില്ല. അവിടെ പതിവുള്ള കർമ്മാദികളെല്ലാം ഒരുവിധം ശരിയായി ഇപ്പോഴും നടത്തിപ്പോരുന്നുണ്ട്.

ചാത്തന്മാരെ ഉദ്ദേശിച്ച് ഇവിടെ പ്രധാനമായി ചെയ്യുന്നത് 'വെള്ളാട്ടുകർമ്മം' എന്നൊന്നാണ്. ഇതു പണിക്കരുടെ വകയായിട്ടും അന്യന്മാരുടെ വഴിപാടായിട്ടും നടത്താറുണ്ട്. ഈ കർമ്മം ഏഴു ദിവസം കൊണ്ടാണു കഴിഞ്ഞുകൂടുന്നത്. ഇതിന് ഏഴുദിവസത്തേക്കുംകൂടി ആയിരത്തഞ്ഞൂറു രൂപയിൽ കുറയാതെ ചെലവു വരും. ഈ കർമ്മത്തിന്റെ ചടങ്ങുകൾ ആകപ്പാടെ നോക്കിയാൽ ഇത് ഒരുവക ഉത്സവം തന്നെയാണെന്നു പറയാം. ഇതിലേക്കുള്ള ചെലവു കാഴ്ച്ചക്കാരായും മറ്റും വരുന്ന ജനങ്ങൾ കാണിക്കയിട്ടും വഴിപാടായും ആണ്ടിൽക്കോളായും മറ്റും കൊടുത്തും വരുന്ന മുതൽകൊണ്ട് ഏകദേശം എല്ലാം നടക്കാറുണ്ട്. സ്വൽപം വല്ലതും പോരാതെ വന്നാൽ അതു പണിക്കർ കയ്യിനാൽ ചെലവുചെയ്യുകയാണ് പതിവ്.

വെള്ളാട്ടുകർമ്മം തുടങ്ങുന്നതിനു തലേദിവസംതന്നെ മായയുടെ ക്ഷേത്രവും ചുറ്റുമുള്ള സ്ഥലങ്ങളും കുലവാഴകൾ, മാലകൾ, തോരണങ്ങൾ മുതലായവകൊണ്ട് അലങ്കരിച്ചു മോടിപിടിപ്പിക്കും. ചാത്തന്മാരെ കുടിയിരുത്തിയിരിക്കുന്ന മുല്ലത്തറയുടെ കിഴക്കുവശത്ത് ഒരു പന്തൽ ഇട്ട് അവിടേയും കെട്ടി വിതാനിച്ച് അലങ്കരിക്കും. പിറ്റേദിവസം രാത്രിയിൽ അത്താഴപ്പൂജ കഴിഞ്ഞാലുടനെ മായയുടേയും ഉണ്ണിത്താമപ്പണിക്കർ മുതലായ മൂന്നുപാസകന്മാരുടേയും തിടമ്പുകൾ എഴുന്നള്ളിച്ച് വാദ്യാഘോഷങ്ങളോടുകൂടി ക്ഷേത്രപ്രദക്ഷിണം നടത്തും. അതു കഴിഞ്ഞാൽ നാലു തിടമ്പും ചാത്തന്മാരെ കൂടിയിരുത്തിയിരിക്കുന്ന മുല്ലത്തറയുടെ മുൻവശത്തു കെട്ടിയലങ്കരിച്ചിട്ടുള്ള പന്തലിൽ എഴുന്നള്ളിച്ചു വയ്ക്കും. അപ്പോഴേക്കും നേരം ഏകദേശം പന്ത്രണ്ടുമണിയാകും. പിന്നെ കർമ്മം തുടങ്ങുകയായി. അതു കഴിഞ്ഞാൽപ്പിന്നെ 'മുടിയാട്ടം' എന്നൊരു ക്രിയയുണ്ട്. അത് ഏതാനും സ്ത്രീകൾ തലമുടി അഴിച്ചിട്ട് അങ്ങോട്ടും ഇങ്ങോട്ടും ആടുകയാണ്. അതിനുശേഷം

'തിരപ്പുറപ്പാട്' എന്നൊന്നുണ്ട്. അതു പുരുഷന്മാർ പാർവ്വതീപരമേശ്വരന്മാർ, ബ്രഹ്മരാക്ഷസന്മാർ, വിഷ്ണുമായ, കാളിവാക എന്നിവരുടെ വേഷം കെട്ടി ആടുകയാണ്. എല്ലാ ദിവസവും ആദ്യം കർമ്മം ചെയ്യുന്നതു കേളുണ്ണിപ്പണിക്കരെ ഉദ്ദേശിച്ചാണ്. അതിനുശേഷമാണ് മറ്റുള്ളവർക്കായിട്ടുള്ള കർമ്മം ചെയ്യുന്നത്. ഈ കർമ്മങ്ങളുടെ അവസാനത്തിങ്കൽ എല്ലാ ദിവസവും വെളിച്ചപ്പാടു തുള്ളി ചിലതൊക്കെ കൽപിക്കും. അതോടുകൂടി കർമ്മം അവസാനിക്കുകയും ചെയ്യും. ഇങ്ങനെ ഏഴു ദിവസം കഴിഞ്ഞാൽ എട്ടാം ദിവസം 'കൊലയനാട്ടം' എന്നൊരു ക്രിയകൂടി പതിവുണ്ട്. അത് ഒരാൾ ഒരു മലനായാടിയുടെ (*മലവേടന്റെ*) വേഷം ധരിച്ചു നൃത്തം ചെയ്യുകയാണ്. അതുകൂടി കഴിഞ്ഞാൽ വെള്ളാട്ടുകർമ്മം സംബന്ധിച്ചു പിന്നെയൊന്നുമില്ല.

അവണങ്ങാട്ടു പണിക്കരുടെ ഗൃഹത്തിൽനിന്ന് ഏകദേശം ഒരു നാഴിക അകലെയായി ഏറ്റവും ധനവാനായ ഒരീഴവൻ താമസിച്ചിരുന്നു. അവനു ചാത്തന്മാരെക്കുറിച്ചു നല്ല വിശ്വാസമില്ലായിരുന്നു. എന്നാൽ ആ മൂർത്തികൾക്ക് എന്തോ ഒരു ശക്തിയില്ലയോ എന്നൊരു ശങ്കയുണ്ടായിരുന്നു. ഒരുതവണ വെള്ളാട്ടുകർമ്മം കാണുന്നതിന് ഈ ഈഴവനും പോയിരുന്നു. എല്ലാവരും കാണിക്കയിടുമ്പോൾ താനും വല്ലതും ചെയ്യാതെയിരുന്നാൽ അത് അലൗകികമായിത്തീരുമല്ലോ എന്നു വിചാരിച്ച് അവൻ ഒരണ മാത്രം കൊണ്ടുപോയിരുന്നു. കർമ്മാവസാനത്തിങ്കൽ വെളിച്ചപ്പാടു തുള്ളി ചില പ്രാർത്ഥനക്കാരോടും മറ്റും ഓരോന്നു കൽപിച്ചു നടന്ന കൂട്ടത്തിൽ ഈ ഈഴവന്റെ അടുക്കൽ ച്ചെന്ന് "ഇന്നു കൊണ്ടുവന്നിരിക്കുന്ന ഒരണ ഇവിടെ കൊടുത്തേക്കുക; ബാക്കി ഇന്നസംഖ്യ (*നൂറു രൂപയോ മറ്റോ ആണ്*) നാളെ കൊണ്ടുവന്നു കൊടുത്തേക്കണം. കൊടുത്തില്ലെങ്കിൽ ഉപദ്രവങ്ങളുണ്ടാകും" എന്നു കൽപിച്ചു. അവൻ ഒരണ മാത്രമാണു കൊണ്ടുചെന്നിരിക്കുന്നതെന്ന് മറ്റാരും അറിഞ്ഞിരുന്നില്ല. അതിനാൽ വെളിച്ചപ്പാടിന്റെ കൽപന കേട്ടപ്പോൾ അവൻ അദ്ഭുതപ്പെടുകയും ചാത്തന്മാരെക്കുറിച്ച് അവന്റെ മനസ്സിൽ വിശ്വാസം ജനിക്കുകയും ചെയ്തു. വെളിച്ചപ്പാടു കൽപിച്ച സംഖ്യ അവൻ പിറ്റേദിവസം തന്നെ കൊണ്ടുചെന്നു കൊടുത്തു. എന്നു മാത്രമല്ല, ആ സംഖ്യ ആണ്ടുതോറും അവന്റെ കുടുംബത്തിൽ നിന്ന് ഇപ്പോഴും കൊടുത്തുവരുന്നുമുണ്ട്.

ഒരു തവണ വെള്ളാട്ടുകർമ്മം നടന്നുകൊണ്ടിരുന്നപ്പോൾ പിറ്റേദിവസത്തെ ചെലവിനു വകയൊന്നും കാണായ്കയാൽ പണിക്കർ ഏറ്റവും വിഷണ്ണനായിത്തീർന്നു. ആ സമയം വെളിച്ചപ്പാടു തുള്ളി പണിക്കരെ വിളിച്ച് "ഒട്ടും വ്യസനിക്കേണ്ട. ഒരു നല്ല സംഖ്യ ഇപ്പോൾ ഇവിടെ വരും" എന്നു കൽപിച്ചു. ഒരു നാഴിക കഴിഞ്ഞപ്പോൾ ഒരാൾ

ഒരു വലിയ സംഖ്യ പണിക്കരുടെ അടുക്കൽ കൊണ്ടുചെന്നു കൊടുത്തിട്ട് "ഇത് ഒരു കാര്യസിദ്ധിക്കായി പ്രാർത്ഥിച്ചിരുന്ന പണമാണ്. ഈ സംഖ്യ ഞാൻ തയ്യാറാക്കിവച്ചിട്ടു വളരെ ദിവസമായി. ജോലിത്തിരക്കുകൾകൊണ്ടു സമയം കിട്ടാഞ്ഞിട്ടാണ് ഇതുവരെ ഇത് ഇവിടെ കൊണ്ടുവന്നു തരാതെയിരുന്നത്. ഇന്നു ഞാൻ അത്താഴം കഴിഞ്ഞു കിടന്നുറങ്ങിയ സമയം ആരോ എന്റെ അടുക്കൽ വന്ന്, "ആ സംഖ്യ ഇപ്പോൾത്തന്നെ പണിക്കരുടെ അടുക്കൽ കൊണ്ടുചെന്നു കൊടുക്കണം" എന്നു പല തവണ പറഞ്ഞതായി തോന്നി. കണ്ണു തുറന്നു നോക്കീട്ട് ആരെയും കണ്ടുമില്ല. എങ്കിലും ഇത് ഇനിയും വച്ചുകൊണ്ടിരിക്കുന്നില്ല എന്നു നിശ്ചയിച്ചാണ് ഞാൻ ഈ രാത്രിയിൽ തന്നെ ഇതു കൊണ്ടു പുറപ്പെട്ടത്" എന്നു പറയുകയും ആ മനുഷ്യൻ അപ്പോൾത്തന്നെ മടങ്ങിപ്പോവുകയും ചെയ്തു.

ഇങ്ങനെ അവണങ്ങാട്ടു ചാത്തന്മാരുടെ ദിവ്യത്വങ്ങളും അദ്ഭുതകർമ്മങ്ങളും ഇനിയും വളരെ പറയാനുണ്ട്. അവയെല്ലാം പറഞ്ഞു തീർക്കാൻ ആരാലും സാദ്ധ്യമല്ലാത്തതിനാൽ ചില സംഗതികൾകൂടി പറഞ്ഞിട്ട് ഈ ഉപന്യാസം അവസാനിപ്പിക്കാമെന്നു വിചാരിക്കുന്നു.

കൊച്ചിരാജ്യത്ത് ഒരിക്കൽ ഒരു ഇളയത് പേഷ്ക്കാരായിരുന്നു. ഇത് അത്ര പഴയകാലത്തല്ല. അദ്ദേഹത്തിന്റെ പരിചയക്കാരിൽ ചിലർ ഇപ്പോഴും ജീവിച്ചിരിക്കുന്നുണ്ട്. അദ്ദേഹത്തിന്റെ ഇല്ലം തൃശ്ശിവപേരൂർ സമീപമാണ്. അദ്ദേഹം ഉദ്യോഗം ഭരിച്ചുകൊണ്ട് എറണാകുളത്തു താമസിച്ചിരുന്നപ്പോൾ ഇല്ലത്തു ചാത്തന്മാരുടെ ഉപദ്രവം തുടങ്ങി. ഉടനെ അതറിഞ്ഞ് അദ്ദേഹം ഇല്ലത്തു ചെന്നു. അപ്പോൾ അവിടെ പലവിധത്തിലുള്ള ഉപദ്രവങ്ങൾ സംഭവിച്ചുകൊണ്ടിരുന്നു. പേഷ്ക്കാർ ഇല്ലത്തിന്റെ കോലായിൽ (*ഇറയത്ത്*) ഒരു കസേരയിൽ ഇരുന്നുകൊണ്ട്, "ഇതെല്ലാം ചാത്തന്മാർ ചെയ്യുന്നതാണെന്ന് എനിക്ക് തോന്നുന്നില്ല. ചാത്തന്മാരെന്ന് ഒരു വകക്കാരുണ്ടെന്നു തന്നെ ഞാൻ വിശ്വസിക്കുന്നു. അങ്ങനെ ചില മൂർത്തികളുണ്ടെങ്കിൽ ഉണ്ടെന്നു എനിക്കു ബോദ്ധ്യപ്പെടുവാൻ തക്കവിധത്തിൽ എന്തെങ്കിലും ദൃഷ്ടാന്തം കാണിച്ചു തരട്ടെ" എന്നു പറഞ്ഞു. ഉടനെ ആ ഇല്ലത്തിനു മേഞ്ഞിരുന്ന ഓട് ഓരോന്നോരോന്നായി താഴെ വീണു തുടങ്ങി. ചിലതു പേഷ്ക്കാരുടെ അടുക്കലും ചെന്നുവീണു. പേഷ്ക്കാർ ആ ഓടുകൾ എടുത്തു നോക്കിയപ്പോൾ അതിലെല്ലാം 'ചാത്തൻ, ചാത്തൻ' എന്നെഴുതിയിരിക്കുന്നതായി കാണുകയും ചെയ്തു. അപ്പോൾ പേഷ്ക്കാർക്കു ചാത്തന്മാരെക്കുറിച്ചു വളരെ ഭയവും വിശ്വാസവും തോന്നിത്തുടങ്ങി. ഉടനെ ഒരു പ്രശ്നക്കാരനെ വരുത്തി പ്രശ്നം വെയ്പിച്ചുനോക്കിക്കുകയും "ഇതെല്ലാം ഒരു വിരോധിയുടെ പ്രാർത്ഥന നിമിത്തം അവണങ്ങാട്ടു

ചാത്തന്മാർ ചെയ്യുന്നതാണ്. ഇതിന് അവിടെ ചെന്നു കൽപന കേട്ടു കൽപനപ്രകാരമുള്ള പ്രതിവിധികൾ ചെയ്താൽ ശമനമുണ്ടാകും" എന്നു പ്രശ്നക്കാരൻ വിധിക്കുകയം ചെയ്തു. അതിനാൽ പേഷ്ക്കാർ അവണങ്ങാട്ടു പോയി കൽപന കേൾക്കണമെന്ന് ആവശ്യപ്പെട്ടു. കുറച്ചു ദിവസം കഴിഞ്ഞപ്പോൾ വെളിച്ചപ്പാടു തുള്ളിവരികയും പ്രശ്നക്കാരൻ പറഞ്ഞതുപോലെതന്നെ കൽപിക്കുകയും ചെയ്തു. അപ്പോൾ പേഷ്ക്കാർ "ഈ പ്രാർത്ഥനക്കാരൻ ആരാണെന്നുകൂടി അറിഞ്ഞാൽക്കൊള്ളാമെന്നുണ്ട്" എന്നു പറഞ്ഞു. അതിനു മറുപടിയായി വെളിച്ചപ്പാട് "അതറിഞ്ഞിട്ടു നിങ്ങൾക്കു കാര്യമൊന്നുമില്ലല്ലോ. അതിനാൽ അതു പറയാൻ പാടില്ല. നിങ്ങൾക്ക് ഉപദ്രവങ്ങൾ നീങ്ങിയാൽ മതിയല്ലോ. അതിന് ആ ശത്രു നിശ്ചയിച്ചിരിക്കുന്ന സംഖ്യ ഇവിടെ കൊടുത്താൽ മതി" എന്നു കൽപിച്ചു. പേഷ്ക്കാർ പിന്നെ തർക്കമൊന്നും പറഞ്ഞില്ല. വെളിച്ചപ്പാടു കൽപിച്ച സംഖ്യയും വഴിപാടായി വേറെ കുറച്ചു പണവും അവിടെ കൊടുത്തിട്ടു മടങ്ങിപ്പോരികയും ഇല്ലത്ത് ഉപദ്രവങ്ങളെല്ലാം ശമിക്കുകയും ചെയ്തു. ഇനി ഈ അടുത്ത കാലത്തുണ്ടായ മറ്റൊരു സംഗതി പറയാം.

തൃശ്ശിവപേരൂർനിന്ന് ആറു നാഴിക വടക്ക് 'മുളകുന്നത്തുകാവ്' എന്ന സ്ഥലത്തു താമസക്കാരനും ഒരു വാദ്ധ്യാരുമായ ഒരു പരദേശബ്രാഹ്മണൻ തന്റെ ഒരു മകളെ പാലക്കാട്ടുകാരനായ ഒരു ബ്രാഹ്മണനു വേളി കഴിച്ചു കൊടുത്തു. വലിയ ധനവാനായിരുന്ന പാലക്കാട്ടുകാരൻ ബ്രാഹ്മണൻ വിവാഹം കഴിച്ചിട്ട് അധികം താമസിയാതെ ചരമഗതിയെ പ്രാപിച്ചു. അതിനാൽ മുളകുന്നത്തുകാവുകാരൻ പുത്രിയുടെ അടുക്കൽ ചെന്ന് ആ വിധവയെ വേണ്ടതുപോലെ രക്ഷിച്ചുകൊള്ളാമെന്നു പറഞ്ഞു വിശ്വസിപ്പിച്ച് അവർക്കുണ്ടായിരുന്ന സർവ്വസ്വവും എഴുതി വാങ്ങി കൈവശപ്പെടുത്തി. കുറച്ചുകഴിഞ്ഞപ്പോൾ വാദ്ധ്യാർ വിധവയ്ക്കൊന്നും കൊടുക്കാതെയായതിനാൽ അവർക്ക് ഉണ്ണാനും ഉടുക്കാനും എന്നുവേണ്ട സകലത്തിനും വലിയ ബുദ്ധിമുട്ടായിത്തീർന്നു. അവർക്കു പണവും ശേഷിയും സഹായിക്കാനാളുമില്ലാതിരുന്നതിനാൽ വ്യവഹാരത്തിനു പോകാനും നിവൃത്തിയില്ലായിരുന്നു. ഇങ്ങനെയുള്ള ഘട്ടങ്ങളിൽ അവണങ്ങാട്ടു ചാത്തന്മാരെ പ്രാർത്ഥിച്ചാൽ നിവൃത്തിമാർഗ്ഗമുണ്ടാക്കിക്കൊടുക്കുമെന്ന് അവർ ചെറുപ്പത്തിൽത്തന്നെ കേട്ടു ധരിച്ചിരുന്നതിനാൽ ഒടുക്കം അങ്ങനെ ചെയ്തു. തന്റെ കഷ്ടപ്പാടിനു പരിഹാരമുണ്ടാക്കിക്കൊടുത്താൽ ഒരു സംഖ്യ (*ആയിരം രൂപയോ മറ്റോ*) അവണങ്ങാട്ടു കൊടുത്തേക്കാമെന്നായിരുന്നു വിധവയുടെ പ്രാർത്ഥന. പ്രാർത്ഥിച്ച ദിവസം തന്നെ വാദ്ധ്യാരുടെ മഠത്തിൽ ഉപദ്രവങ്ങൾ തുടങ്ങി. ക്രമേണ ഉപദ്രവങ്ങൾ ദുസ്സഹങ്ങളായിത്തീരുകയാൽ

വാദ്ധ്യാർ ഏറ്റവും കുഴങ്ങി വശായി. വേലിയുടെ പച്ചയായുള്ള പത്തലിനും മറ്റും തീപിടിച്ചു കത്തുന്നതു കണ്ട് അദ്ദേഹം ഏറ്റവും വിസ്മയിക്കുകയും ഭയപ്പെടുകയും ചെയ്തു. ഉപദ്രവങ്ങൾ സഹിക്കവയ്യാതെയായപ്പോൾ അദ്ദേഹം ഒരാളെക്കൊണ്ടു പ്രശ്നം വെയ്പിച്ചു നോക്കി. ഒരു വിധവയുടെ പ്രാർത്ഥന നിമിത്തം അവണങ്ങാട്ടു ചാത്തന്മാരാണ് ഈ ഉപദ്രവങ്ങൾ ചെയ്യുന്നതെന്നു വിധിക്കുകയാൽ വാദ്ധ്യാർ അവണങ്ങാട്ടു ചെന്നു മുട്ടുപാടിരുന്നു. അപ്പോൾ വെളിച്ചപ്പാടു തുള്ളി വന്നു വിധവ നിശ്ചയിച്ചിട്ടുള്ള സംഖ്യ അവിടെ കൊടുക്കുകയും വിശേഷിച്ച് ഒരു വെള്ളാട്ടുകർമ്മംകൂടി നടത്തുകയും വിധവയെ വേണ്ടതുപോലെ സംരക്ഷിച്ചുകൊണ്ടിരിക്കുകയും ചെയ്താൽ ഉപദ്രവങ്ങളെല്ലാം നീങ്ങിപ്പോവുമെന്നു കൽപ്പിക്കുകയും വാദ്ധ്യാർ അപ്രകാരമെല്ലാം ചെയ്യുകയും ഉപദ്രവങ്ങൾ ശമിക്കുകയും ചെയ്തു.

പിന്നെ മറ്റൊരാൾക്കു ചില ആഭരണങ്ങൾ എങ്ങനെയോ കാണാതായി. ആ പണ്ടങ്ങൾ കണ്ടുകിട്ടിയാൽ ഇന്ന സംഖ്യ അവണങ്ങാട്ടു ചാത്തന്മാർക്കു കൊടുത്തേക്കാമെന്ന് അയാൾ പ്രാർത്ഥിച്ചു. അചിരേണ ആഭരണങ്ങളെല്ലാം കണ്ടുകിട്ടി. എങ്കിലും അയാൾ പ്രാർത്ഥന പ്രകാരം ചെയ്തില്ല. കുറച്ചു ദിവസം കഴിഞ്ഞപ്പോൾ അയാളുടെ ഗൃഹത്തിൽ ചാത്തന്മാരുടെ ഉപദ്രവം കുറേശ്ശെ തുടങ്ങി. അത് അയാൾ അത്ര വകവച്ചില്ല. ക്രമേണ ഉപദ്രവങ്ങൾ കലശലായി. പാർക്കുന്ന പുരയ്ക്കും ഉടുത്തിരിക്കുന്ന വസ്ത്രങ്ങൾക്കും തീ പിടിക്കുക, ഭക്ഷണസാധനങ്ങളിലും മറ്റും അട്ട, ഗൗളി, പുഴു മുതലായവ ചത്തുകിടക്കുന്നതായിട്ടും കിണറ്റിൽ ഉമി കലക്കിയിരിക്കുന്നതായിട്ടും കാണുക മുതലായ ഉപദ്രവങ്ങൾകൊണ്ട് ഉണ്ണാനും ഉറങ്ങാനും വെള്ളം കുടിക്കാൻപോലും നിവൃത്തിയില്ലാതെയായിത്തീർന്നതിനാൽ അയാൾ ആദ്യം നിശ്ചയിച്ച സംഖ്യയുംകൊണ്ട് അവണങ്ങാട്ടു ചെന്നു. അപ്പോൾ വെളിച്ചപ്പാടു തുള്ളി "ആദ്യമായിരുന്നുവെങ്കിൽ ഈ സംഖ്യ മതിയായിരുന്നു. ഇനി ഇതുകൊണ്ടു മതിയാവുകയില്ല. ഉപദ്രവങ്ങൾ ശമിക്കണമെങ്കിൽ ആദ്യം നിശ്ചയിച്ച് സംഖ്യ ഇവിടെ കൊടുക്കുകയും പ്രായശ്ചിത്തമായി ഒരു വെള്ളാട്ടുകർമ്മംകൂടി നടത്തുകയും വേണം" എന്നു കല്പിച്ചു. വെള്ളാട്ടുകർമ്മം നടത്തുന്ന കാര്യം പ്രയാസമാണെന്നു പറഞ്ഞ് അയാൾ മടങ്ങിപ്പോന്നു. ഉപദ്രവങ്ങൾ വീണ്ടും വർദ്ധിച്ചു. പതിവായി ഗൃഹത്തിൽ ഉപയോഗിച്ചുകൊണ്ടിരുന്ന പാത്രങ്ങളും മറ്റും കാണാതായിത്തുടങ്ങി. അയാളുടെ താക്കോലുകൾ കൂട്ടത്തോടെ കാണാതായി. അപ്പോൾ ആഹാരസാധനങ്ങൾ വെച്ചുണ്ടാക്കാനും അറയും പെട്ടികളും മറ്റും തുറക്കാനും നിവൃത്തിയില്ലാതെയായിത്തീർന്നു. അയാൾ താക്കോലുകൾ വേറെ ഉണ്ടാക്കിച്ചു. അവയും കാണാതെയായി.

ഇങ്ങനെ വിഷമിക്കുകയാൽ അയാൾ പിന്നെയും അവണങ്ങാട്ടു ചെന്ന് ആദ്യം നിശ്ചയിച്ച സംഖ്യ കൊടുക്കുകയും വെള്ളാട്ടുകർമ്മം നടത്തുകയും ചെയ്യാമെന്നു സമ്മതിച്ചു പറഞ്ഞു. അപ്പോൾ വെളിച്ചപ്പാടു തുള്ളി, "കഴിഞ്ഞ പ്രാവശ്യം വന്നപ്പോളായിരുന്നുവെങ്കിൽ ഇത്രയും മതിയായിരുന്നു. ഇനി ഇതുകൊണ്ടു മതിയാവുകയില്ല. ഉപദ്രവം മാറണമെങ്കിൽ ആദ്യം നിശ്ചയിച്ച സംഖ്യയിലിരട്ടി ഇവിടെ കൊടുക്കുകയും രണ്ടു വെള്ളാട്ടുകർമ്മം നടത്തുകയും വേണം" എന്നു കൽപിച്ചു. അപ്പോൾ ഈ ചെന്നയാൾ "സംഖ്യ ഇരട്ടി ഇവിടെ കൊടുക്കുകയും രണ്ടു വെള്ളാട്ടുകർമ്മം നടത്തുകയും ചെയ്താൽ ഉപദ്രവങ്ങൾ മാറുമെന്നുള്ളതിനു ലക്ഷ്യമെന്താണ്? ഇതു ഞാൻ വിശ്വസിക്കണമെങ്കിൽ എന്തെങ്കിലും ദൃഷ്ടാന്തം കാണിച്ചുതരണം" എന്നു പറഞ്ഞു. ഉടനെ വെളിച്ചപ്പാട്, "ആട്ടെ, അതിനു വിരോധമില്ല. നിങ്ങൾ ഇപ്പോൾ പൊയ്ക്കൊള്ളണം. ഇന്നു മുതൽ പത്തുദിവസത്തേക്കു നിങ്ങളുടെ ഗൃഹത്തിൽ വലിയ ഉപദ്രവമൊന്നും ഉണ്ടാവുകയില്ല. അത്യാവശ്യപ്പെടുന്ന സാധനങ്ങൾ മാത്രം കാണുകയും ചെയ്യും" എന്നു കല്പിച്ചു. ഈ കൽപന കേട്ട ഉടനെ അയാൾ മടങ്ങി. സ്വഗൃഹത്തിലെത്തി. അന്നു മുതൽ അവിടെ ദുസ്സഹമായ വലിയ ഉപദ്രവമൊന്നും ഉണ്ടായില്ല. ഒരു പെട്ടി തുറക്കേണ്ടതായി വന്നാൽ അപ്പോൾ അതിന്റെ താക്കോൽ മാത്രം കാണും. വേറെ ഒരു താക്കോലിന് ആവശ്യപ്പെട്ടാൽ അപ്പോൾ അതു കാണും, മുൻപേ കണ്ടതപ്പോൾ കാണാതെയാകും. ഇങ്ങനെ പത്തു ദിവസം കഴിഞ്ഞപ്പോൾ ഈ ചാത്തന്മാർ സാമാന്യക്കാരനല്ലെന്നും, അവരെ ജയിക്കുന്ന കാര്യം അസാദ്ധ്യമാണെന്നും ആ മനുഷ്യനു നല്ലപോലെ ബോദ്ധ്യമായി. ഒടുക്കം അയാൾ ഇരട്ടി സംഖ്യ അവിടെ കൊണ്ടുചെന്നു കൊടുക്കുകയും രണ്ടു വെള്ളാട്ടുകർമ്മം നടത്തുകയും അതോടുകൂടി ഉപദ്രവങ്ങളെല്ലാം നീങ്ങുകയും ചെയ്തു.

ഒരു വീട്ടിൽ ഒരാൾ ചാത്തൻ ബാധിക്കുകയാൽ മരിച്ചു. ആ പ്രേതത്തിന്റെ ഉപദ്രവം ആ വീട്ടിൽ കലശലായിത്തീർന്നു. പ്രശ്നം വെയ്പ്പിച്ചുനോക്കിയപ്പോൾ അവണങ്ങാട്ടുചെന്നു പ്രേതത്തെ വിട്ടുതരുന്നതിനു ചാത്തനോട് അപേക്ഷിച്ചാൽ വിട്ടുതരുമെന്നും പ്രേതത്തെ അവിടെ നിന്ന് ഏറ്റുവാങ്ങിക്കൊണ്ടുവന്നു തിലഹോമാദി സൽക്കർമ്മങ്ങൾക്കൊണ്ടു ഗതിവരുത്തിയാൽ ഉപദ്രവം ശമിക്കുമെന്നും പ്രശ്നക്കാരൻ വിധിച്ചു. അതിനാൽ ആ വീട്ടിലെ അപ്പോഴത്തെ കാരണവരും ബാധയേറ്റു മരിച്ച മനുഷ്യന്റെ അനന്തരവനുമായ ആൾ അവണങ്ങാട്ടുചെന്നു പ്രേതത്തെ വിട്ടുകൊടുക്കണമെന്ന് അപേക്ഷിക്കുകയും അതിലേക്ക് ഒരു സംഖ്യ താമസിയാതെ അവിടെ കൊടുത്തുകൊള്ളാമെന്നു സമ്മതിക്കുകയും ചെയ്തു. ആ സമയം വെളിച്ചാപ്പാടുതുള്ളി, "പ്രേതത്തെ

വിട്ടുതരുന്നതിനു വിരോധമില്ല. എന്നാൽ അധികം താമസിക്കാൻ പാടില്ല. ഏഴുദിവസത്തിനകം സംഖ്യ ഇവിടെ കൊണ്ടുവന്നുകൊടുത്തു പ്രേതത്തെ ഏറ്റുവാങ്ങിക്കൊണ്ടു പൊയ്ക്കൊള്ളണം'' എന്നു കൽപിച്ചു. അങ്ങനെ ചെയ്തുകൊള്ളാമെന്നു സമ്മതിച്ച് ആ ചെന്ന യാൾ മടങ്ങിപ്പോവുകയും ചെയ്തു. എങ്കിലും അവധികഴിഞ്ഞിട്ടും അയാൾ അപ്രകാരം ചെയ്തില്ല. പിന്നെയും ഏതാനും ദിവസങ്ങൾകൂടി കഴിഞ്ഞതിന്റെ ശേഷം അയാൾ കിടന്നുറങ്ങിയിരുന്ന സ്ഥലത്ത് ആരോ ചെന്ന്, "പ്രേതത്തെ ഏറ്റുവാങ്ങിക്കൊണ്ടു പൊയ്ക്കൊള്ളണം" എന്നു പറയുന്നതുകേട്ട് അയാൾ ഉണർന്നു കണ്ണുതുറന്നു നോക്കിയപ്പോൾ അവിടെയെങ്ങും ആരെയും കണ്ടില്ല. ഇങ്ങനെ മൂന്നൂ ദിവസമായി. എന്നിട്ടും അയാൾ പോയി പറഞ്ഞിരുന്ന സംഖ്യ കൊടുക്കുകയോ പ്രേതത്തെ ഏറ്റുവാങ്ങിക്കൊണ്ടു പോരികയോ ചെയ്തില്ല. നാലാം ദിവസം രാത്രിയിൽ അയാൾ കിടന്നുറങ്ങിയപ്പോൾ ആരോ ഒരാൾ അവിടെചെന്ന് അയാളുടെ കാലിന്മേൽ പിടിച്ചുവലിച്ചു മുറ്റത്തിട്ടു. അപ്പോൾ അയാൾ ഉണർന്നുവെങ്കിലും അയാൾക്കു മിണ്ടാൻ വയ്യായിരുന്നു. പിന്നെയും അയാളുടെ കാലിന്മേൽ പിടിച്ചു വലിച്ച് ഇഴച്ച് ഒരു വേലിയുടെ പത്തലുകൾക്കിടയിൽക്കൂടി പുറത്തുകൊണ്ടുപോയിട്ടു കിഴക്കോട്ടു നോക്കാൻ പറഞ്ഞു. അപ്പോൾ അവിടെ ഏറ്റവും വലിയതായ ഒരഗ്നിജ്വാല കാണുകയും അയാൾ ബോധരഹിതനായിത്തീരുകയും ചെയ്തു. അപ്പോൾ അയാളെ പിടിച്ചു വലിച്ചുകൊണ്ടുപോയ ആൾ അവിടെനിന്നു പൊയ്ക്കളഞ്ഞു. ഉടനെ മറ്റേയാൾക്കു ബോധം വീണു. നേരം വെളുത്തപ്പോൾ അയാൾ സമ്മതിച്ചിരുന്ന സംഖ്യയും കൊണ്ട് അവണങ്ങാട്ടെത്തുകയും സംഖ്യ അവിടെ കൊടുക്കുകയും പ്രേതത്തെ ചാത്തന്മാരുടെ അടുക്കൽ നിന്ന് ഏറ്റുവാങ്ങുകയും തലേ ദിവസം രാത്രിയിലുണ്ടായ സംഗതികൾ അവിടെ പരസ്യമായി പ്രസ്താവിക്കുകയും ചെയ്തു. നിലത്തിട്ടു വലിച്ചതിനാൽ അയാളുടെ ദേഹത്തിൽ വളരെയധികം പരിക്കുകൾ പറ്റിയിരുന്നു. അവ അവിടെ കൂടിയിരുന്നവരെല്ലാം കണ്ടു വിസ്മയിക്കുകയും പ്രേതത്തെ ഏറ്റുവാങ്ങിയ ആൾ അപ്പോൾതന്നെ അവിടെ നിന്നു മടങ്ങിപ്പോവുകയും ചെയ്തു.

പിന്നെയൊരിക്കൽ ഗുരുവായൂരിൽ ഒരു വീട്ടിൽ ഒരു സ്തീക്ക് ഉന്മാദവും അതോടുകൂടി ഒരു ഗുഹ്യരോഗവും പിടിപെട്ടു. അനേകം വൈദ്യന്മാരെ വരുത്തി ചില ചികിത്സകൾ ചെയ്തിട്ടും യാതൊരു ഭേദവും കാണായ്കയാൽ പല പ്രശ്നക്കാരെ വരുത്തി പ്രശ്നം വെയ്പ്പിച്ചു നോക്കിച്ചു. അപ്പോളവർ, "ഇതു കേവലം രോഗമല്ല, ബാധോപദ്രവം കൂടിയുണ്ട്. ബാധകളെ ഒഴിക്കാതെ ചികിത്സ ചെയ്താൽ ഒരു ഫലവുമുണ്ടാവുകയില്ല. ആദ്യം ബാധകളെ ഒഴിക്കുകയാണ് വേണ്ടത്. പിന്നെ

ചികിത്സയും ചെയ്യണം" എന്നു വിധിച്ചു. അതിനാൽ ചില മന്ത്രവാദികളെ വരുത്തി പലതും ചെയ്യിച്ചു. അതുകൊണ്ടും ഒരു ഫലവും ഉണ്ടായില്ല. പിന്നെ അതിപ്രസിദ്ധനായ ഒരു വലിയ മാന്ത്രികനെ വരുത്തി ചിലതൊക്കെക്കൂടി ചെയ്യിച്ചു. അയാൾ പുരയ്ക്കകത്തു പൂജ കഴിച്ചുകൊണ്ടിരുന്നപ്പോൾ വീടിന്റെ വടക്കുഭാഗത്തു മൂന്നാലാളുകൾ കൂടി നിന്നു ചിരിക്കുന്നതു കേട്ടു. അതാരാണെന്നറിയുവാനായി ഉടനെ ചിലർ ഓടിച്ചെന്നു നോക്കിയിട്ട് അവിടെയെങ്ങും ആരെയും കണ്ടില്ല. പിന്നെ മാന്ത്രികൻ പൂജയെല്ലാം കഴിഞ്ഞു ബലിയുഴിയുന്നതിനായി അതിനു വേണ്ടതെല്ലാമെടുത്തുംകൊണ്ടു പുറത്തേക്കിറങ്ങിയപ്പോൾ വീടിന്റെ കിഴക്കുഭാഗത്തു പത്തുപന്ത്രണ്ടുപേർ കൂടിനിന്നു കൈകൊട്ടി ചിരിക്കുന്നതു കേട്ടു. അപ്പോഴും ചെന്നു നോക്കീട്ട് ആരെയും കണ്ടില്ല. ബലിയുഴിച്ചിൽ കഴിഞ്ഞ് എല്ലാവരും അകത്തുചെന്നപ്പോൾ അവിടെ വിളക്കുകളെല്ലാം കെട്ട് അന്ധകാരം നിറഞ്ഞിരുന്നു. വീണ്ടും വിളക്കുകൾ കത്തിക്കാൻ നോക്കിയപ്പോൾ വിളക്കൊന്നും അവിടെ കാണ്മാനില്ലായിരുന്നു. അപ്പോൾ വീട്ടിന്റെ തെക്കുവശത്ത് ഒരു ശബ്ദം കേൾക്കുകയാൽ അവിടെച്ചെന്നു നോക്കി. അപ്പോൾ വിളക്കുകളെല്ലാം അവിടെ കിടക്കുന്നുണ്ടായിരുന്നു. ഇത്രയുമായപ്പോഴേക്കും മന്ത്രവാദിയും ഭയവിഹ്വലനായിത്തീർന്നു. അയാൾ ആ രാത്രി ഒരുവിധത്തിൽ അവിടെ കഴിച്ചുകൂട്ടി. നേരം പ്രഭാതമായപ്പോൾ അയാൾ ദക്ഷിണ വഴങ്ങാതെയും യാത്ര പറയാതെയും പ്രാണഭീതിയോടുകൂടി അവിടെനിന്നു പോയി. അയാളുടെ മന്ത്രവാദംകൊണ്ട് രോഗിണിക്ക് ഒരു ഭേദവുമുണ്ടായില്ല.

പിന്നെ ആ ദേശത്തുള്ള പല യോഗ്യന്മാർ ആ വീട്ടിൽകൂടി, "ഇനി നമുക്ക് ഇങ്ങനെയൊന്നും ആയാൽ പോര, ഇപ്പോൾ പലരെക്കൊണ്ടു മന്ത്രവാദങ്ങളും ചികിത്സകളും ചെയ്യിച്ചു; ഒട്ടുവളരെ പണവും ചെലവായി; ഒരു ഫലവുമുണ്ടായതുമില്ല. ഇനി നമുക്ക് ഒരു നല്ല പ്രശ്നക്കാരനെക്കൊണ്ടു രാശി വെയ്പ്പിച്ചു നോക്കിച്ചിട്ടുവേണം എന്തെങ്കിലും ചെയ്യാൻ. നമുക്കു പ്രസിദ്ധന്മാരായി നാലഞ്ചു പ്രശ്നക്കാരുടെ പേരെഴുതി നറുക്കിട്ടെടുക്കാം. അതിൽ ആരുടെ പേരു വരുന്നുവോ ആ ആളെക്കൊണ്ടു പ്രശ്നം വെയ്പ്പിക്കണം." ആലോചിച്ചു നിശ്ചയിച്ചു നറുക്കിട്ടു നോക്കി. അപ്പോൾ പാഴൂർ കണിയാരുടെ പേരാണ് വന്നത്. അതിനാൽ ആ വീട്ടിലുള്ള ചില പുരുഷന്മാർ പാഴൂർ പടിപ്പുരയിൽ ചെന്നു രാശിവയ്പ്പിച്ചു നോക്കി. അപ്പോഴാണു സംഗതി വെളിപ്പെട്ടത്. സമീപസ്ഥനായ ഒരു പുരുഷൻ ചില രഹസ്യകാരണങ്ങളാൽ ആ സ്ത്രീയോടു മുഷിഞ്ഞ് അവരെ ഉപദ്രവിക്കാനായി അവണങ്ങാട്ടു ചാത്തന്മാർക്ക് ഒരു സംഖ്യ വഴിപാടു നിശ്ചയിച്ചു പ്രാർത്ഥിക്കുകയാൽ ആ ചാത്തന്മാരുടെ വിരോധം നിമിത്തമാണ് ഈ രോഗങ്ങളുണ്ടായിരിക്കുന്നതെന്നും,

ഇതിന് അവണങ്ങാട്ടുചെന്നു കല്പന കേട്ടു കല്പനപ്രകാരം ചെയ്താൽ രോഗങ്ങൾ ശമിക്കുമെന്നും കണിയാർ വിധിച്ചു. പിന്നെ ആ വീട്ടുകാർ അവണങ്ങാട്ടുപോയി കല്പന കേൾക്കാനായി കാത്തു നിന്നു. അപ്പോൾ വെളിച്ചപാടു തുള്ളി, "നിങ്ങളുടെ ശത്രു നിശ്ചയിച്ചിരുന്ന സംഖ്യ ഇന്നതാണ്. അതിവിടെ കൊടുത്താൽ സ്ത്രീക്കു രോഗങ്ങളെല്ലാം മാറി സുഖമാകും" എന്നു കല്പിച്ചു. അവർ കല്പനപ്രകാരമുള്ള സംഖ്യ അവിടെ കൊടുക്കുകയും സ്ത്രീ അചിരേണ സ്വസ്ഥയായിത്തീരുകയും ചെയ്തു.

ഇങ്ങനെ അവണങ്ങാട്ട് ചാത്തന്മാരെക്കുറിച്ച് ഇനിയും പല സംഗതികൾ പറയാനുണ്ട്. ഇത്രയും പറഞ്ഞതുകൊണ്ടുതന്നെ ആ ചാത്തന്മാർ ഒട്ടു നിസ്സാരന്മാരല്ലെന്നും വലിയ വിഷമക്കാരാണെന്നും സ്പഷ്ടമാകുന്നുണ്ടല്ലോ. അതിനാൽ ഇനി അധികം വിസ്തരിക്കണമെന്നു വിചാരിക്കുന്നില്ല.

2. കുട്ടഞ്ചേരി മൂസ്സ്

അഷ്ടവൈദ്യന്മാരുടെ ഇല്ലങ്ങൾ ഇപ്പോൾ എട്ടു മാത്രമേ ഉള്ളൂ വെങ്കിലും അവ ഒരു കാലത്തു ശാഖോപശാഖകളായി വർദ്ധിച്ചു പതിനെട്ടായിത്തീർന്നിരുന്നു. അക്കാലത്തു കുട്ടഞ്ചേരി മൂസ്സിനുതന്നെ മൂന്നില്ലങ്ങളുണ്ടായിരുന്നുവെന്നു ആ മൂന്നുസ്ഥലങ്ങളിലും പ്രത്യേകം ഓരോ ശാഖക്കാർ താമസിച്ചിരുന്നുവെന്നും കേട്ടിട്ടുണ്ട്. അവയിൽ ഒരില്ലം കൊച്ചിശ്ശീമയിൽ തലപ്പിള്ളിത്താലൂക്കിൽ കണ്ടാണശ്ശേരി വില്ലേജിൽ വടുതല ദേശത്തായിരുന്നു. അതു വളരെക്കാലം മുൻപു തന്നെ നാമാവശേഷമായിപ്പോയി. പിന്നെയൊന്നു തലപ്പിള്ളിത്താലൂക്കിൽത്തന്നെ കുമരനല്ലൂർ (*വടക്കാഞ്ചേരി*) ദേശത്താണ്. ആ ഇല്ലവും മൂസ്സിന്റെ സ്വന്തമായി ഒരു ക്ഷേത്രവും ഏതാനും വസ്തുക്കളും അവിടെ ഇപ്പോഴുമുണ്ട്. എങ്കിലും ആ ഇല്ലത്തും കുറച്ചു കാലമായിട്ട് ആരും ചെന്നു സ്ഥിരമായി താമസിക്കാറില്ല. ഇപ്പോൾ ഈ ഇല്ലക്കാരുടെ സ്ഥിരവാസം ബ്രിട്ടീഷ്മലബാറിൽ പൊന്നാനി താലൂക്കിൽ ചാഴിയാട്ടിരി അംശത്തിൽ അകലാണം (*അകലമണ്ണ്*) ദേശത്താണ്. ഏതു ദേശത്തായാലും ഇല്ലപ്പേരു 'കുട്ടഞ്ചേരി' എന്നുതന്നെയാണു പറയുക പതിവ്. എങ്കിലും ഈ ഇല്ലത്തിന് ആ ദേശത്തുള്ളവരിൽ ചിലർ 'അകലമണ്ണുമന' എന്നും പറയാറുണ്ട്.

മുൻകാലങ്ങളിൽ കേരളീയ രാജാക്കന്മാർ ഓരോരുത്തരും അഷ്ടവൈദ്യന്മാരിൽ ആരെയെങ്കിലും ഒരാളെ സ്വന്തം വൈദ്യനാക്കി വെച്ചു ചില അനുഭവങ്ങൾ പതിവായി കൊടുത്തുവന്നിരുന്നു. അക്കൂട്ടത്തിൽ കൊച്ചിരാജാവ് തന്റെ പ്രധാന വൈദ്യനാക്കിവെച്ചത് കുട്ടഞ്ചേരി മൂസ്സിനെ ആണ്. അതിനാൽ, പണ്ടത്തെ ആ പതിവനുസരിച്ചു കൊച്ചി രാജകുടുംബത്തിൽനിന്നു കുട്ടഞ്ചേരി മൂസ്സിനു കൊല്ലംതോറും വർഷാശനമായി അഞ്ഞൂറും 'താനം' വകയായി നൂറ്റൊന്നും 'കലം' വകയായി അൻപത്തൊന്നും പുത്തൻവീതം ഇപ്പോഴും കൊടുത്തുവരുന്നുണ്ട് (*പുത്തൻ എന്നത് ഏതാനും കൊല്ലങ്ങൾക്കു മുൻപുവരെ കൊച്ചിരാജ്യത്തു നടപ്പുണ്ടായിരുന്നതും പത്തു പൈ വിലയുള്ളതുമായ*

ഒരു വെള്ളിനാണയമാണ്). ഈ സംഖ്യകളെല്ലാം അതാതു കാലത്തു നാടുവാഴുന്ന വലിയതമ്പുരാന്റെ തിരുനാൾ ദിവസമാണ് കൊടുക്കുക പതിവ്.

ചിലർക്കു പുത്തരിച്ചോറുണ്ടാൽ വയറ്റിൽ സുഖക്കേടുണ്ടാകാറുണ്ടല്ലോ. ഇരിങ്ങാലക്കുട കൂടൽമാണിക്യദേവനും അങ്ങനെയുള്ള ഒരാളാത്രെ. അവിടേക്കും പുത്തരിനിവേദ്യം കഴിഞ്ഞാൽ സുഖക്കേടുണ്ടാകുമെന്നാണ് വെച്ചിരിക്കുന്നത്. കൂടൽമാണിക്യദേവന് ആണ്ടുതോറും പുത്തരിനിവേദ്യം തുലാമാസത്തിൽ തിരുവോണദിവസം മകരം രാശി സമയത്താണ് പതിവ്. അതു കഴിഞ്ഞാൽ പിറ്റേദിവസം ഒരു മുക്കുടിനിവേദ്യവും പതിവുണ്ട്. മുക്കുടി വയറ്റിൽ സുഖക്കേടിനു വിധിച്ചിട്ടുള്ളതാണല്ലോ. കൂടൽമാണിക്യദേവനു മുക്കുടിക്കുള്ള മരുന്നുകൾ അവിടെക്കൊണ്ടുചെന്ന് ബ്രാഹ്മണരെക്കൊണ്ട് അരപ്പിച്ചു പാകപ്പെടുത്തിച്ചു കൊടുക്കുന്നതിനുള്ള ചുമതല കുട്ടഞ്ചേരി മൂസ്സിനാണ്. മൂസ്സ് മരുന്നുകളുംകൊണ്ട് പുത്തരിയുടെ തലേദിവസം ഇരിങ്ങാലക്കുട എത്തണം. മരുന്നുകൾ ഇല്ലത്തുനിന്നു തന്നെ കൊണ്ടുപോവുകയാണ് പതിവ്. അവ എന്തെല്ലാമാണെന്ന് കുട്ടഞ്ചേരി മൂസ്സന്മാർക്കല്ലാതെ മറ്റാർക്കും അറിഞ്ഞുകൂടാ. അവർ ആ യോഗം അന്യന്മാർക്കു പറഞ്ഞു കൊടുക്കാറില്ല. ഈ മരുന്നുകൾ കൊണ്ടുചെന്നു കൊടുക്കുന്ന വകയ്ക്കു മൂസ്സിനു ദേവസ്വത്തിൽനിന്നു കൊല്ലത്തിൽ നൂറുപറ നെല്ലും കർമ്മികളുടെ സഭവക സ്വത്തിൽ നിന്നു ഒരു രൂപയും വീതം അനുഭവം കൊടുത്തുവരുന്നുണ്ട്. ഈ മുക്കുടി സേവിച്ചാൽ സകലരോഗങ്ങളും, വിശേഷിച്ച് എല്ലാ ഉദരരോഗങ്ങളും ശമിക്കുമെന്നാണ് വിശ്വാസം. അതിനാൽ മുക്കുടി നിവേദ്യദിവസം കൂടൽമാണിക്യ ക്ഷേത്രത്തിൽ ദർശനത്തിനായി അസംഖ്യമാളുകൾ ചെല്ലുകയും ചെല്ലുന്നവർക്കൊക്കെ മുക്കുടി കൊടുക്കുകയും ചെയ്യുന്നുണ്ട്. എന്നു മാത്രമല്ല, ഈ ദിവ്യൗഷധം ദേവസ്വത്തിൽനിന്ന് കൊച്ചിരാജകുടുംബത്തിലേക്കും എത്തിച്ചു കൊടുക്കുക പതിവാണ്.

ഈ മുക്കുടി മരുന്നുകൾ കൊടുക്കാനുള്ള അവകാശം കുട്ടഞ്ചേരി മൂസ്സിനു സിദ്ധിച്ചതിനെക്കുറിച്ചു കേട്ടിട്ടുള്ള ഒരൈതിഹ്യം താഴെച്ചേർക്കുന്നു.

പണ്ടൊരിക്കൽ ഒരു കുട്ടഞ്ചേരി മൂസ്സ് തെക്ക് എവിടെയോ പോകുന്നതിനായി തൃശ്ശിവപേരൂർ വഴി പുറപ്പെട്ട് ഒരു ദിവസം ഏകദേശം പത്തുനാഴിക രാച്ചെന്ന സമയം ഇരിങ്ങാലക്കുടെ വടക്കുവശത്തുള്ള പാടത്തെത്തി. അപ്പോൾ ശരത്ക്കാലമായിരുന്നതിനാൽ ചന്ദ്രിക നല്ലപോലെ പ്രകാശിച്ചിരുന്നതുകൊണ്ട് അവിടെ ഒരാൾ ഇരിക്കുന്നതായിക്കണ്ടു. മൂസ്സു കടന്നുപോയപ്പോൾ അവിടെ ഇരുന്നിരുന്നയാൾ

അദ്ദേഹത്തെ അടുക്കൽ വിളിച്ച് അദ്ദേഹം ആരാണെന്നും എവിടെ പ്പോവുകയാണെന്നും മറ്റും ചോദിച്ചറിഞ്ഞതിന്റെ ശേഷം, "ഇന്നു പുത്തരിച്ചോറുണ്ടതുകൊണ്ട് എനിക്കു വയറ്റിൽ നല്ല സുഖമില്ല. കൂട ക്കൂടെ വയറിളകിപ്പോകുന്നു. ഇതാ ഇപ്പോൾത്തന്നെ മലവിസർജന ത്തിനായിട്ടാണ് ഞാൻ ഇവിടെ വന്നത്. അതിനാൽ മൂസ്സ് ഒരു മുക്കു ടിക്കു വേണ്ടുന്ന മരുന്നുകൾ നാളെ രാവിലെ ബ്രാഹ്മണരെക്കൊണ്ട് അരപ്പിച്ചു കൂടൽമാണിക്യസ്വാമിയുടെ നടയിൽ വെയ്പിച്ചു കൊടുക്കണം. ശേഷം വേണ്ടുന്നതെല്ലാം അവിടെയുള്ളവർ ചെയ്തുകൊള്ളും" എന്നെ അവിടെക്കണ്ടില്ലെങ്കിലും ഞാനവിടെ ഉണ്ടെന്നു വിശ്വസിച്ചു കൊള്ളണം" എന്നു പറയുകയും ഉടനെ അദൃശ്യനായി ഭവിക്കുകയും ചെയ്തു. അപ്പോൾ മൂസ്സ് ഭയവിസ്മയപരവശനായിട്ട്, "ഈ ആൾ കേവലം മനുഷ്യനല്ല. മനുഷ്യാകൃതി കൈക്കൊണ്ടിരിക്കുന്ന ഒരു ദേവനോ മറ്റോ ആയിരിക്കണം. ഒരു സമയം കൂടൽമാണിക്യസ്വാമി തന്നെയാണെന്നും വരാം. ഏതായാലും ഈ ദിവ്യൻ പറഞ്ഞതുപോലെ ചെയ്യാതെ പോകുന്നതു ശരിയല്ല" എന്നു വിചാരിച്ച് ഉടനെ കൂടൽ മാണിക്യക്ഷേത്രസന്നിധിയിലെത്തി, അന്ന് അവിടെ താസമിച്ചു. ആ രാത്രിയിൽതന്നെ കൂടൽമാണിക്യക്ഷേത്രത്തിലെ ഉദ്യോഗസ്ഥന്മാർക്കും മേൽശാന്തി മുതലായവർക്കും ഒരു സ്വപ്നമുണ്ടായി. അവർ ഉറങ്ങി ക്കിടന്നിരുന്നപ്പോൾ ആരോ ഒരാൾ അടുക്കൽച്ചെന്ന്, "നാളെ രാവിലെ കുട്ടഞ്ചേരി മൂസ്സ് ഇവിടെ വന്ന് ഒരു മുക്കുടിക്കുള്ള മരുന്നുകൾ അര പ്പിച്ചു നടയിൽ വെയ്ക്കും. അതെടുത്തു കലക്കിത്തിളപ്പിച്ചു മുക്കിടി യാക്കി നിവേദിക്കുകയും മരുന്നുകൾ കൊണ്ടുവരുന്നതിന്റെ പ്രതിഫല മായി മൂസ്സിനു ദേവസ്വത്തിൽ നിന്നു നൂറ്റൊന്നു പറ നെല്ലു കൊടുക്കു കയും ഇതും പതിവുകണക്കിൽ ചേർത്തു കൊല്ലംതോറും പുത്തരി യുടെ പിറ്റേദിവസം മുക്കുടി നിവേദ്യം പതിവായി നടത്തുകയും ചെയ്യണം" എന്നു പറഞ്ഞതായി തോന്നി. അവർക്കെല്ലാവർക്കും ഈ സ്വപ്നമുണ്ടായത് ഒരേ സമയത്തും ഒരേ വിധത്തിലുമായിരുന്നു. പിറ്റേ ദിവസം രാവിലെ അവരെല്ലാവരും ഈ സംഗതി പരസ്പരം പറയു കയും ദേവസ്വക്കാർ ഒരു പ്രശ്നക്കാരനെ വരുത്തി കൂടൽമാണിക്യ സ്വാമിയുടെ നടയിൽ വച്ചു പ്രശ്നം വെയ്പിച്ചു നോക്കുകയും അവ രുടെ അടുക്കൽച്ചെന്നു മേൽപ്പറഞ്ഞപ്രകാരം പറഞ്ഞതു കൂടൽമാണിക്യ സ്വാമി തന്നെയാണെന്നു പ്രശ്നക്കാരൻ വിധിക്കുകയും അപ്പോ ഴേയ്ക്കും കുട്ടഞ്ചേരി മൂസ്സ് മരുന്നുകൾ അരപ്പിച്ചു നടയിൽ കൊണ്ടു വന്നു വെയ്ക്കുകയും തലേദിവസം രാത്രിയിൽ ഒരാൾ പാടത്തുവെച്ചു തന്നോടു പറഞ്ഞവിവരം ദേവസ്വക്കാരേയും മറ്റും ഗ്രഹിപ്പിക്കുകയും ശാന്തിക്കാർ ആ മരുന്നെടുത്തു മുക്കുടിയാക്കി ദേവനു നിവേദിക്കു കയും ദേവസ്വക്കാർ മൂസ്സിന് നൂറ്റൊന്നു പറ നെല്ലു കൊടുക്കുകയും

അതു പതിവായിത്തീരുകയും ചെയ്തു. ഇപ്രകാരം ആ മുക്കുടി നിവേദ്യം ഇപ്പോഴും അവിടെ നടന്നു വരുന്നുണ്ട്.

കുട്ടഞ്ചേരി മൂസ്സന്മാർ വൈദ്യശാസ്ത്രം അഭ്യസിച്ചുകഴിഞ്ഞാൽ 'നെല്ലുവായി' ക്ഷേത്രത്തിൽച്ചെന്ന് ഒരു സംവത്സരം ഭജിച്ചതിനു ശേഷമേ ചികിത്സകൾ ചെയ്തു തുടങ്ങാറുള്ളൂ. ഇതിനെക്കുറിച്ചു കേട്ടിട്ടുള്ള കാരണവും താഴെ ചേർക്കുന്നു.

ഒരു കാലത്ത് കുട്ടഞ്ചേരി മൂസ്സിന്റെ ഇല്ലത്തു ജ്യേഷ്ഠാനുജന്മാരായി രണ്ടുപേരുണ്ടായിരുന്നു. ബുദ്ധിയും ശാസ്ത്രജ്ഞാനവും ആ രണ്ടു പേർക്കും ഒരുപോലെത്തന്നെയായിരുന്നു. എങ്കിലും ജ്യേഷ്ഠൻ മൂസ്സിനു ഭാഗ്യവും കൈപ്പുണ്യവും വളരെ കുറവായിരുന്നു. അതിനാൽ ചികിത്സാ വിഷയത്തിൽ അദ്ദേഹത്തിനു പ്രസിദ്ധിയും പ്രചാരവും അനുജൻ മൂസ്സിനെപ്പോലെ ഉണ്ടായിരുന്നില്ല. രോഗവിവരങ്ങൾ അറിയിക്കുന്നതിനായും രോഗികളെ കാണിക്കുന്നതിന് മൂസ്സിനെ കൂട്ടിക്കൊണ്ടുപോകുന്നതിനായും ഇല്ലത്തു വരുന്നവരാരും ജ്യേഷ്ഠൻ മൂസ്സിനെ അന്വേഷിക്കുകയും കാണുകയും ചെയ്തിരുന്നില്ല. എല്ലാവരും അനുജൻ മൂസ്സിനെത്തന്നെയാണ് കാണുകയും കൂട്ടിക്കൊണ്ടുപോവുകയും ചെയ്തിരുന്നത്.

അങ്ങനെയിരുന്ന കാലത്ത് അക്കാലത്തെ സാമൂതിരിപ്പാട്ടിലേക്ക് എന്തോ രോഗം ബാധിക്കുകയാൽ അനുജൻ മൂസ്സിനെ കൂട്ടിക്കൊണ്ടു ചെല്ലാനായി ആളെ അയച്ചു. അയയ്ക്കപ്പെട്ടയാൾ മൂസ്സിന്റെ ഇല്ലത്തു ചെന്നപ്പോൾ അനുജൻ മൂസ്സ് അവിടെയില്ലായിരുന്നു. അതിനാൽ ആ ആൾ ജ്യേഷ്ഠൻ മൂസ്സിനെക്കണ്ടു വിവരം പറഞ്ഞു. അപ്പോൾ ജ്യേഷ്ഠൻ മൂസ്സ്, "അനുജൻ ഇപ്പോൾ ഇവിടെയില്ല. ദൂരെ ഒരു സ്ഥലത്തു പോയിരിക്കുകയാണ്. മടങ്ങിവരുന്നതിന് ഏതാനും ദിവസത്തെ താമസമുണ്ടായേക്കും. അതിനാൽ ഞാൻ നിങ്ങളോടുകൂടി വന്നേക്കാം" എന്നു പറഞ്ഞു. ഉടനെ ആ വന്നയാൾ "അതു വേണമെന്നില്ല. അനുജൻ മൂസ്സിനെ കൊണ്ടുചെല്ലണമെന്നാണ് കല്പന" എന്നു പറഞ്ഞ് മടങ്ങിപ്പോയി. ജ്യേഷ്ഠൻ മൂസ്സിന് അപാരമായ മനസ്താപമുണ്ടായി. "കഷ്ടം! ഈശ്വരാ! എന്റെ സ്ഥിതി ഇങ്ങനെയായല്ലോ. ഞാനും അനുജനും പഠിച്ചിട്ടുള്ളത് ഒരുപോലെയാണ്. എങ്കിലും എന്നെ ആർക്കും ആവശ്യമില്ല. എല്ലാവർക്കും അനുജൻ മതി. ഈ സ്ഥിതിയിൽ ഞാൻ ജീവിച്ചിരിക്കുന്നതെന്തിനാണ്? ഞാനിങ്ങനെയായിപ്പോയത് എനിക്ക് അനുജനുള്ളതുപോലെ ഈശ്വരസഹായമില്ലാഞ്ഞിട്ടായിരിക്കും. അതിനാൽ ഇവിടെ ഈശ്വരനെ സേവിക്കുക തന്നെയാണ് വേണ്ടത്" എന്ന് ആലോചിച്ചുകൊണ്ട് അദ്ദേഹം ഇല്ലത്തിനു സമീപമുള്ള നെല്ലുവായിൽ ക്ഷേത്രത്തിൽ ചെന്നു വലിയ നിഷ്ഠയോടുകൂടി ഭജനം തുടങ്ങി. തലപ്പിള്ളി

ത്താലൂക്കിൽ വടക്കാഞ്ചേരിയിലുള്ള ഇല്ലത്തുനിന്ന് ഏകദേശം ആറു നാഴിക പടിഞ്ഞാറാണ് നെല്ലുവായിൽ ക്ഷേത്രം സ്ഥിതിചെയ്യുന്നത്. അതിനാൽ വിചാരിച്ച ദിവസം തന്നെ അദ്ദേഹത്തിനു ഭജനം തുടങ്ങാൻ സാധിച്ചു. ഒരു സംവത്സരം ഭക്തിപൂർവ്വം ധന്വന്തരിയെസ്സേവിച്ചതിന്റെ ശേഷം ജ്യേഷ്ഠൻ മൂസ്സ് മടങ്ങി ഇല്ലത്തെത്തി. അക്കാലം മുതൽ അദ്ദേഹത്തെ കാണാൻ രോഗികൾ ധാരാളമായി വന്നുതുടങ്ങുകയും അദ്ദേഹം ചെയ്ത ചികിത്സകളെല്ലാം ശരിയായി ഫലിച്ചു തുടങ്ങുകയും ചെയ്തു. ക്രമേണ അദ്ദേഹത്തിന്റെ കീർത്തി ലോകത്തിൽ സർവ്വത്ര വ്യാപിച്ചു. ജ്യേഷ്ഠൻ മൂസ്സ ചികിത്സിച്ചാൽ അസാദ്ധ്യരോഗങ്ങളും ഭേദമാകുമെന്നൊരു വിശ്വാസം ജനങ്ങൾക്ക് പരക്കെ ഉണ്ടായിത്തീരുകയും ചെയ്തു. ഒരു കൊല്ലത്തിനുമുമ്പു സാമൂതിരിപ്പാട്ടിലേക്ക് ആരംഭിച്ചിരുന്ന ദീനം അനുജൻ മൂസ്സിന്റെ ചികിത്സകൊണ്ടു സ്വൽപം ശമിച്ചിരുന്നുവെന്നല്ലാതെ അപ്പോഴും നല്ലപോലെ ഭേദമായിരുന്നില്ല. അതിനാൽ സാമൂതിരിപ്പാട്ടീന്ന് ആളയച്ചു ജ്യേഷ്ഠൻ മൂസ്സിനെ കൊണ്ടുപോയി. ജ്യേഷ്ഠൻ മൂസ്സിന്റെ ചികിത്സകൊണ്ട് സാമൂതിരിപ്പാട് അചിരേണ പൂർണ്ണസുഖത്തെ പ്രാപിക്കുകയും അവിടെനിന്നു മൂസ്സിനു വിലപിടിച്ച പല സമ്മാനങ്ങൾ ലഭിക്കുകയും ചെയ്തു. അക്കാലം മുതൽക്കാണ് കുട്ടഞ്ചേരി മൂസ്സന്മാർ വൈദ്യശാസ്ത്രം അഭ്യസിച്ചു കഴിഞ്ഞാൽ നെല്ലുവായിൽ ക്ഷേത്രത്തിൽ സംവത്സരഭജനം കൂടി കഴിഞ്ഞിട്ടേ ചികിത്സിച്ചു തുടങ്ങാവൂ എന്നുള്ള ഏർപ്പാടു വെച്ചത്.

കുട്ടഞ്ചേരി മൂസ്സന്മാർ അവരുടെ പൂർവ്വികന്മാരുടെ അടുക്കലല്ലാതെ അന്യന്മാരുടെ അടുക്കൽ വൈദ്യശാസ്ത്രം പഠിക്കുക പതിവില്ല. നേരെ മറിച്ച് അവിടെച്ചെന്നു പലരും പഠിക്കാറുമുണ്ട്. അഷ്ടവൈദ്യന്മാരിൽ തന്നെ പ്രസിദ്ധന്മാരായിരുന്ന എളേടത്തു തൈക്കാട്ടു മൂസ്സ്, തൃശ്ശിവപേരൂർ തൈക്കാട്ട് മൂസ്സ്, ആലത്തൂർ നമ്പി, ചീരട്ടമണ്ണ മൂസ്സ് മുതലായവർ കുട്ടഞ്ചേരി മൂസ്സിന്റെ ശിഷ്യന്മാരായിരുന്നുവല്ലോ.

കഴിഞ്ഞുപോയ കുട്ടഞ്ചേരി വാസുദേവൻ (*അഫ്ഫൻ*) മൂസ്സവർകൾ വൈദ്യശാസ്ത്രം പഠിപ്പിക്കുന്നതിന് ഏറ്റവും സമർത്ഥനായിരുന്നു. അഷ്ടാംഗഹൃദയത്തിന്റെ അർത്ഥം പറയുന്നതിന് അവിടുത്തെപ്പോലെ ആരുമില്ലായിരുന്നുവെന്നുള്ളതു പ്രസിദ്ധമാണല്ലോ. പണ്ട് അഷ്ടവൈദ്യന്മാരിലാരും അഷ്ടാംഗഹൃദയത്തിന്റെ സൂത്രസ്ഥാനം നായന്മാർ മുതലായവരെ പഠിപ്പിക്കാറില്ലായിരുന്നു. ആ സ്ഥാനം നായന്മാർ മുതലായവരെ ആദ്യമായി പഠിപ്പിച്ചു തുടങ്ങിയത് അഫ്ഫൻ മൂസ്സവർകളാണ്. ആ സ്ഥാനം പഠിക്കുന്നവർ അതു പഠിച്ചു കഴിയുന്നതുവരെ അവിടുത്തെ ക്ഷേത്രത്തിൽ ഭജിക്കണമെന്നുകൂടി അവിടേക്ക് നിർബന്ധമുണ്ടായിരുന്നു.

ഈ അപ്ഫൻ മൂസ്സവർകളുടെ ജ്യേഷ്ഠന്റെ പുത്രനായ ഇപ്പോഴത്തെ അച്ഛൻ മൂസ്സവർകൾ ചികിത്സാവിഷയത്തിൽ സ്വൽപം ഔദാസീന്യമുള്ള ആളാണെങ്കിലും ശാസ്ത്രം നല്ലപോലെ പഠിച്ചിട്ടുള്ള ഒരു നല്ല വൈദ്യനാണ്. ഈ മൂസ്സവർകളെപ്പോലെ ജാമാതൃഭാഗ്യം ഇതിനു മുമ്പ് ആ ഇല്ലത്തു മറ്റാർക്കുമുണ്ടായിട്ടുണ്ടെന്നു തോന്നുന്നില്ല. അഷ്ടവൈദ്യന്മാരുടെ മിക്ക കുടുംബങ്ങളിലേക്കും സ്വപുത്രിമാരെ വിവാഹം കഴിച്ചുകൊടുത്ത് അവരുടെയെല്ലാം ബന്ധുത്വം സമ്പാദിക്കാൻ സംഗതിയായത് ഒരു വലിയ ഭാഗ്യമാണല്ലോ.

3. പള്ളിവാണപ്പെരുമാളും കിളിരൂർ ദേശവും

വണ്ടു കേരളചക്രവർത്തികളായി വാണിരുന്ന പെരുമാക്കന്മാരിൽ ഒരാളെ 'പള്ളിവാണപ്പെരുമാൾ എന്നാണു പറഞ്ഞുവന്നിരുന്നത്. ഇദ്ദേഹം ജന്മനാ ഒരു ഹിന്ദുവായിരുന്നുവെങ്കിലും മനസ്ഥൈര്യം കുറഞ്ഞ ആളായിരുന്നതിനാൽ ചിലരുടെ ഉപദേശം നിമിത്തം പിന്നീട് ബുദ്ധമതക്കാരനായിത്തീർന്നു. ഈ പെരുമാൾ കേരളത്തിൽ ചില സ്ഥല ങ്ങളിൽ സഞ്ചരിക്കുകയും താമസിക്കുകയും ചെയ്തിരുന്നു. അക്കൂട്ട ത്തിൽ തിരുവിതാംകൂറിലും അദ്ദേഹം ചില സ്ഥലങ്ങളിൽ നിവസിച്ചി രുന്നതായി ഐതിഹ്യമുണ്ട് എന്നു മാത്രമല്ല, അതിലേക്കു ചില ലക്ഷ്യ ങ്ങൾ ഇന്നും കാൺമാനുണ്ട്. ഇദ്ദേഹം തിരുവിതാംകൂറിൽ താമസിച്ചി രുന്ന സ്ഥലങ്ങളിൽ പ്രധാനമായിട്ടുള്ളത് കോട്ടയം താലൂക്കിൽ ചേർന്ന 'കിളിരൂർ' എന്ന ദേശമാണ്. അവിടെ അദ്ദേഹം വിഹാരാകൃതിയിൽ ഒരു ദേവാലയം പണികഴിപ്പിക്കുകയും അതിൽ ബുദ്ധദേവനെ പ്രതിഷ്ഠിപ്പിക്കുകയും ചെയ്തു. ആ ദേവവിഗ്രഹം ബുദ്ധമുനി ബ്രഹ്മ ധ്യാനം ചെയ്തുകൊണ്ടു യോഗമുദ്രയോടുകൂടി അശ്വത്ഥമൂലത്തിങ്കൽ സ്ഥിതിചെയ്യുന്ന വിധത്തിലുള്ളതാണ്. മടിവരെ നീണ്ട താടിമീശയോടു കൂടിയ ആ ബിംബം കണ്ടാൽ അത് ഒരു മുനിയുടേതാണെന്ന് ആർക്കും മനസ്സിലാകും. ത്രിപുരന്മാരെ പാഷണ്ഡന്മാരാക്കിത്തീർക്കാനായിട്ട് ബുദ്ധമുനിയായിത്തീർന്നതും സാക്ഷാൽ മഹാവിഷ്ണുതന്നെയാ ണല്ലോ. അതു വിചാരിച്ചിട്ടല്ലെങ്കിലും അദ്ദേഹം ആ ദേവനെ ഭക്തി പൂർവ്വം സേവിക്കുകയും ബുദ്ധമതപ്രചരണത്തിനായി വളരെ പരിശ്ര മിക്കുകയും ചെയ്തുകൊണ്ടാണ് അവിടെ താമസിച്ചിരുന്നത്. അതി നാൽ മലയാള ബ്രാഹ്മണർക്ക് അദ്ദേഹത്തോട് ഒട്ടും രസമില്ലായിരുന്നു. മലയാളബ്രാഹ്മണരിൽ ചിലരെയെങ്കിലും കിളിരൂർ ദേശത്തു സ്ഥിര വാസക്കാരാക്കണമെന്നു വിചാരിച്ച് ആ പെരുമാൾ വളരെ ശ്രമിച്ചു. അവർക്ക് താമസിക്കുന്നതിനു ഗൃഹങ്ങളും നിത്യവൃത്തിക്കു വേണ്ടുന്ന വസ്തുവകകളും ദാനമായി കൊടുക്കാമെന്നുകൂടി പറഞ്ഞുനോക്കി. എങ്കിലും ബ്രാഹ്മണരാരും അതിനു വഴിപ്പെട്ടില്ല. ബുദ്ധദേവാലയത്തിലെ

ശാന്തി തന്നെ വളരെ നിർബന്ധിച്ചിട്ടാണ് മലയാള ബ്രാഹ്മണർ നടത്തിയിരുന്നത്. ശാന്തി കഴിഞ്ഞാൽ അവർ പോയി കുളിച്ചിട്ടേ ഭക്ഷണം കഴിച്ചിരുന്നുള്ളൂ. കിളിരൂർ ദേശത്തു വെച്ചു വെള്ളം കുടിക്കുകപോലും ചെയ്യുകയില്ലെന്നായിരുന്നു മലയാളബ്രാഹ്മണരുടെ നിശ്ചയം. എങ്കിലും ആ പെരുമാൾ ചതുരുപായങ്ങളും പ്രയോഗിച്ച് ആ ദേശവാസികളായ നായന്മാരിലും മറ്റും പലരേയും ബുദ്ധമതാവലംബികളാക്കിത്തീർത്തു. നാടുവാഴിയായിരുന്ന പെരുമാൾക്കു ശിക്ഷാരക്ഷകൾക്കുള്ള അധികാരമുണ്ടായിരുന്നുവല്ലോ. അതിനാൽ അദ്ദേഹത്തെ ഭയപ്പെട്ടിട്ടുകൂടിയായിരുന്നു ജനങ്ങൾ അദ്ദേഹത്തിന്റെ മതത്തിൽ ചേർന്നത്.

ഇങ്ങനെ കുറച്ചുകാലം കഴിഞ്ഞപ്പോൾ മക്കത്തുനിന്നു ചില മുഹമ്മദീയർ കച്ചവടത്തിനും മറ്റുമായി കേരളത്തിൽ വന്നു ചേർന്നു. അക്കൂട്ടത്തിൽ അവരുടെ ചില കുലാചാര്യന്മാരും (*തങ്ങൾ മുതലായവരും*) മറ്റും കൂടെയുണ്ടായിരുന്നു. അവരിൽ ചിലർ കിളിരൂർ ചെന്നു ചില കാഴ്ചകളും മറ്റും വെച്ചു പെരുമാളെ കാണുകയും ആ ദേശത്തുതന്നെ താമസമുറപ്പിച്ചുകൊണ്ടു പെരുമാളുടെ അനുവാദപ്രകാരം അവിടെയൊരു പള്ളി പണിയിക്കുകയും ചെയ്തു. പിന്നെ ആ മുഹമ്മദീയാചാര്യന്മാർ ദിവസംതോറും പതിവായി ചെന്നു പെരുമാളെക്കാണുകയും അവരുടെ മതത്തിനുള്ള മാഹാത്മ്യത്തെക്കുറിച്ച് പ്രശംസിക്കുകയും ചെയ്തുകൊണ്ടിരുന്നു. അങ്ങനെ കുറച്ചു ദിവസങ്ങൾ കഴിഞ്ഞപ്പോൾ ആ പെരുമാൾക്ക് ബുദ്ധമതത്തേക്കാൾ നല്ലതു മുഹമ്മദുമതമാണെന്നു തോന്നിത്തുടങ്ങി. കിം ബഹുനാ? പിന്നെ അധികം താമസിയാതെ തന്നെ അദ്ദേഹം ബുദ്ധമതമുപേക്ഷിച്ചു മുഹമ്മദുമതത്തിൽ ചേർന്നു. എന്നു മാത്രമല്ല, അദ്ദേഹം ആ മതത്തിലുള്ള ഗ്രന്ഥങ്ങളെല്ലാം പഠിച്ച് കാലക്രമേണ അവരുടെ കൂട്ടത്തിൽ ഒരു പ്രമാണിയും ആചാര്യനും ഉപദേഷ്ടാവുമായിത്തീരുകയും ചെയ്തു. തദനന്തരം അദ്ദേഹത്തിന്റെ സ്ഥിരതാമസം കുറച്ചു കാലത്തേക്ക് പള്ളിയിൽ തന്നെയായിരുന്നു. തന്നിമിത്തം അദ്ദേഹത്തെ ജനങ്ങൾ 'പള്ളിയിൽ വാണ പെരുമാൾ' എന്നും 'പള്ളിബാണ പെരുമാൾ' എന്നും പറഞ്ഞുതുടങ്ങി. അതു ലോപിച്ചു ചിലർ 'വാണപ്പെരുമാൾ' എന്നും 'ബാണപ്പെരുമാൾ' എന്നും പറഞ്ഞിരുന്നു. അദ്ദേഹം മുഹമ്മദീയനായിത്തീർന്നതിന്റെ ശേഷം ഒരിക്കൽ മക്കത്തുപോയിരുന്നു. അതിനാൽ അദ്ദേഹത്തെ ചിലർ 'മക്കത്തുപോയ പെരുമാൾ' എന്നും പറയാറുണ്ടായിരുന്നു.

ഈ പെരുമാൾ ബുദ്ധമതക്കാരനായിരുന്ന കാലത്തു തന്നെ കിളിരൂർ ദേശക്കാരായ രണ്ടു നായന്മാർ അദ്ദേഹത്തിന്റെ സേവകന്മാരായിത്തീർന്നു. അവർക്കു പെരുമാൾ അനേകം വസ്തുക്കൾ പേരിൽ പതിച്ചുകൊടുത്തതുകൂടാതെ ഒരാൾക്കു 'കയ്മൾ' എന്നും മറ്റേയാൾക്ക് 'മേനോൻ' എന്ന സ്ഥാനപ്പേരുകളും കല്പിച്ചു കൊടുത്തു. പെരുമാൾ

പള്ളിയിൽ താമസമായതിന്റെ ശേഷം മേനവനു പള്ളിയിലെ കണക്കെഴുത്തുദ്യോഗവും കൊടുത്തു. അതിനാൽ ആ മനുഷ്യനെ എല്ലാവരും 'പള്ളിയിൽ മേനോൻ' എന്നു പറഞ്ഞു തുടങ്ങുകയും ആ പേരു കാലക്രമേണ സ്ഥിരപ്പെടുകയും ചെയ്തു. പെരുമാളുടെ സേവകന്മാരിയിരുന്ന നായന്മാരുടെ വംശപരമ്പരയിലുൾപ്പെട്ട രണ്ടു വീട്ടുകാർ ഇപ്പോൾ കിളിരൂർ ദേശത്തുണ്ട്. അവരെ ഇപ്പോൾ 'വെട്ടിക്കുളങ്ങര കൈമൾ' എന്നും *'പള്ളിയിൽ മേനോൻ' എന്നും പറഞ്ഞുവരുന്നു. അവരുടെ വസ്തുക്കൾ കാലക്രമേണ അന്യാധീനപ്പെട്ടുപോയെങ്കിലും അവർക്ക് ഇപ്പോഴും നിത്യവൃത്തിക്കു വലിയ കഷ്ടപ്പാടൊന്നുമില്ല. ആ ദേശത്തേക്ക് ഇപ്പോഴും പ്രധാനന്മാരായിരിക്കുന്നതും അവർതന്നെയാണ്.

മുഹമ്മദീയമതം സ്വീകരിച്ചുവെങ്കിലും പെരുമാൾക്കു താൻ വളരെക്കാലം സേവിച്ചുകൊണ്ടിരുന്ന ബുദ്ധദേവനെക്കുറിച്ചുള്ള ഭക്തി മനസ്സിൽനിന്നും നിശ്ശേഷം വിട്ടുപോയില്ല. അതിനാൽ അദ്ദേഹം പള്ളിയിൽ താമസിച്ചിരുന്ന കാലത്തും മിക്കദിവസങ്ങളിലും തന്നാൽ സ്ഥാപിതമായ ബുദ്ധദേവാലയത്തിൽച്ചെന്നു വന്ദിക്കാറുണ്ടായിരുന്നു. അതു മുഹമ്മദീയർക്കു സമ്മതമാകുന്നില്ലെന്നറിയുകയാൽ അദ്ദേഹം അവിടെ പ്രതിഷ്ഠിച്ചിരിക്കുന്നത് മുഹമ്മദ് നബിയുടെ വിഗ്രഹമാണെന്നു പറഞ്ഞ് അവരെ വിശ്വസിപ്പിച്ചു അതിനാൽ ആ ദേശത്തു താമസിച്ചിരുന്ന മുഹമ്മദീയരും അവിടെച്ചെന്നു മുട്ടുകുത്തി നമസ്കരിക്കുകയും പ്രാർത്ഥിക്കുകയും മറ്റും ചെയ്തുതുടങ്ങി. ആ പെരുമാളുടെ കാലം കഴിഞ്ഞിട്ടും ആ ദേശക്കാരായ മുഹമ്മദീയർ അപ്രകാരം ചെയ്തുകൊണ്ടിരുന്നു. അവർ അവിടെച്ചെന്നു മുട്ടുകുത്തി നമസ്ക്കരിക്കുകയും മറ്റും ചെയ്യാതെയായിട്ട് ഇപ്പോൾ ഒരിരുപത്തഞ്ചുകൊല്ലത്തിലധികം കാലമായിട്ടില്ല.

ഈ പള്ളിയിൽ വാണ പെരുമാളുടെ അവസാനം ഏതുപ്രകാരമായിരുന്നുവെന്ന് ഇപ്പോഴും തീർച്ചപ്പെടാതെയാണിരിക്കുന്നത്. എല്ലാവരും മുഹമ്മദീയമതത്തിൽ ചേരണമെന്നുള്ള അദ്ദേഹത്തിന്റെ നിർബന്ധം ദുസ്സഹമായിത്തീരുകയാൽ ഇതര മതക്കാരായ ചിലർ കൂടി അദ്ദേഹത്തെ തല്ലിക്കൊന്നു കുഴിച്ചുമൂടുകയോ വെള്ളത്തിൽ കെട്ടിത്താഴ്ത്തുകയോ ചെയ്തതാണെന്നു ചിലർ പറയുന്നു. മറ്റു ചിലരുടെ അഭിപ്രായം ഹിന്ദുക്കളുടെ ഉപദ്രവം കലശലായിത്തീരുകയാൽ കേരളവാസം അവമാനകരമാണെന്നു തോന്നി അദ്ദേഹം ചില മുഹമ്മദീയരുടെ സഹായത്തോടെയുകൂടി മക്കത്തേക്കു പൊയ്ക്കളഞ്ഞതാണെന്നാണ്. അദ്ദേഹം ഉടലോടുകൂടി സ്വർഗ്ഗാരോഹണം ചെയ്തതാണെന്ന് വേറ ചിലർ പറയുന്നു. ഈ അഭിപ്രായങ്ങളിൽ വാസ്തവമായിട്ടുള്ളത്

* പള്ളിയിൽ മേനോൻ കുടുംബം ഇപ്പോൾ (1974) ഇല്ല.

ഏതെന്നു തീർച്ചപ്പെടുത്താൻ മാർഗ്ഗമൊന്നും കാണുന്നില്ല. തലേദിവസം രാത്രിയാകുന്നതുവരെ പള്ളിയിലുണ്ടായിരുന്ന അദ്ദേഹം പിറ്റേ ദിവസം നേരം വെളുത്തപ്പോഴേക്കും എങ്ങനെയോ അദൃശ്യനായിത്തീരുകയായിരുന്നു എന്നുള്ള സംഗതി എല്ലാവരും സമ്മതിക്കുന്നതാണ്.

ആ പെരുമാൾ അദൃശ്യനായിത്തീർന്നതിന്റെ ശേഷവും കിളിരൂർ വളരെ കാലത്തേക്ക് അവരുടെ ദേശപരദേവതയായി ആചരിക്കുകയും ആദരിക്കുകയും വന്ദിക്കുകയും ചെയ്തുവന്നത് ആ ബുദ്ധദേവനെത്തന്നെയാണ്. അവർ അങ്ങനെ ചെയ്തുകൊണ്ടിരുന്നത് ആ ദേശത്തു വേറെ ക്ഷേത്രമൊന്നും ഇല്ലാതെയിരുന്നതുകൊണ്ടും ഒരു സമയം പെരുമാൾ മടങ്ങിവന്നെങ്കിലോ എന്നുള്ള വിചാരം നിമിത്തവുമായിരിക്കം.

ഈ പെരുമാൾ ബുദ്ധമതം സ്വീകരിച്ചതിന്റെ ശേഷം കുറുച്ചുകാലം ചങ്ങനാശ്ശേരി താലൂക്കിൽ 'നീലമ്പേരൂർ' എന്ന ദേശത്തുപോയി താമസിക്കുകയും അവിടെയും ഒരു ബുദ്ധദേവാലയം സ്ഥാപിക്കുകയും ചെയ്തു. അന്ന് അദ്ദേഹത്തോടു കൂടി പള്ളിയിൽ മേനവന്മാരിലൊരാളും (*സേവകനായിരുന്ന ആൾതന്നെ*) അവിടെ പോയി താമസിച്ചിരുന്നു. അതിനാൽ മേനവന് ആ ദേശത്തും പല പുരയിടങ്ങളും ഏതാനും പുഞ്ചനിലവും സമ്പാദിക്കാൻ സാധിച്ചു. ആ വക വസ്തുക്കൾ അദ്ദേഹത്തിന്റെ അനന്തരജാതന്മാർ പലപ്പോഴായി കുറേശ്ശെക്കുറേശ്ശെ വിറ്റു വില വാങ്ങി. മുഴുവനും വിറ്റു തീർന്നിട്ടും പത്തു കൊല്ലത്തിലധികം കാലമായിട്ടില്ല.

പെരുമാക്കന്മാരുടെ കാലശേഷം കേരളത്തെ പല ഭാഗങ്ങളായി വിഭജിച്ചു പല രാജാക്കന്മാരാണല്ലോ ഭരിച്ചിരുന്നത്. അപ്പോൾ കിളിരൂർ ദേശം തെക്കുംകൂർ രാജ്യത്തുൾപ്പെട്ടതായിത്തീർന്നു. ഇല്ലിക്കൽ കൊടുമുടിക്കു പടിഞ്ഞാറും കുമരകം കായലിനു കിഴക്കും കൈപ്പട്ടൂരിനു വടക്കും കാണക്കാലിക്കു തെക്കുമുള്ള പ്രദേശങ്ങളെല്ലാം തെക്കുംകൂറിലുൾപ്പെട്ടവയായിരുന്നുവല്ലോ.

തെക്കുംകൂർ രാജാവ് തന്റെ രാജ്യത്തുള്ള ഓരോ ദേശങ്ങളിലും ഓരോരുത്തരെ ആശാന്മാരായി നിശ്ചയിക്കുകയും അവർക്കു കുറുപ്പെന്നും പണിക്കരെന്നും മറ്റും ചില സ്ഥാനങ്ങൾ കല്പിച്ചുകൊടുക്കുകയും അവർ ഓരോ കളരിയുണ്ടാക്കി പുരുഷന്മാരെയെല്ലാം ആയോധനവിദ്യ അഭ്യസിപ്പിച്ചുകൊള്ളണമെന്നു ചട്ടംകെട്ടുകയും ചെയ്തിരുന്നു. അങ്ങനെ യുദ്ധമഭ്യസിക്കുന്നവരെ ആണ്ടുതോറും പൂജയെടുപ്പിനുള്ള വിദ്യാരംഭം കഴിഞ്ഞിട്ടു രാജാവു നിശ്ചയിച്ചു പ്രസിദ്ധപ്പെടുത്തുന്നതായ ഒരു ദിവസം പരീക്ഷിച്ചുനോക്കുകയും പരീക്ഷയിൽ ജയിക്കുന്നവർക്ക് യഥായോഗ്യം സമ്മാനങ്ങളും പട്ടാളത്തിൽ ഉദ്യോഗങ്ങളും കല്പിച്ചുകൊടുക്കുകയും ചെയ്യുന്നതാണെന്നും രാജാവ് നിശ്ചയിക്കുകയും അങ്ങനെ നടത്തിക്കൊണ്ടിരിക്കുകയും ചെയ്തിരുന്നു. പാക്കിൽ

ശാസ്താവിന്റെ ക്ഷേത്രമതിൽക്കു കിഴക്കുവശത്തായിട്ട് ഇതിലേക്കു പ്രത്യേകം തയ്യാർ ചെയ്യിച്ചിരുന്ന സ്ഥലത്തുവെച്ചായിരുന്നു ആണ്ടു തോറും യുദ്ധപരീക്ഷ നടത്തിയിരുന്നത്. ആ സ്ഥലത്തിനു 'പടനിലം' എന്നു പേരും കൽപിച്ചിരുന്നു. ഇപ്പോൾ അവിടെ യുദ്ധപരീക്ഷയും മറ്റുമില്ലെങ്കിലും ആ സ്ഥലത്തിന് ഇങ്ങനെത്തന്നെയാണ് ഇപ്പോഴും ജനങ്ങൾ പേരു പറഞ്ഞുവരുന്നത്. പരീക്ഷാദിവസം രാവിലെ ആശാന്മാരെല്ലാവരും ശിഷ്യന്മാരോടുകൂടി പാക്കിലെത്തി കുളികഴിച്ചു ശാസ്താവിനെ വന്ദിക്കുകയും ഭക്ഷണം കഴിക്കുകയും ചെയ്തിട്ടു പട നിലത്തു ചെന്നുചേർന്നുകൊള്ളാമെന്നാണ് കല്പന. അഭ്യസ്തവിദ്യന്മാരായ ഓരോ ദേശക്കാരേയും തെക്കും വടക്കുമായി പ്രത്യേകം പ്രത്യേകം തിരിച്ചുനിർത്തിയാണു പരീക്ഷ നടത്തുന്നത്. ആ സമയം രാജാവും അവിടെ എഴുന്നള്ളിയിരിക്കും. പരീക്ഷയെന്നാൽ, ഓരോ ദേശക്കാരും എതിരാളികളായി നിൽക്കുന്ന മറ്റോരോദേശക്കാരോടും നേരിട്ടു യുദ്ധം ചെയ്യുകയാണ്. ഈ യുദ്ധത്തിന് അക്കാലത്ത് 'പാക്കിൽപ്പട' എന്നാണു പേരു പറഞ്ഞുവന്നിരുന്നത്. ഇങ്ങനെ നടത്തിയ പരീക്ഷയിൽ ഒരു കൊല്ലം കിളിരൂർ ദേശക്കാർ ജയിച്ചു. ഉടനെ രാജാവ് വിജയികളായവർക്കു ചില സമ്മാനങ്ങൾ കല്പിച്ചുകൊടുക്കുകയും അവരെ പട്ടാളത്തിൽ ചില ഉയർന്ന ഉദ്യോഗങ്ങൾക്കു കല്പിച്ചു നിയമിക്കുകയും ചെയ്തു. ഉടനെ തോറ്റ ദേശക്കാർ മാറിനിന്നുകൊണ്ട് "കിളിരൂർക്കാർ ജയിക്കുകയും അവർക്കു സമ്മാനങ്ങളും ഉദ്യോഗങ്ങളും കിട്ടുകയും ചെയ്തുവെങ്കിലും അവർ ബൗദ്ധന്മാരാണല്ലോ" എന്നു പറഞ്ഞു. അവർ ഇതു പറഞ്ഞതു രാജാവു കേൾക്കാതെ പതുക്കെയായിരുന്നു. എങ്കിലും കിളിരൂർക്കാരിൽ ചിലർ ഇതു കേട്ടു തങ്ങൾ ബുദ്ധദേവനെ വന്ദിക്കുന്നതുകൊണ്ടാണല്ലോ ഇവർ ബൗദ്ധന്മാരെന്നു തങ്ങളെ നിന്ദിച്ചത് എന്നു വിചാരിച്ചു കിളിരൂർ ദേശക്കാർക്കു സഹിക്കവയ്യാതെകണ്ടുള്ള ലജ്ജയും വ്യസനവുമുണ്ടായി. അവർ സ്വദേശത്തു മടങ്ങിയെത്തിയതിന്റെ ശേഷം എല്ലാവരും കൂടിയാലോചിച്ച് അവമാന പരിഹാരാർത്ഥം സ്വദേശത്തു വേറെ ഒരു ക്ഷേത്രം പണിയിച്ചു ശാസ്താവിനെ പ്രതിഷ്ഠിപ്പിക്കണമെന്നു നിശ്ചയിച്ചു. എങ്കിലും അതിനായി പണിയിച്ച വലിയ ക്ഷേത്രത്തിൽ ഭഗവതിയെ (കാർത്ത്യായനിയെ)യും ഒരു ശ്രീകോവിൽ മാത്രം പണിയിച്ച് അതിൽ ശാസ്താവിനെയും പ്രതിഷ്ഠിക്കുകയാണ് ഉണ്ടായത് (*ഈ ക്ഷേത്രങ്ങളുടെ പണിയെയും പ്രതിഷ്ഠകളെയും സംബന്ധിച്ച് ഐതിഹ്യമാലയുടെ മൂന്നാം ഭാഗത്തിൽ സവിസ്തരം പ്രസ്താവിച്ചിട്ടുള്ളതിനാൽ ഇവിടെ അധികം വിവരിക്കുന്നില്ല*).

ആ ദേശക്കാർ ആ ഭഗവതിയേയും ശാസ്താവിനെയും വന്ദിക്കുകയും സേവിക്കുകയും ചെയ്തുതുടങ്ങിയപ്പോൾ അവർക്കു മുൻപുണ്ടായിരുന്ന

ആക്ഷേപം ജനങ്ങളുടെയിടയിൽ വിസ്മൃതപ്രായമായിത്തീർന്നു. അക്കാലം മുതൽ ഭഗവതി ക്ഷേത്രത്തിലെ ശാന്തിക്കാരൻ തന്നെയാണ് ശാസ്താവിന്റെയും ബുദ്ധദേവന്റെയും പൂജ നടത്തിപ്പോരുന്നത്. ഇപ്പോൾ ആ ഭഗവതിക്ഷേത്രത്തിൽ മലയാളബ്രാഹ്മണർ സാധാരണ യായി ഭക്ഷണം കഴിക്കാറുണ്ട്. ബുദ്ധദേവനു പൂജ കഴിച്ചാൽ കുളി ച്ചിട്ടേ ഊണു കഴിക്കാവൂ എന്നുള്ള നിർബന്ധവും ഇപ്പോൾ ഏകദേശം അസ്തപ്രായമായിരിക്കുന്നു. പരിഷ്ക്കാരം വർദ്ധിച്ചുകൊണ്ടാണല്ലോ ഇരിക്കുന്നത്. അതിനാൽ ആ ദേശത്തു ഗൃഹമുണ്ടാക്കി കുടുംബ സഹിതം താമസിക്കുന്നതിനും കാലക്രമേണ മലയാളബ്രാഹ്മണർക്കു മനസ്സു വന്നേക്കാം. ഇപ്പോൾ അതിന് അവരിലാർക്കും സമ്മതമില്ലാതെ യാണിരിക്കുന്നത്. സ്വാമിയാർ ഇപ്പോഴും ആ ദേശത്തു കയറുകപോലും ചെയ്യാറില്ല. നീലമ്പേരൂർ ദേശത്തിന്റെ സ്ഥിതി ഇപ്പോഴും ഇപ്രകാരം തന്നെയാണിരിക്കുന്നത്.

4. കടാങ്കോട്ടു മാക്കംഭഗവതി

മാക്കംഭഗവതിയുടെ ചരിത്രം ഉത്തരകേരളത്തിൽ സുപ്രസിദ്ധവും സർവ്വവിദിതവുമാണെങ്കിലും ദക്ഷിണകേരളത്തിൽ ഇതു കേട്ടിട്ടുപോലു മില്ലാത്തവർ പലരുമുണ്ടെന്നാണ് അറിയുന്നത്. അതിനാൽ അങ്ങനെ യുള്ളവരുടെ അറിവിലേക്കായി ആ കഥ ചുരുക്കത്തിൽ പ്രസ്താവിച്ചു കൊള്ളുന്നു.

ഉത്തരകേരളത്തിൽ സുപ്രസിദ്ധമായ 'കടത്തനാട്ട്' എന്ന ദേശത്തു 'കടങ്ങോട്' എന്നു സുപ്രസിദ്ധമായ ഒരു നായർഗൃഹം പണ്ടുണ്ടായി രുന്നു. ആ ഗൃഹക്കാർ ധനപുഷ്ടികൊണ്ടും ആഭിജാത്യംകൊണ്ടും സ്ഥാനമാനാദികൾകൊണ്ടും സർവ്വമാന്യന്മാരായിരുന്നു. ആ തറവാട്ടിൽ ഒരുകാലത്ത് ഒരു സ്ത്രീ മാത്രമായിത്തീർന്നു. ആ ഗുണവതിക്ക് ഈശ്വര പ്രസാദത്താൽ പന്ത്രണ്ടു പുത്രന്മാരും ഒരു പുത്രിയുമുണ്ടായി. ആ പുത്രിയുടെ നാമധേയം 'മാക്കം' എന്നായിരുന്നു.

മാക്കത്തിന് ഏകദേശം മൂന്നു വയസ്സു പ്രായമായപ്പോഴേക്കും അവ ളുടെ മാതാപിതാക്കന്മാർ കാലദോഷത്താൽ കാലധർമ്മത്തെ പ്രാപിച്ചു. എങ്കിലും അവളുടെ സഹോദരന്മാർക്കു പന്ത്രണ്ടു പേർക്കും അവളെ ക്കുറിച്ചു വളരെ സ്നേഹവും വാത്സല്യവുമുണ്ടായിരുന്നതിനാൽ അവളെ അവർ യഥായോഗ്യം വളർത്തിക്കൊണ്ടുവന്നു. അവളെ യഥാ കാലം വിദ്യാഭ്യാസം ചെയ്യിക്കുകയാൽ അവൾ വളരെ വിദുഷിയും സൽഗുണസമ്പന്നയുമായിത്തീർന്നു. മാക്കത്തിന്റെ താലികെട്ടു കല്ല്യാണം സഹോദരന്മാർ വളരെ കേമമായി ആഘോഷപൂർവ്വം നട ത്തിച്ചു.

മാക്കം കാലക്രമേണ കൗമാരകാലത്തെ വിട്ടു നവയൗവനദശയെ പ്രാപിച്ചു. സർവ്വാംഗസുന്ദരിയായിരുന്ന അവൾക്കു യൗവനം കൂടി വന്ന പ്പോഴേക്കും ആകൃതികൊണ്ടും പ്രകൃതികൊണ്ടും മാക്കത്തിനു തുല്യ മായിട്ട് ഒരു കന്യക ത്രൈലോക്യത്തിലെങ്ങും തന്നെ ഇല്ലെന്നു സർവ്വ ജനങ്ങളും ഒരുപോലെ പറഞ്ഞുതുടങ്ങി. മാക്കത്തിന്റെ സൗന്ദര്യം, സൗശീലം, വൈദുഷ്യം, വൈദഗ്ദ്ധ്യം, ഈശ്വരഭക്തി, നിഷ്ക്കാപട്യം

മുതലായ സൽഗുണങ്ങളെക്കുറിച്ചു പുകഴ്ത്താത്തവരായി ലോകത്തിൽ ആരുംതന്നെ ഇല്ലെന്നായിത്തീർന്നു.

ഇതിനിടയ്ക്കു മാക്കത്തിന്റെ സോദരന്മാർ പന്ത്രണ്ടുപേരും സുന്ദരിമാരായ ഓരോ സ്ത്രീകളെ ഭാര്യമാരായി സ്വീകരിക്കുകയും തറവാട്ടിൽ തന്നെ കൊണ്ടുവന്നു താമസിപ്പിച്ചുതുടങ്ങുകയും മാക്കത്തിനു സർവ്വപ്രകാരേണയും അനുരൂപനായ ഒരു ഭർത്താവ് ഉണ്ടായിത്തീരുകയും ചെയ്തു. ആ മനുഷ്യൻ 'ഇളംകൂറ്റിൽത്തറവാട്ടിൽ നമ്പർ നമ്പ്യാർ' എന്നു പ്രസിദ്ധനായ പുരുഷശ്രേഷ്ഠനായിരുന്നു. ഇദ്ദേഹത്തെപ്പോലെ സകല യോഗ്യതകളും തികഞ്ഞ ഒരു പുരുഷൻ അക്കാലത്തു വടക്കേ മലയാളത്തിലുണ്ടായിരുന്നില്ല. ഈ പുരുഷരത്നം അവളിൽ വന്നു ചേർന്നത് അവളുടെ ഭാഗ്യംകൊണ്ടും അവൾ ബാല്യംമുതൽ ഭക്തിപൂർവ്വം സേവിച്ചുകൊണ്ടിരുന്ന 'ലോകമലയാർ കാവിൽ' ഭഗവതിയുടെ കാരുണ്യംകൊണ്ടുമായിരുന്നു. ആ കാവു കടത്തനാട്ടു രാജസ്വരൂപം വകയാണെങ്കിലും മാക്കം ആ ഭഗവതിയെ സേവിച്ചു വശംവദയാക്കിത്തീർത്തിരുന്നു. ദേവി ഭക്തവത്സലയും ഭക്താഭിഷ്ടപ്രദയുമാണല്ലോ.

മാക്കം നല്ല പിടിപ്പും പഠിപ്പും ശേഷിയും ശേമുഷിയും കാര്യവിവരവുമുള്ള കൂട്ടത്തിലായിരുന്നതിനാൽ അവളുടെ സഹോദരന്മാർ തറവാട്ടിലെ സകല വരവു ചെലുവുകളുടെയും കണക്കുകൾ അവളെയും ബോദ്ധ്യപ്പെടുത്തിവന്നിരുന്നു. എന്നു മാത്രമല്ല മാക്കത്തിന്റെ സമ്മതം കൂടാതെ അവർ ഒരുകാശുപോലും ചെലവു ചെയ്യാറുമില്ലായിരുന്നു. അതിനാൽ ആ പുരുഷന്മാരുടെ ഭാര്യമാർക്കു മാക്കത്തോടു വളരെ അസൂയയും വൈരവുമുണ്ടായിത്തീർന്നു. കടങ്കോട്ടുതറവാട് വളരെ മുതലുള്ളതായിരുന്നതിനാൽ അവിടെനിന്നു ക്രമത്തിലധികമായ സമ്പാദ്യമുണ്ടാക്കാമെന്നായിരുന്നു ആ സ്ത്രീകളുടെ വിചാരം. മാക്കം നിമിത്തം അവരുടെ ആ അത്യാഗ്രഹം പൂർണ്ണമായി സാധിച്ചിരുന്നില്ല. എന്നാൽ അവർക്കു യാതൊരു ബുദ്ധിമുട്ടും ഉണ്ടാകാതെയിരിക്കത്തക്കവണ്ണം വേണ്ടതൊക്കെ ധാരാളമായി കൊടുക്കുന്നതിനു മാക്കം അനുവദിക്കുകയും അവരുടെ ഭർത്താക്കന്മാർ അവർക്കു കൊടുക്കുകയും ചെയ്തിരുന്നു. അതിനാൽ ഭർത്താക്കന്മാരുടെ കാലം കഴിഞ്ഞാലും അവർക്കും അവരുടെ സന്താനങ്ങൾക്കും ഒട്ടും ബുദ്ധിമുട്ടുകൂടാതെ നിത്യവൃത്തികഴിച്ചുകൂട്ടുവാൻ തക്കവണ്ണമുള്ള മുതൽ അവർ സമ്പാദിക്കുകയും ചെയ്തിരുന്നു. എങ്കിലും ആ സ്ത്രീകൾക്ക് അതൊന്നും കൊണ്ടും തൃപ്തിയായില്ല. "തനിക്കുതാൻപോന്ന മഹത്തുക്കൾക്കും ധനത്തിലുള്ളാഗ്രഹമൽപ്പമല്ല" എന്നുണ്ടല്ലോ. എന്നാൽ തങ്ങൾക്ക് ആഗ്രഹത്തിനു തക്കവണ്ണമുള്ള സമ്പാദ്യമുണ്ടാകാഞ്ഞിട്ടല്ല, അളവില്ലാതെയുള്ള ധനത്തിന്മേൽ മാക്കത്തിന് അവകാശവും അധികാരവും സിദ്ധിച്ചതുകൊണ്ടാണ് ആ സ്ത്രീകൾക്ക് സങ്കടമുണ്ടായത്. അതിനാൽ

അവർ തങ്ങളുടെ ഭർത്താക്കന്മാർക്കു മാക്കത്തോടു ഏതുവിധവും വിരോധമുണ്ടാക്കിത്തീർക്കണമെന്നു നിശ്ചയിച്ചുകൊണ്ട് ആ പുരുഷന്മാരുടെ അടുക്കൽ അടുത്തുകൂടി സദാ 'തലേണമന്ത്രം' ഉരുക്കഴിച്ചുകൊണ്ടിരുന്നു. മരുമക്കത്തായ കുടുംബങ്ങിലെ നാത്തൂൻപോരും നാത്തൂന്മാരുടെ തലേണമന്ത്രവും 'അമ്മായിപ്പഞ്ചതന്ത്രം' പോലെ തന്നെ പ്രസിദ്ധങ്ങളാണല്ലോ. എന്നാൽ മാക്കത്തിന്റെ പന്ത്രണ്ടാമത്തെ സഹോദരനായ രാമൻനമ്പ്യാരുടെ ഭാര്യയായ 'പുരാണി' എന്ന സ്ത്രീ സുശീലയും മറ്റവരെപ്പോലെ അത്യാഗ്രഹവും ദുഷ്ടതയും അസൂയയുമില്ലാതെ മാക്കത്തെക്കുറിച്ച് സ്നേഹവും വാത്സല്യവുമുള്ളവളുമായിരുന്നതിനാൽ അവൾ തലേണമന്ത്രം ജപിക്കാനും മറ്റും കൂടിയില്ല. ഒരു സമയം അവൾ മന്ത്രം ജപിക്കാനും മന്ത്രം പ്രയോഗിക്കാനും മറ്റും തുനിഞ്ഞിരുന്നുവെങ്കിലും അതൊന്നും രാമൻ നമ്പ്യാരുടെ അടുക്കൽ ഫലിക്കുകയുമില്ലായിരുന്നു. എന്തുകൊണ്ടെന്നാൽ രാമൻ നമ്പ്യാർക്ക് മാക്കത്തെക്കുറിച്ചു മൂത്ത സഹോദരന്മാർ പതിനൊന്നുപേരെക്കാളധികം സ്നേഹവും വാത്സല്യവും വിശ്വാസവുമുണ്ടായിരുന്നു. മാക്കത്തെക്കുറിച്ചു ആരെല്ലാം എന്തെല്ലാം ഏഷണി പറഞ്ഞാലും ആ മനുഷ്യൻ ഒരിക്കലും വിശ്വസിക്കുകയില്ലായിരുന്നു. എന്നാൽ പുരാണി ഏഷണി പറയാനും മറ്റും പോകാത്തത് അതുകൊണ്ടൊന്നുമല്ലായിരുന്നു. ആ സ്ത്രീക്കു മാക്കത്തെക്കുറിച്ചു സീമാതീതമായ സ്നേഹമുണ്ടായിരുന്നതുകൊണ്ടുതന്നെയാണ്. പിന്നെ അവൾ പ്രകൃത്യാ സുശീലയുമായിരുന്നുവല്ലോ. ജ്യേഷ്ഠത്തിമാർ പതിനൊന്നുപേരും സദാ മാക്കത്തെ ദുഷിക്കുകയും പരിഹസിക്കുകയും ചെയ്തുകൊണ്ടാണിരുന്നത്. എന്നാൽ പുരാണി അതു കേൾക്കുമ്പോഴൊക്കെ ജ്യേഷ്ഠത്തിമാരോട് എതിർത്തു പറഞ്ഞുകൊണ്ടിരുന്നു. അതിനാൽ അവർക്കു പതിനൊന്നു പേർക്കും ക്രമേണ പുരാണിയെക്കുറിച്ചും ഒട്ടും രസമില്ലാതെയായിത്തീർന്നു. ഇതെല്ലാം അറിഞ്ഞുകൊണ്ടിരുന്നിട്ടും മാക്കം ആ നാത്തൂന്മാർക്കു വിരോധമായിട്ടു യാതൊന്നും പറയുകയും പ്രവർത്തിക്കുകയും ചെയ്തിരുന്നില്ല. "ഉപകാരപ്രധാനസ്സ്യാദപകാരപരേപ്യരൗ" എന്നാണല്ലോ പ്രമാണം.

സൽഗുണവതിയായ മാക്കത്തിനു ഭർത്താവുണ്ടായിട്ട് അധികം താമസിയാതെത്തന്നെ അവൾ ഗർഭം ധരിക്കുകയും യഥാകാലം പ്രസവിച്ച് ഒരു ആൺകുട്ടിയുണ്ടാവുകയും ചെയ്തു. അപ്പോൾ നാത്തൂന്മാർക്കു പതിനൊന്നുപേർക്കും അവളോടുള്ള അസൂയയും വൈരവും പൂർവ്വാധികം വർദ്ധിച്ചു. എങ്കിലും സഹോദരന്മാർക്കും ഭർത്താവിനും പുരാണിക്കും മാക്കത്തെക്കുറിച്ചുള്ള സ്നേഹവും സന്തോഷവുമാണ് അപ്പോൾ വർദ്ധിച്ചത്. അതിനാൽ നാത്തൂന്മാർ അവരുടെ തലേണമന്ത്രം അക്ഷരലക്ഷം വീതം ജപിച്ചിട്ടും യാതൊരു ഫലസിദ്ധിയുമുണ്ടായില്ല.

പ്രകൃത്യാ നിർദ്ദോഷവാന്മാരായ ആ പുരുഷന്മാർ തങ്ങളുടെ ഭാഗിനേയനു യഥാകാലം 'ചാത്തു' എന്നു പേരിടുകയും അന്നപ്രാശമടിയന്തിരം സാഘോഷം കെങ്കേമമായി നടത്തുകയും ആ കുട്ടിയെ യഥായോഗ്യം വളർത്തിപ്പോരികയും ചെയ്തു.

അനന്തരം മാക്കം പ്രസവിച്ച് ഒരു പെൺകുട്ടികൂടിയുണ്ടായാൽ കൊള്ളാമെന്നുള്ള ആഗ്രഹം ക്രമത്തിലധികം വർദ്ധിക്കുകയാൽ അവളുടെ സഹോദരന്മാർ അതിനായി സംഖ്യയില്ലാത്ത ധനവ്യയം ചെയ്ത് അനവധി സൽക്കർമ്മങ്ങൾ നടത്തി. അതൊക്കെക്കൊണ്ടു നാത്തൂന്മാർക്ക് അസൂയ പ്രതിദിനം വർദ്ധിച്ചുകൊണ്ടിരുന്നു. എങ്കിലും അവർക്ക് ഒന്നും ചെയ്യാനും ചെയ്യിക്കാനും സാധിക്കായ്കയാൽ എല്ലാം സഹിക്കുക തന്നെ ചെയ്തു.

ആരെല്ലാം എന്തെല്ലാം വിചാരിച്ചാലും എത്രമാത്രം അസൂയപ്പെട്ടാലും "സുലഭ മഹോ! ഗുണികൾക്കു വാഞ്ഛിതാർത്ഥം" എന്നുള്ളതിനു വ്യത്യാസം വരുന്നതല്ലല്ലോ. മാക്കം രണ്ടാമതും ഗർഭം ധരിക്കുകയും യഥാകാലം ഒരു പെൺകുട്ടിയെ പ്രസവിക്കുകയും ചെയ്തു. അപ്പോൾ നാത്തൂന്മാരുടെ അസൂയ പരമകാഷ്ഠയെ പ്രാപിച്ചു. മാക്കത്തിന്റെ സഹോദരന്മാരുടെ സന്തോഷവും അങ്ങനെതന്നെ. അവർ തങ്ങളുടെ ഭാഗിനേയിക്കു യഥാകാലം 'ചീരു' എന്നു പേരിടുകയും ചോറൂണിനു കെങ്കേമമായി വട്ടം കൂട്ടുകയും ചെയ്തു. അവർ ഭാഗിനേയന്റെ ചോറൂണടിയന്തിരത്തിനേക്കാൾ ഇതു കേമമാക്കണമെന്നു വിചാരിച്ച് അതിനു തക്കവണ്ണമാണ് ഇതിനു വട്ടംകൂട്ടിയത്. ചോറൂണിനു പെൺകുട്ടിയെ അണിയിക്കുന്നതിന് അവർ ഉണ്ടാക്കിച്ച സ്വർണ്ണാഭരണങ്ങളും ആൺകുട്ടിക്കുണ്ടാക്കിച്ചതിൽ വളരെ അധികമായിരുന്നു.

ചോറൂണടിയന്തിരത്തിനു ക്ഷണിക്കപ്പെട്ടവരായിട്ടും അങ്ങനെയല്ലാതെയും അസംഖ്യമാളുകൾ ആ വീട്ടിൽ വന്നുകൂടുകയും മുഹൂർത്തസമയത്തു ചോറു കൊടുക്കുകയെന്നുള്ള ക്രിയ യഥായോഗ്യം നടത്തുകയും ചെയ്തു. പിന്നെ സദ്യയ്ക്ക് ഇലവെയ്ക്കാനുള്ള ആരംഭമായി.

ഇതിനിടയ്ക്കു നാത്തൂന്മാർ പതിനൊന്നുപേരും അസൂയ സഹിക്കവയ്യാതെയായിട്ട് ഒരു വിജനസ്ഥലത്തു കൂടിയിരുന്ന് ഒരാലോചന നടത്തി.

ഒന്നാമത്തവൾ: ഇതെല്ലാം കണ്ടും കേട്ടും അറിഞ്ഞും വ്യസനിച്ചുകൊണ്ട് ഇവിടെയിരിക്കുന്നതിനേക്കാൾ നല്ലതു നമുക്കു വല്ല സ്ഥലത്തും പോയി മരിക്കുക തന്നെയാണ്.

രണ്ടാമത്തവൾ: നമ്മളെന്തിനാണു മരിക്കുന്നത്? നമുക്ക് ഈ സങ്കടമൊക്കെ ഉണ്ടാക്കിത്തീർക്കുന്നതു മാക്കമൊരുത്തിയാണ്. അതിനാൽ ഏതുവിധവും അവളെ കൊല്ലാൻ നോക്കുകയാണ് വേണ്ടത്. അവളുടെ കഥ കഴിഞ്ഞാൽപ്പിന്നെ സകല കാര്യങ്ങളും നമ്മൾ വിചാരിക്കുന്നതു

പോലെ ഇവിടെ നടക്കും. പിന്നെ നമുക്ക് ഒരിക്കലും ഒന്നുകൊണ്ടും വ്യസനിക്കേണ്ടതായി വരികയില്ല.

മൂന്നാമത്തവൾ: അതൊക്കെ ശരിതന്നെ. പക്ഷേ അവളെക്കൊല്ലാൻ കൗശലമൊന്നുമില്ലല്ലോ.

നാലാമത്തവൾ: കൗശലമില്ലായ്കയൊന്നുമില്ല. എനിക്കൊരു നല്ല കൗശലം തോന്നുന്നുണ്ട്. അതു ചെയ്താൽ മതി.

അഞ്ചാമത്തവൾ: എന്നാൽ അതെന്താണെന്നുകൂടി പറയൂ. കേൾക്കട്ടെ.

നാലാമത്തവൾ: അതു പറയാം. നമ്മുടെ അടുക്കളക്കാരൻ ചാപ്പനെ വിളിച്ചു മാക്കത്തിനു ചോറു വിളമ്പിക്കൊടുക്കുമ്പോൾ അതിൽ വിഷം ചേർത്തു കൊടുക്കണമെന്നു സ്വകാര്യമായി പറഞ്ഞു പട്ടംകെട്ടണം. എന്തെങ്കിലും വിഷദ്രവ്യം അവന്റെ കൈയിൽ കൊടുത്തേക്കുകയും വേണം. എന്നാൽ കാര്യം പറ്റും.

ആറാമത്തവൾ: ഇതു കാര്യം കൊള്ളാം. നല്ല കൗശലമാണ്. പക്ഷേ അവനു വല്ലതും കൊടുക്കാതെ അവനങ്ങനെ ചെയ്യുമെന്നു തോന്നുന്നില്ല.

എട്ടാമത്തവൾ: അതു ശരിയാണ്. അവനു വല്ലതും കൊടുക്കണം.

ഒൻപതാമത്തവൾ: കൊടുക്കണം. കൊടുത്താലെന്താണ്? നമുക്ക് ഉപദ്രവം തീരുമല്ലോ.

പത്താമത്തവൾ: എന്റെ വീതത്തിനു നൂററുറുപ്പിക കൊടുക്കാൻ ഞാൻ തയ്യാറാണ്. അങ്ങനെ നമ്മളെല്ലാവരും കൊടുക്കണം. അപ്പോൾ ആയിരത്തി ഒരുനൂറ് ഉറുപ്പികയാകും. അത്രയും കൊടുത്താൽ അവൻ നിശ്ചയമായിട്ടും അങ്ങനെ ചെയ്യും. ഇനി വിഷം വേണമല്ലോ, അതിനെന്താ കൗശലം?

പതിനൊന്നാമത്തവൾ: അതിനെക്കുറിച്ചു നിങ്ങളാരും വിചാരപ്പെടേണ്ട. എന്റെ കൈവശം ഒരു ദ്രാവകമിരിക്കുന്നുണ്ട്. ആയിരം പേരെ ക്കൊല്ലാൻ അതിൽ ഒരുതുള്ളി തന്നെ തികച്ചുംവേണ്ട.

"എന്നാൽ അങ്ങനെതന്നെ" എന്ന് അവരെല്ലാവരുംകൂടി പറഞ്ഞുറച്ചു. പിന്നെ അവർ ചാപ്പനെ വിളിച്ച് സ്വകാര്യമായിട്ട് ഇതു പറഞ്ഞു. അതുകേട്ടു ചാപ്പൻ ചെവിപൊത്തിക്കൊണ്ട് "അയ്യോ! ശിവശിവ! മഹാപാപം. ഇതു ഞാൻ ഒരിക്കലും ചെയ്യുകയില്ല. ആയിരത്തി ഒരുനൂറല്ല, പതിനായിരമായാലും ഈ കാര്യം എന്നാൽ സാദ്ധ്യമല്ല" എന്നു പറഞ്ഞു. അപ്പോൾ ആ സ്ത്രീകൾ "എന്നാൽ അതു വേണ്ട. ഈ വിഷദ്രവ്യം ചേർത്തു ഞങ്ങൾക്കു ചോറുവിളമ്പിത്തന്നാലും മതി. അതിനു നിനക്കെന്താ വിഷമം? ഇതു ഞങ്ങൾ തന്നെ പറഞ്ഞിട്ടാണല്ലോ. എന്നാൽ അതിനെക്കുറിച്ചു ചോദ്യമുണ്ടാകുമ്പോൾ വിഷം മാക്കം തന്നു

ഞങ്ങൾക്കു തരുവിച്ചതാണെന്നു പറഞ്ഞേക്കണം. നീ അതുമാത്രം ചെയ്താൽ മതി. നിനക്കു തരാമെന്നു പറഞ്ഞിട്ടുള്ള സംഖ്യ ഞങ്ങൾ തരികയും ചെയ്യാം" എന്നു പറഞ്ഞു. അതിനും ചാപ്പനു നല്ല സമ്മത മില്ലായിരുന്നു. എങ്കിലും ആ സ്ത്രീകളുടെ നിർബന്ധം നിമിത്തം ഒടുക്കം അങ്ങനെ ചെയ്യാമെന്നു സമ്മതിച്ച് അവൻ പോയി.

അപ്പോഴേക്കും അവിടെ സദ്യയുടെ തിടുക്കമായിക്കഴിഞ്ഞു. ഈ പതിനൊന്നു സ്ത്രീകൾ പ്രത്യേകമൊരു സ്ഥലത്താണ് ഉണ്ണാനിരുന്നത്. വിളമ്പുകാർ ഓരോ പദാർത്ഥങ്ങൾ മുറയ്ക്കു വിളമ്പിവന്ന കൂട്ടത്തിൽ ഇവർക്കും വിളമ്പി. ഉടനെ ചാപ്പൻ ഇവർക്കു ചോറും കൊണ്ടുവന്നു വിളമ്പി. അപ്പോൾ അവരിൽ ഒരു സ്ത്രീ (*ഒന്നും അറിഞ്ഞിട്ടില്ലാത്ത ഭാവത്തിൽ*) ചോറു തൊട്ടുനോക്കിട്ട് "അയ്യോ! ഈ ചോറെന്താണ് ഇങ്ങനെയിരിക്കുന്നത്? ഇതിൽ വിഷം ചേർന്നിട്ടുണ്ടെന്നു തോന്നു ന്നുവല്ലോ." എന്നു പറഞ്ഞു. അപ്പോൾ ശേഷമുള്ളവരും ചോറു തൊട്ടുനോക്കീട്ട് "ശരിയാണ്, ഈ ചോറു വിഷം ചേർന്നുതന്നെ, സന്ദേഹമില്ല" എന്നു പറഞ്ഞു. പിന്നെ അവർ "ചാപ്പനിതാ ആളെ ക്കൊല്ലാൻ ചോറ് വിഷം ചേർത്തു വിളമ്പിയിരിക്കുന്നു" എന്നു പറഞ്ഞു ബഹളം കൂട്ടി. അതുകേട്ട് അവരുടെ ഭർത്താക്കന്മാർ അവിടെയെത്തി ചില പരിശോധനകൾ കഴിച്ചപ്പോൾ ആ ചോറു വിഷം ചേർന്നതു തന്നെയെന്നു ബോധ്യപ്പെടുകയാൽ അവർ ചാപ്പനെ വിളിച്ചു ചോദ്യം തുടങ്ങി. ചാപ്പൻ ഒന്നും മിണ്ടാതെ നിൽക്കുകയാൽ അവർ അവനെ പ്പിടിച്ചു പ്രഹരിച്ചുതുടങ്ങി. തല്ലുകൊണ്ടു വേദന സഹിക്കവയ്യാതെ യായപ്പോൾ ചാപ്പൻ, "ഈ വിഷം ജ്യേഷ്ഠത്തിയമ്മമാർക്കു ചോറ്റിൽ ചേർത്തുകൊടുക്കണമെന്നു പറഞ്ഞു ചെറിയമ്മ (*വടക്കെ മലയാളത്തി ലുള്ള മാന്യകുടുംബങ്ങളിലെ സ്ത്രീകളെ ഭൃത്യന്മാർ 'ചെറിയമ്മ' എന്നോ 'കുഞ്ഞിയമ്മ' എന്നോ ആണു പറയുക പതിവ്*)തന്നതാണ്. അതുകൊണ്ടു ഞാൻ ഇങ്ങനെ കൊടുത്തതാണ്" എന്നു ഉച്ചത്തിൽ നിലവിളിച്ചുകൊണ്ടു വിളിച്ചു പറഞ്ഞു. ജനങ്ങൾ ഇതകേട്ട് അദ്ഭുത പ്പെടുകയും വ്യസനിക്കുകയും ചെയ്തു. "മാക്കം ഇങ്ങനെ ചെയ്യുമോ? എന്നു ചിലരും "ഓഹോ, അവൾ ഇതും ഇതിലപ്പുറവും ചെയ്യും" എന്നു മറ്റു ചിലരും "അംഗനാജനത്തോളം ദുർബുദ്ധി മറ്റാർക്കുള്ളൂ?" എന്നു വേറെ ചിലരും ഓരോരുത്തർ ഓരോവിധം പറഞ്ഞുതുടങ്ങി. ഇതൊക്ക കേട്ടപ്പോൾ മാക്കത്തിനു വ്യസനം ദുസ്സഹമായിത്തീർന്നു. "സത്യസ്വരൂപനായ ഈശ്വരനു പരമാർത്ഥമറിയാമല്ലോ. സർവ്വസാക്ഷി യായ സകലേശ്വരൻതന്നെ ഇതിനു സമാധാനമുണ്ടാക്കിക്കൊള്ളും" എന്ന് അവൾ ആദ്യം വിചാരിച്ചു. പിന്നെ ഇവിടെ ഞാനൊന്നും മിണ്ടാതെയിരുന്നതിനാൽ ജനങ്ങൾക്കു തെറ്റിദ്ധാരണയുണ്ടാകും. അതു കൊണ്ട് എന്റെ പരമാർത്ഥം ഞാൻ തന്നെ പറയുകയാണ് ഇവിടെ

വേണ്ടത്" എന്നു രണ്ടാമതു തീർച്ചപ്പെടുത്തിക്കൊണ്ടു മാക്കം തന്റെ രണ്ടു കുട്ടികളോടുകൂടി ഇറങ്ങിച്ചെന്ന് ആ ജനക്കൂട്ടത്തിൽ നിന്നുകൊണ്ട് "ഈ സംഗതിയിൽ ഞാൻ യാതൊന്നും അറിഞ്ഞിട്ടില്ലെന്നുള്ള പരമാർത്ഥം സത്യസ്വരൂപിണിയായ ലോകമലയാർകാവിലമ്മയ്ക്കറിയാം. ഇതിൽ സ്വൽപമെങ്കിലും വല്ലതും ഞാനറിഞ്ഞിട്ടുണ്ടെങ്കിൽ ഇപ്പോൾ എന്റെയും ഈ ഓമനക്കുട്ടികളുടെയും തല പൊട്ടിത്തെറിക്കട്ടെ. അല്ലെങ്കിൽ ഇതു ചെയ്തവർക്ക് അതിന്റെ ഫലം ആ സർവ്വേശ്വരി കാണിച്ചുകൊടുക്കട്ടെ" എന്ന് ഉച്ചത്തിൽ വിളിച്ചു പറഞ്ഞു. ഈ സമയം ചാപ്പൻ ഒരു ഭ്രാന്തനെപ്പോലെ തുള്ളിച്ചാടി ആ സ്ഥലത്തുചെന്ന് "ഇതു സത്യം, ഇതു സത്യം, ഞാൻ കള്ളം ചെയ്തു ഞാൻ കള്ളം ചെയ്തു. ഞാൻ വ്യാജം പറഞ്ഞു ഞാൻ വ്യാജം പറഞ്ഞു. അയ്യോ! എനിക്കു പേടിയാവുന്നേ! ഇതാ, ദംഷ്ട്രങ്ങളും കടിച്ചു കണ്ണുകളുമുരുട്ടി ഒരു ഭയങ്കര സ്വരൂപം എന്റെ നേരെ വരുന്നു. ഞാനിപ്പോൾ ചാവും, ഇപ്പോൾ ചാവും" എന്നു ഉച്ചത്തിൽ വിളിച്ചുപറഞ്ഞുകൊണ്ട് അവിടെ വീണു. ഉടനെ അവൻ രക്തം വമിച്ചു മരിക്കുകയും ചെയ്തു. ഇതെല്ലാം കണ്ടും കേട്ടും ഭയാദ്ഭുതപാരവശ്യത്തോടുകൂടി ജനങ്ങളെല്ലാവരും പിരിഞ്ഞുപോയി. അപ്പോൾ ആ ചേട്ടകളായ ചേട്ടത്തിയമ്മമാർ ഏറ്റവും ഭയവിഹ്വലകളായിത്തീർന്നു. എങ്കിലും ചാപ്പൻ തങ്ങൾ ചെയ്തതൊന്നും വിളിച്ചു പറഞ്ഞില്ലല്ലോ. അതു ഭാഗ്യം എന്നു വിചാരിച്ച് അവർ സമാധാനപ്പെട്ടു. പിന്നെയും വിഷണ്ണയായിത്തന്നെ ഇരുന്ന മാക്കത്തെ രാമൻനമ്പ്യാരും പുരാണിയും കൂടി സാന്ത്വനോക്തികൾകൊണ്ടു സമാധാനപ്പെടുത്തുകയും ചെയ്തു.

അനന്തരം ഏതാനും ദിവസങ്ങൾ കഴിഞ്ഞതിന്റെ ശേഷം, ഒരു ദിവസം, മുമ്പ് ആട്ടാൻ കൊടുത്തിരുന്ന എള്ളാട്ടിയ എണ്ണയും കൊണ്ട് ഒരു വാണിയൻ കടാങ്കോട്ടു ചെന്നിരുന്നു. ആ സമയം ആ തറവാട്ടിലെ പുരുഷന്മാർ പന്ത്രണ്ടുപേരും നായാട്ടിനും അവരുടെ ഭാര്യമാരിൽ പുരാണി എന്തോ ഗൃഹജോലിക്കും, ശേഷം പതിനൊന്നുപേരും കുളിക്കാനും മാക്കത്തിന്റെ ഭർത്താവു കൃഷിസ്ഥലത്തേക്കും പോയിരിക്കുകയായിരുന്നു. മാക്കം ഋതുവായിരിക്കുകയുമായിരുന്നു. അതിനാൽ മാക്കം വാണിയനോട് "എണ്ണ അളന്നെടുക്കുന്നതിനും നിനക്കു ആട്ടുകൂലി തരുന്നതിനും ഇപ്പോൾ സൗകര്യമില്ല. ഞാൻ തീണ്ടാരിയായിരിക്കുകയാണ്. നാളെ ഞാൻ കുളിക്കും. അതുകൊണ്ടു നാളെ വന്നാൽ എണ്ണ അളന്നെടുക്കുകയും നിനക്കു കൂലിതരികയും ചെയ്യാം. എണ്ണ ആ പാത്രത്തിൽതന്നെ ഇവിടെ ഇരിക്കട്ടെ. നീ പുറത്ത് ആ വരാന്തയിൽ നിന്നുകൊണ്ട് എണ്ണപ്പാത്രം അകത്തേക്ക് വെച്ചിട്ട് ഇപ്പോൾ പോവുക" എന്നു പറഞ്ഞു. അവൻ അപ്രകാരം വരാന്തയിൽ നിന്നുകൊണ്ട് എണ്ണപ്പാത്രം അകത്തേക്കു വെച്ചിട്ടു മുറ്റത്തേക്കിറങ്ങി.

കുളിക്കാൻ പോയിരുന്നു നാത്തൂന്മാർ കുളി കഴിഞ്ഞു മടങ്ങിവന്നു വരാന്തയിലേക്കു കയറുകയും വാണിയൻ മുറ്റത്തേയ്ക്കിറങ്ങുകയും ചെയ്തത് ഒരേ സമയത്തായിരുന്നു. വാണിയൻ ഇറങ്ങിപ്പോവുന്നതു കണ്ടിട്ട് ആ സ്ത്രീകൾ മാക്കത്തെ വളരെ ശകാരിച്ചു: "എടീ കുലടേ! നിന്റെ കള്ളത്തരമൊക്കെ ഞങ്ങളറിഞ്ഞു. നിനക്ക് ഒരു ഭർത്താവുണ്ടല്ലോ. പിന്നെ ഈ വാണിയനുംകൂടി വേണമോ? തീണ്ടലും തീണ്ടാരിയും വർജ്ജിക്കാത്ത നിനക്കു രാവും പകലും ഒന്നുപോലെയായത് അദ്ഭുതമല്ല. നീ ഈ മാന്യ തറവാട്ടേക്കും കളങ്കമുണ്ടാക്കാനായി ജനിച്ചവളാണ്. നിന്റെ സഹോദരന്മാർ വരട്ടെ. നിന്റെ ഈ ദുഷ്കൃത്യങ്ങളെ നിർത്താൻ അവർ വിചാരിച്ചാൽ കഴിയുമോ എന്നു ഞങ്ങൾക്കറിയണം. തറവാടുകളിലുള്ള സ്ത്രീകൾ ഇങ്ങനെ തുടങ്ങിയാൽ കുടുംബം മുടിഞ്ഞുപോകുമല്ലോ. ഈ പുംശ്ചലി സഹോദരന്മാർക്കും നല്ല വരുമാനമാണുണ്ടാക്കിവെയ്ക്കുന്നത്, ഇവൾ ഇങ്ങനെ തുടങ്ങിയാൽ അവർ പുറത്തിറങ്ങി നടക്കുന്നതെങ്ങനെയാണ്? അവർക്ക് അന്യന്മാരുടെ മുഖത്തുനോക്കാൻ നാണമാകുമല്ലോ?" എന്നും മറ്റും പറഞ്ഞാണ് അവർ മാക്കത്തെശ്ശകാരിച്ചത്. ഇതുകേട്ടു പുരാണി അവിടെയെത്തി. ചെവികൾ പൊത്തിക്കൊണ്ട്, "അയ്യോ, ശിവശിവ! ഇതു മഹാപാപമാണ്. നിഷ്ക്കളങ്കയായ ഈ പതിവ്രതാരത്നത്തെക്കുറിച്ച് ഇങ്ങനെ പറഞ്ഞാൽ നിങ്ങളുടെ നാവു പുഴുക്കും. സർവ്വസാക്ഷിയായിട്ട് ഒരീശ്വരനുണ്ടെന്നു നിങ്ങൾ വിചാരിക്കാത്തതു കഷ്ടമാണ്" എന്നു പറഞ്ഞു. അതു കേട്ട് ആ ചേട്ടത്തിയമ്മമാർ പുരാണിയേയും ഒട്ടു വളരെ ശകാരിച്ചു. അപ്പോൾ മാക്കം പുരാണിയോടായിട്ടു പറഞ്ഞു: "ജ്യേഷ്ഠത്തിയമ്മ മിണ്ടാതെയിരിക്കണം. അവർ എന്തെങ്കിലും പറഞ്ഞുകൊള്ളട്ടെ. എനിക്ക് അതുകൊണ്ട് ഒരു ദോഷവുമുണ്ടാവുകയില്ല. ലോകമലയാർക്കാവിൽ ഭഗവതി തന്നെ ഇതിനൊക്കെ ഉത്തരം പറഞ്ഞുകൊള്ളും". ഇതുകേട്ട് പുരാണി അടുക്കളയിലേക്കും മറ്റവർ അവരുടെ ഇരിപ്പിടങ്ങളിലേക്കും പോയി.

പിന്നെ ഏതാനും ദിവസങ്ങൾ കഴിഞ്ഞപ്പോൾ മാക്കത്തിന്റെ സഹോദരന്മാർ നായാട്ടു കഴിഞ്ഞു മടങ്ങിവന്നു. അന്നുരാത്രിയിൽ തന്നെ അവരിൽ പതിനൊന്നു പേരെയും അവരുടെ ഭാര്യമാർ തലയണമന്ത്രം ജപിച്ചു മയക്കി. മാക്കം പുംശ്ചലിയും ദുഷ്കൃത്യം ചെയ്യുന്നവളുമാണെന്നും ദൃഢമായി വിശ്വസിപ്പിച്ചു. മാക്കം സദ്വൃത്തയും പതിവ്രതയുമാണെന്നുള്ള വിശ്വാസവും അവളെക്കുറിച്ചു വളരെ വാത്സല്യവും സ്നേഹവുമുണ്ടായിരുന്ന ആ സഹോദരന്മാരുടെ മനസ്സു മയങ്ങി. ഇപ്രകാരമുള്ള തെറ്റിദ്ധാരണയുണ്ടാകണമെങ്കിൽ ആ നാത്തൂന്മാരുടെ തലയണമന്ത്രത്തിന്റെ ശക്തി എത്രമാത്രമുണ്ടായിരിക്കണം? ഭാര്യമാരുടെ മന്ത്രജപം കഴിഞ്ഞപ്പോഴേക്കും ആ പുരുഷന്മാർ

പതിനൊന്നുപേരും തങ്ങളുടെ സഹോദരി കേവലം കുലടയും ദുർവൃത്തയുമാണെന്നു വിശ്വസിക്കുകയും ഇവൾ ജീവിച്ചിരിക്കുന്നതു തങ്ങൾക്കും തങ്ങളുടെ തറവാട്ടേക്കും ദുഷ്കീർത്തികരമാണെന്നും ഏതുവിധവും അവളുടെ കഥ കഴിക്കണമെന്നും തീർച്ചയാക്കുകയും അതിനൊരു കൗശലം അവർ പതിനൊന്നുപേരുംകൂടി ആലോചിച്ചു നിശ്ചയിക്കുകയും ചെയ്തു.

പിറ്റേദിവസം കാലത്തേ ആ പതിനൊന്നു സഹോദരന്മാരും കൂടി മാക്കത്തെ വിളിച്ച്, "ഇന്നു ലോകമലയാർകാവിൽ 'നിറമാല' എന്ന ആഘോഷമുണ്ടല്ലോ. അതു തമ്പുരാൻ നടത്തുന്നതാകകൊണ്ടു വളരെ കേമമായിരിക്കും. നിനക്ക് അതു കാണാൻ പോകേണ്ടയോ? വീട്ടിൽ നിന്നു പുറത്തിറങ്ങാതെ ഇവിടെത്തന്നെ ഇരുന്നിട്ടാണ് നിന്റെ മനസ്സിന് ഉന്മേഷവും ദേഹത്തിനു സുഖവുമില്ലാതെയിരിക്കുന്നത്. അതിനാൽ നീ കുറേശ്ശെ പുറത്തിറങ്ങി സഞ്ചരിക്കുകയും വേണം. ഈ കുട്ടികളേയുംകൊണ്ടു കാവിൽപ്പോയി ദേവിയെ വന്ദിക്കുന്നതു നമുക്കും നമ്മുടെ സന്താനങ്ങൾക്കും തറവാട്ടേക്കും ശ്രേയസ്കരമായിട്ടുള്ളതാണല്ലോ. ദേവിയെ വന്ദിക്കുന്നതിന് ഇത്രയും മുഖ്യമായിട്ടു വേറെ ഒരു ദിവസമില്ല. ഈ ആഘോഷം കാണാൻപോയാൽക്കൊള്ളാമെന്ന് നീ പലപ്പോഴും പറഞ്ഞിട്ടുള്ളതുമാണല്ലോ. ഈ ആഘോഷം കൊല്ലംതോറുമുള്ളതാണെങ്കിലും ഇക്കൊല്ലം പതിവിൽ കൂടുതലായി ചില വിശേഷങ്ങൾകൂടിയുണ്ടെന്നു കേട്ടു. ആട്ടെ, വേഗം തയ്യാറാവുക, ഒട്ടും താമസിക്കേണ്ട. വഴി നാലഞ്ചുനാഴിക ഉണ്ടല്ലോ. ഈ കുട്ടികളേയുംകൊണ്ടു നടന്നെത്തണമല്ലോ. തൊഴാനായിട്ടു പോകുമ്പോൾ വാഹനങ്ങളുപയോഗിക്കുന്നതു യുക്തമല്ല. ഞങ്ങളും നടന്നാണ് പോകുന്നത്. എല്ലാവർക്കും ഒരുമിച്ചുതന്നെ പോകണം. നിന്റെ ഭർത്താവ് കൂടെയില്ലാത്ത സ്ഥിതിക്കു ഞങ്ങൾകൂടെയില്ലാതെ നീ തനിച്ചുപോവുകയില്ലല്ലോ. അങ്ങനെ പോകുന്നതു ശരിയുമല്ലല്ലോ" എന്നു പറഞ്ഞു.

ഇതു കേട്ടിട്ടു മാക്കം, 'ഇതിനുമുമ്പു പലപ്പോഴും നിറമാലാഘോഷം കാണാൻ പോകാനായിട്ടു ഞാൻ ആവശ്യപ്പെട്ടിട്ടുണ്ട്. അന്നൊരിക്കലും അനുവദിക്കാത്ത ഇവർ ഇപ്പോൾ ഇതിനു നിർബന്ധിക്കുകയും സ്നേഹഭാവത്തിൽ ഉപദേശിക്കുകയും ചെയ്യുന്നത് വിചാരിച്ചാൽത്തന്നെ ഇതിലെന്തോ ചതിയുണ്ടെന്നു തീർച്ചയാക്കാം. ഇതിൽ സംശയിക്കാനൊന്നുമില്ല. ഇവർ എന്നെ കൊല്ലാനായിട്ടുതന്നെയാണ് കൊണ്ടുപോകാനുത്സാഹിക്കുന്നത്. അങ്ങനെയാവട്ടെ. ഈ ദുഷ്ടജനങ്ങളുടെ കൂട്ടത്തിൽ ജീവിച്ചിരിക്കുന്നതിനേക്കാൾ നല്ലതു മരിക്കുകതന്നെയാണ്. ഈ അവസാനകാലത്ത് എന്റെ പ്രാണനാഥനെ ഒന്നു കണ്ടിട്ട് പോകാൻ നിവൃത്തിയില്ലാതെ വന്നതും ഭാഗ്യദോഷം തന്നെ. ഞാൻ പോയതായിട്ടു കേൾക്കുമ്പോൾ അദ്ദേഹം എന്നെ അനുഗമിക്കുമെന്നുള്ളതു

തീർച്ചയാണ്. അദ്ദേഹത്തെ അപ്പോൾ കണ്ടുകൊള്ളാം. ഇപ്പോൾ അതിനായിട്ടു താമസിക്കുന്നില്ല. ഈ ദുഷ്ടന്മാരുടെ ആഗ്രഹം വേഗത്തിൽ സാധിക്കട്ടെ' എന്നു വിചാരിച്ചുറച്ചിട്ടു ക്ഷണത്തിൽപ്പോയി കുളിച്ചു വന്നു. പതിവുപോലെ ഭഗവതിയെ ധ്യാനിച്ചു മനസ്സുകൊണ്ടു പൂജിച്ചു സ്തുതിച്ചിട്ടു ധവളഭസ്മവും നിർമ്മലവസ്ത്രവും ധരിച്ചു. പിന്നെ മാക്കം അവിടെ തന്റെ വകയായിട്ടുണ്ടായിരുന്ന പൊന്നും പണവും പെട്ടികളും പ്രമാണങ്ങളും പണ്ടങ്ങളും വസ്ത്രങ്ങളുമെല്ലാം തീയിലിട്ടു ചുട്ടു ഭസ്മമാക്കി. ഒരു വസ്ത്രവും ഒരു മുലക്കച്ചയും അവൾ ധരിച്ചിരുന്നു. അവ രണ്ടുമല്ലാതെ വേറെ യാതൊന്നും അവൾ എടുത്തില്ല. മാക്കം തന്റെ കുട്ടികളോടുകൂടി യാത്രപുറപ്പെട്ടപ്പോൾ നാത്തൂന്മാർ പന്ത്രണ്ടു പേരും ഒരുപോലെ അശ്രുക്കൾ പൊഴിച്ചു. പുരാണി സന്താപംകൊണ്ടും മറ്റവർ സന്തോഷംകൊണ്ടുമായിരുന്നു എന്നു മാത്രമേ ഭേദമുണ്ടായിരുന്നുള്ളൂ. മാക്കം തിരിഞ്ഞു നോക്കി. ആ നാത്തൂന്മാരുടെ ഭാവപ്പകർച്ച കണ്ടു നെടുവീർപ്പിട്ടുകൊണ്ടു തന്റെ കുട്ടികളോടുകൂടി നടന്നു. പതിനൊന്നു സഹോദരന്മാരും അവളോടുകൂടിത്തന്നെ പോയി.

അങ്ങനെ രണ്ടുമൂന്നു നാഴിക ദൂരം പോയപ്പോൾ മാക്കം വല്ലാതെ ക്ഷീണിച്ചു. അവൾക്കു കുട്ടികളേയുംകൊണ്ടു സഹോദരന്മാരോടൊപ്പം നടന്നെത്തുവാൻ വയ്യാതെയായി. അപ്പോൾ സഹോദരന്മാർ മാക്കത്തോടു സ്നേഹഭാവത്തോടുകൂടി "നീ വല്ലാതെ ക്ഷീണിച്ചുവെന്നു തോന്നുന്നുവല്ലോ. ഇനി ഇവിടെ ഇരുന്നു സ്വല്പം വിശ്രമിച്ചിട്ടു പോയാൽ മതി" എന്നു പറഞ്ഞു. അവിടം മനുഷ്യവാസമില്ലാത്ത ഒരു വനപ്രദേശമായിരുന്നു. ആ ഭയങ്കര വനം കണ്ടപ്പോൾ മാക്കം "ഇവിടെ വെച്ചായിരിക്കുമോ ഇവർ എന്റെ കഥ കഴിക്കാൻ നിശ്ചയിച്ചിരിക്കുന്നത്? എന്നാലങ്ങനെയാവട്ടെ" എന്നു വിചാരിച്ചു ഭക്തിപൂർവ്വം ഭഗവതിയെ ധ്യാനിച്ചുകൊണ്ടു ധൈര്യസമേതം ഒരു മരത്തണലിൽച്ചെന്നു തന്റെ കുട്ടികളെ അടുക്കലിരുത്തിക്കൊണ്ട് അവിടെ ഇരുന്നു. അവളുടെ സഹോദരന്മാർ അവിടെയൊക്കെ ചുറ്റിനടന്നു സ്ഥലപരിശോധന ചെയ്തപ്പോൾ സമീപത്തുതന്നെ ഏറ്റവും കുണ്ടുള്ളതായിട്ട് ഒരു കിണർ കണ്ടെത്തി. അപ്പോൾ അവരിലൊരാൾ ആ കിണറ്റിൽ നോക്കീട്ട് "അഹോ! ഇത് അത്യദ്ഭുതം തന്നെ. ഈ കിണറ്റിലിതാ നക്ഷത്രങ്ങൾ കാണുന്നു" എന്നു പറഞ്ഞു. പിന്നെ മറ്റൊരാൾ നോക്കീട്ട് "ശരി തന്നെ. ഈ പകൽ സമയത്തു നക്ഷത്രം ഇവിടെയല്ലാതെ ഭൂതലത്തിൽ മറ്റെങ്ങും കാണുമെന്നു തോന്നുന്നില്ല" എന്നു പറഞ്ഞു. ഇങ്ങനെ അവർ പതിനൊന്നുപേരും ആ കിണറ്റിൽ നക്ഷത്രങ്ങളുള്ളതായി പറയുകയും അതുചെന്നു കാണാനായി മാക്കത്തോട് നിർബന്ധിക്കുകയും ചെയ്തു. മാക്കത്തിന് ഇതു കാണാനാഗ്രഹമില്ലെന്നു പറഞ്ഞിട്ട് അവർ വീണ്ടും നിർബന്ധിച്ചു ഒടുക്കം ആ സാധ്വി "വരുന്നതൊക്കെ വരട്ടെ" എന്നു

ധൈര്യസമേതം നിശ്ചയിച്ചിട്ടു ഭഗവതിയെ മനസ്സിൽ സുദൃഢം ധ്യാനിച്ചുകൊണ്ടു മന്ദം മന്ദം ചെന്നു കിണറ്റിൽ കുനിഞ്ഞുനോക്കി. ആ സമയം ആ പതിനൊന്നു ദുഷ്ടന്മാരിൽ ഒരാൾ മുമ്പേതന്നെ അരയിൽ ഒളിച്ചു കരുതി സൂക്ഷിച്ചുവെച്ചിരുന്ന ആയുധമെടുത്തു. ശിവ ശിവ! ശേഷം ചിന്ത്യം. ആ കുട്ടികളുടെ കഥയും അങ്ങനെ തന്നെ....

തങ്ങളുടെ സഹോദരിയും അവളുടെ കുട്ടികളും നിമിത്തം മേലാൽ തങ്ങൾക്കും തങ്ങളുടെ തറവാട്ടേക്കും യാതൊരു കുറച്ചിലുമുണ്ടാവുകയില്ലെന്നുള്ള കൃതാർത്ഥതയോടുകൂടി ആ മനുഷ്യാധമന്മാർ അവരുടെ ഗൃഹത്തിലേക്കു മടങ്ങിപ്പോന്നു. അവർ ഗൃഹത്തിലെത്തിയപ്പോൾ അവിടെക്കണ്ട കാഴ്ച അദ്ഭുതകരവും ഭയങ്കരവുമായിരുന്നു. മാക്കം അവിടെ "നാലെട്ടു തൃക്കൈകളിലുജ്വലിക്കും ശൂലാദിനാനായുധഭാസമാന"യായി തീക്കട്ടപോലെ ജ്വലിക്കുന്ന കണ്ണുകളും ചന്ദ്രലേഖകൾ പോലെ വളഞ്ഞ ദംഷ്ട്രകളുംകൊണ്ടു ഭയങ്കരമായ മുഖത്തോടുകൂടി രക്താംബരവും മുണ്ഡമാലകളുമണിഞ്ഞു നൃത്തം ചെയ്യുന്നതുമായിട്ടും അവളുടെ രണ്ടുകുട്ടികളും കളിച്ചുകൊണ്ടും പുരാണി ഭർത്തൃസമേതയായി വന്ദിച്ചുകൊണ്ട് സമീപത്തു നിൽക്കുന്നതായിട്ടും ആ പുരുഷന്മാരുടെ ഭാര്യമാർ പതിനൊന്നുപേരും രക്തം ഛർദ്ദിച്ചു മരിച്ചുകിടക്കുന്നതുമായിട്ടുമാണ് അവർ കണ്ടത്. അപ്പോൾ അവർക്കു തങ്ങളാൽ വധിക്കപ്പെട്ട മാക്കം ദേവീസാരൂപ്യത്തേയും ദേവീസാമീപ്യത്തേയും പ്രാപിക്കുകയാണു ചെയ്തതെന്നും അവർ മരിച്ചു എന്നു തങ്ങൾക്കു തോന്നിയതു ദേവിയുടെ മായകൊണ്ടു മാത്രമാണെന്നും മനസ്സിലായി. അവർ മാക്കത്തിന്റെ പാദത്തിങ്കൽ വീണു ക്ഷമായാചനം ചെയ്യാമെന്നു വിചാരിച്ചുവോ എന്തോ? ഏതെങ്കിലും അതിനൊന്നിനും ഇടയാകാതെ ആ പതിനൊന്നു പുരുഷന്മാരും രക്തം വമിച്ചുകൊണ്ടു പെട്ടെന്ന് അവിടെ വീണു മരിച്ചു. മാക്കത്തിന്റെ ഭർത്താവ് ഈ വർത്തമാനം കേട്ട ക്ഷണത്തിൽ ആത്മഹത്യചെയ്തു തന്റെ ഭാര്യയെ അനുഗമിച്ചു. പിന്നെ അവിടെ രാമൻനമ്പ്യാരും പുരാണിയും മാത്രം ശേഷിച്ചു. അവർ ഭഗവതിയെ ഭക്തിപൂർവ്വം സേവിച്ചുകൊണ്ടും സന്താനസമ്പൽസമൃദ്ധിയോടുകൂടിയും സസുഖം വളരെക്കാലം ജീവിച്ചിരുന്നു. ആ ദമ്പതിമാരുടെ സന്താനപരമ്പരയിലുൾപ്പെട്ട ചില വീട്ടുകാർ ഇപ്പോഴും കടത്തനാട്ടുണ്ടത്രേ.

അതെങ്ങനെയുമാകട്ടെ 'കടാങ്കോട്ടു മാക്കം' മേൽപ്പറഞ്ഞപ്രകാരം 'മാക്കം ഭഗവതി'യായിത്തീർന്നു എന്നുള്ള സംഗതി ആ ദിക്കുകാർ ഇപ്പോഴും പൂർണ്ണമായി വിശ്വസിക്കുകയും ആ ദേവിയെ ഭക്തിപൂർവ്വം സേവിക്കുകയും ചെയ്തുപോരുന്നുണ്ട്. മാക്കം ഭഗവതിയുടെ കഥ പണ്ടാരോ ഒരുമാതിരി പാട്ടായിട്ടുണ്ടാക്കിയത് ആ ദിക്കുകളിൽ ഇപ്പോഴും നടപ്പുണ്ട്. ഇതിനു 'മാക്കംതോറ്റം' എന്നാണ് പേരുപറഞ്ഞു

വരുന്നത്. ഈ പാട്ടിനു കവിതാ ഗുണമോ ശബ്ദഭംഗിയോ വൃത്ത നിയമമോ ഒന്നുമില്ലെങ്കിലും ആ ദേവിക്ക് ഇതു സന്തോഷകരമാണ്. ദേവീപ്രസാദത്തിനായിട്ടും സന്തത്യർത്ഥമായിട്ടും ഇത് ആ ദിക്കുകാർ ചില ജാതിക്കാരെക്കൊണ്ട് ഇപ്പോഴും പാടിക്കാറുണ്ട്. ഇതുകൂടാതെ 'മാക്കംതിറ' എന്നൊരു കളിയും ആ ദിക്കിൽ നടപ്പുണ്ട്. അതും സന്ത ത്യർത്ഥമായിട്ടും ദേവീപ്രസാദത്തിനായിട്ടും പലരും കളിപ്പിക്കുന്നുണ്ട്. ഇതും മാക്കം ഭഗവതിക്ക് വളരെ സന്തോഷകരമായിട്ടുള്ളതാണ്. സന്തതിയില്ലാതെയിരുന്നിട്ട് 'മാക്കംതിറ' കളിപ്പിക്കുകയും 'മാക്കം തോറ്റം' പാടിക്കയും ചെയ്തിട്ടു സന്തതിയുണ്ടായ തറവാടുകൾ കടത്ത നാട്ടു വളരെയുണ്ട്. ഇപ്പോഴും പലരും അഭീഷ്ടസിദ്ധിക്കായി ഈ വഴി പാടുകൾ നടത്തിക്കുന്നുണ്ട്.

മാക്കത്തിന്റെ തല വെട്ടിയിട്ടതായി പറഞ്ഞിരിക്കുന്ന കിണർ ഇപ്പോഴുമവിടെ കാണ്മാനുണ്ട്. ആ കിണറിന് ഇപ്പോഴും 'മാക്കംകിണർ' എന്നാണ് പേരു പറഞ്ഞുവരുന്നത്. ഒരീഴവൻ ആ കിണറ്റിൽ നോക്കീട്ടു ചാമുണ്ഡി അവന്റെ നാവു പിടിച്ചു വലിച്ചറുത്തു ചോരകുടിച്ചതായി ഒരൈതിഹ്യമുണ്ട്. അതിനാൽ പേടിച്ചിട്ട് ഇപ്പോഴും ആരും ആ കിണ റ്റിൽ നോക്കാറില്ല. മാക്കം ഭഗവതിയുടെ കഥ വാസ്തവത്തിലുണ്ടായ താണെന്നതിലേയ്ക്ക് ഇതിലധികം ലക്ഷ്യങ്ങൾ വേണമെന്നില്ലല്ലോ.

5. ഒരു യൂറോപ്യന്റെ സ്വാമിഭക്തി

കൊല്ലം 986-മാണ്ടു ബാലരാമവർമ്മ മഹാരാജാവ് നാടുനീങ്ങിയപ്പോൾ തിരുവിതാംകൂർ മഹാരാജവംശത്തിൽ ആൺവഴിത്തമ്പുരാക്കന്മാരാരുമില്ലാതെയിരുന്നതിനാൽ ബ്രിട്ടീഷ് ഗവർമ്മേണ്ടിന്റെ അനുവാദപ്രകാരം അന്നു പെൺവഴിത്തമ്പുരാക്കന്മാരിൽ മൂപ്പായിരുന്ന ലക്ഷ്മീ മഹാരാജ്ഞിയായിരുന്നുവല്ലോ അക്കാലംമുതൽ രാജ്യഭരണം ചെയ്തിരുന്നത്.

അങ്ങനെയിരുന്ന കാലത്തു ബ്രിട്ടീഷു ഗവർമ്മേണ്ട് ഒരു നിശ്ചയം ചെയ്തു. രാജകുടുംബങ്ങളിൽ പുരുഷസന്താനമില്ലാത്ത ഏതദ്ദേശ്യ രാജ്യങ്ങളിലെല്ലാം ബ്രിട്ടീഷ് ഗവർമ്മേണ്ടിന്റെ ഓരോ പ്രതിനിധികളെ നിയമിച്ചു രാജ്യഭരണം നടത്തിക്കുകയും പുരുഷന്മാരുണ്ടായി പ്രായപൂർത്തിയാകുമ്പോൾ ഭരണാധികാരം അവർക്കു വിട്ടുകൊടുക്കുകയും ചെയ്യണമെന്നായിരുന്നു ആ നിശ്ചയം. ഈ വിവരം ബ്രിട്ടീഷു ഗവർമ്മേണ്ട് ഏതദ്ദേശ്യ രാജ്യങ്ങളിലെല്ലാം ദിവാൻജിമാരുടെ പേർക്ക് എഴുതിയയച്ച് അറിയിക്കുകയും രാജകുടുംബത്തിൽ പുരുഷസന്താനമുണ്ടോ ഇല്ലയോ എന്നുള്ള വിവരം അറിയിക്കണമെന്ന് ആവശ്യപ്പെടുകയും ചെയ്തു. അക്കാലത്തു തിരുവിതാംകൂറിൽ ദിവാൻജിയായിരുന്നത് ബ്രീട്ടീഷ് റസിഡണ്ടും കൂടിയായിരുന്ന മിസ്റ്റർ മൺറോ സായ്പ്പായിരുന്നു. അദ്ദേഹം ബ്രിട്ടീഷ് ഗവർമ്മേണ്ട് എഴുതിച്ചോദിച്ചതിന് തൽക്കാലം മറുപടിയൊന്നും അയച്ചില്ല. അന്നു ലക്ഷ്മീമഹാരാജ്ഞി തിരുവയർ വാണിരിക്കുക(*ഗർഭംധരിച്ചിരിക്കുക*)യായിരുന്നു. തിരുവയറൊഴിഞ്ഞ് (*പ്രസവിച്ച്*) ഉണ്ടാകുന്നതു പുരുഷസന്താനമോ സ്ത്രീസന്തനമോ എന്നറിഞ്ഞിട്ടു മറുപടി അയയ്ക്കാമെന്നു വിചാരിച്ചാണ് അദ്ദേഹം സ്വൽപമൊന്നമാന്തിച്ചത്. ആ അമാന്തം ബ്രിട്ടീഷ് ഗവർമ്മേണ്ടിന് ഒട്ടും രസിച്ചില്ല. അതിനാൽ ആ ഗവർമ്മേന്റിൽനിന്നു തിരുവിതാംകൂർ ദിവാന്റെ പേർക്കു വീണ്ടും എഴുതിയയച്ചു. ആ എഴുത്തിൽ ഏറ്റവും ഊർജ്ജിതത്തോടും കണിശമായും എഴുത്തുകിട്ടുന്ന ദിവസംതന്നെ മറുപടി അയയ്ക്കണമെന്നു പറഞ്ഞിരുന്നു. ആ എഴുത്തു

കിട്ടിയപ്പോൾ സായ്പിനു പരിഭ്രമമായി. അദ്ദേഹം ഒരു ബ്രിട്ടീഷ് പ്രജയും ബ്രിട്ടീഷ് ഗവർമ്മെണ്ടിന്റെ ശമ്പളക്കാരനുമായിന്നുവല്ലോ. മഹാരാജ്ഞിക്ക് അപ്പോൾ ഗർഭം പത്തുമാസമായിരുന്നു. രണ്ടോ നാലോ ദിവസംകൂടി താമസിച്ചാൽ അവതരിക്കുന്ന പ്രജ പുരുഷനോ സ്ത്രീയോ എന്നറിഞ്ഞിട്ടു മറുപടി അയയ്ക്കാമായിരുന്നു എന്നു സായ്പിനു തോന്നി. എങ്കിലും അതിനു നിവൃത്തിയില്ലാതെ വരികയാൽ അദ്ദേഹം ശ്രീപത്മനാഭസ്വാമി ക്ഷേത്രത്തിന്റെ കിഴക്കേ ഗോപുരത്തിനു പുറത്തുചെന്നു പടിഞ്ഞാട്ടുതിരിഞ്ഞു നിന്നു തൊഴുതുകൊണ്ട്, "അല്ലയോ പത്മനാഭാ! നീയിവിടെ കിടക്കുന്നുണ്ടെന്നാണല്ലോ എല്ലാവരും പറയുന്നത്. മഹാരാജവംശത്തെ രക്ഷിക്കാനുള്ള ചുമതല നിനക്കാണല്ലോ. ഈ രാജ്യം നിന്റെ വകയുമാണല്ലോ. ഇതിന്റെ ഭരണം അന്യന്മാരുടെ കൈവശമായാൽ പിന്നെയതു വീണ്ടെടുക്കാൻ അത്രയെളുപ്പം സാധിക്കില്ല. അതിനാൽ ഇതാ ഞാൻ ഈ മഹാരാജവംശത്തിൽ പുരുഷസന്താനമുണ്ടെന്നുതന്നെ മറുപടി അയയ്ക്കാൻ പോകുന്നു. എന്റെ മറുപടി വ്യാജമാണെന്നു വന്നാൽ ബ്രിട്ടീഷ് ഗവർമ്മെണ്ട് എന്നെ വെറുതെ വിട്ടേക്കുകയില്ല. അവർ എന്നെ കഠിനമായി ശിക്ഷിക്കും. ആ അപമാനം സഹിച്ചുകൊണ്ടു പിന്നെ ജീവിച്ചിരിക്കണമെന്നു ഞാൻ വിചാരിക്കുന്നില്ല. അതിനാൽ ഞാനെഴുതിയയയ്ക്കുന്നതു തെറ്റിപ്പോകുന്നപക്ഷം നിന്റെ ബിംബവും ക്ഷേത്രവും എല്ലാം നശിപ്പിച്ചു നീ കിടക്കുന്ന സ്ഥലത്ത് ഒരു കുളം കുത്തി കുളിച്ചിട്ടല്ലാതെ ഞാനിവിടെനിന്നു പോവുകയില്ല. അതുകൊണ്ട് അങ്ങനെയൊന്നും വരാതെയിരിക്കാൻ തക്കവണ്ണം കരുതിക്കൊള്ളണം. പത്മനാഭ! മൺറോ ഒന്നു പറഞ്ഞാൽ അത് അപ്രകാരംതന്നെ ചെയ്യുമെന്ന് നല്ലപോലെ അറിയാമല്ലോ" എന്നു പറഞ്ഞിട്ട് അവിടെനിന്നു പോവുകയും തിരുവിതാംകൂർ രാജവംശത്തിൽ പുരുഷസന്താനമുണ്ടെന്നുതന്നെ ഉടനെ എഴുതിയയയ്ക്കുകയും ചെയ്തു.

പിറ്റേദിവസം മഹാരാജ്ഞിയിൽനിന്ന് ഒരു രാജകുമാരൻ തിരുവവതാരം ചെയ്തരുളി. ആ രാജകുമാരനാണ് ഗർഭശ്രീമാനെന്നും സംഗീതസാഹിത്യസാഗരപാരംഗതനെന്നും പരാക്രമനിധിയെന്നും രാജ്യതന്ത്രകുശലനെന്നും ധീരോദാത്തനെന്നും മറ്റും വിശ്വവിശ്രുതനായിത്തീർന്ന സാക്ഷാൽ സ്വാതിതിരുനാൾ രാമവർമ്മ മഹാരാജാവു തിരുമനസ്സുകൊണ്ടെന്നുള്ളതു പ്രത്യേകം പറയണമെന്നില്ലല്ലോ.

ഈ സംഗതി കഴിഞ്ഞപ്പോൾ "ശ്രീപത്മനാഭസ്വാമിയെക്കുറിച്ചുള്ള വിശ്വാസവും ഭക്തിയും മൺറോ സായ്പ്പവർകൾക്കുള്ളതുപോലെ മുൻപുണ്ടായിരുന്ന ഹിന്ദു ദിവാൻജിമാർക്കുപോലുമുണ്ടായിരുന്നില്ലെ"ന്നു ജനങ്ങൾ പരക്കെ പറഞ്ഞുതുടങ്ങുകയും അതു മഹാരാജ്ഞി

വിശ്വസിക്കുകയും ചെയ്തു. അതിനാലാണ് ദേവസ്വങ്ങളിലെല്ലാം പതിവുകണക്കുകളുണ്ടാക്കുന്നതിനു മൺറോ സായ്പ്പവർകളെ പ്രത്യേകം കല്പിച്ചു ചുമതലപ്പെടുത്തിയത്. അഞ്ചെട്ടുകൊല്ലം മുൻപു ദേവസ്വം പതിവുകൾ പരിഷ്ക്കരിച്ചതുവരെ തിരുവിതാംകൂറിലെ സർക്കാർ[1] ദേവസ്വങ്ങളിലെല്ലാം സകലകാര്യങ്ങളും മൺറോ സായ്പവർകൾ നിശ്ചയിച്ച പതിവനുസരിച്ചാണ് നടന്നുവന്നിരുന്നത്. പരിഷ്ക്കരിക്കപ്പെടാത്ത ചില ദേവസ്വങ്ങളിൽ ഇപ്പോഴും അങ്ങനെതന്നെ നടന്നുവരുന്നുണ്ട്.

1. ഇപ്പോൾ ദേവസ്വങ്ങൾ സർക്കാർ വകയല്ല.

6. സംഘക്കളി

ശാസ്ത്രക്കളിയെന്നും യാത്രക്കളിയെന്നും പറഞ്ഞുവരുന്ന സംഘക്കളി അന്നപ്രാശനം, ഉപനയനം, സമാവർത്തനം, വിവാഹം, പന്ത്രണ്ടാം മാസം മുതലായ അടിയന്തിരങ്ങൾ സംബന്ധിച്ചും മറ്റും കേരളത്തിൽ സൽവ്വത്ര നിവൃത്തിയുള്ള ഹിന്ദുക്കളെല്ലാം കളിപ്പിച്ചുവരുന്നുണ്ട്.[1] രാജമന്ദിരങ്ങളിലും പ്രഭുഗൃഹങ്ങളിലും മേൽപറഞ്ഞ അടിയന്തിരങ്ങൾക്കെല്ലാം സംഘക്കളി ഉണ്ടായിരിക്കുന്നത് നിശ്ചയമാണ്. ഇതു മറ്റുള്ള കളികൾപോലെ വിനോദത്തിനായിട്ടു കളിപ്പിക്കുന്നതല്ല. ഇത് ഈശ്വര പ്രസാദകമെന്നോ ഒരു പുണ്യകർമ്മമെന്നോ മറ്റോ കൂടി വിചാരിച്ചാണ് ജനങ്ങൾ കളിച്ചുവരുന്നത്. സന്താനാർത്ഥമായും മറ്റും ഈ കളി വഴിപാടെന്നപോലെ പ്രാർത്ഥിക്കാറുണ്ട്. അതിനു 'സ്വസ്തിപ്രാർത്ഥിക്കുക' എന്നാണ് പറഞ്ഞുവരുന്നത്. ഇതു മറ്റുള്ള വഴിപാടുകൾപോലെ അവനവൻതന്നെ പ്രാർത്ഥിക്കുകയല്ല. സ്വസ്തിപ്രാർത്ഥിക്കുന്നതിനു സംഘക്കാരിൽ വാദ്ധ്യാവൃത്തിയെന്നും പരിഷയെന്നും പറയപ്പെടുന്നവരുൾപ്പെടെ പ്രാധാനന്മാരായ അഞ്ചാറുപേരെയെങ്കിലും വരുത്തി, സംഘക്കളിയുടെ പ്രധാനാംഗമായ 'നാലുപാദം' എന്ന ക്രിയ നടത്തിക്കുകയും അവർക്കു യഥായോഗ്യം ഭക്ഷണവും ദക്ഷിണയും കൊടുക്കുകയും അവർ പറഞ്ഞുതരുന്ന വാചകം പറഞ്ഞു പ്രാർത്ഥിക്കുകയുമാണ് ചെയ്യേണ്ടത്. അവർ പറഞ്ഞുതരുന്ന വാചകത്തിന്റെ അർത്ഥം, "വിചാരിക്കുന്ന കാര്യം സാധിച്ചാൽ കേമമായ സംഘക്കളി നടത്തുകയും സംഘക്കാരെ വേണ്ടുവോളം മധുരക്കറി കുടിപ്പിക്കുകയും ചെയ്തേക്കാം" എന്നാണ്. ഇങ്ങനെ സ്വസ്തിപ്രാർത്ഥിക്കുകയും കാര്യം സാധിക്കുകയും പിന്നീട് കേമമായികളിനടത്തുകയും ചെയ്യുന്നത് ഒട്ടും അസാധാരണമായിട്ടുള്ളതല്ല. സ്വസ്തിപ്രാർത്ഥിച്ചാൽ അഭീഷ്ടസിദ്ധിയുണ്ടാകുമെന്നു സ്വാനുഭവം കണ്ടറിഞ്ഞിട്ടുള്ളവർ പലരുമുണ്ട്. എന്നാൽ ഇപ്രകാരം വിശിഷ്ടമായിരിക്കുന്ന ഈ കളിയുടെ ഉത്ഭവത്തെക്കുറിച്ച്

---

1. യാത്രാക്കളി ഇപ്പോൾ എങ്ങും ഇല്ല

അറിഞ്ഞിട്ടില്ലാത്തവരും കേരളത്തിൽ പലരുമുണ്ടെന്നാണ് തോന്നുന്നത്. അങ്ങിനെയുള്ളവരുടെ അറിവിനായി അതിനെക്കുറിച്ചു ചുരുക്കത്തിൽ താഴെ പറഞ്ഞുകൊള്ളുന്നു.

പണ്ടു പരദേശത്തുനിന്നു ചില പെരുമാക്കന്മാർ വന്നു പന്ത്രണ്ടു കൊല്ലംവീതം കേരളചക്രവർത്തികളായി വാണിരുന്നുവല്ലോ. അവരിൽ ഒരു പെരുമാൾ മുഹമ്മദീയമതം സ്വീകരിക്കുകയും മക്കത്തുപോവുകയും ചെയ്തുവെന്നുള്ളതു പ്രസിദ്ധവുമാണ്. ആ പെരുമാൾ ചില മുഹമ്മദീയപ്രധാനന്മാരുടെ പ്രേരണയാൽ അറുപത്തിനാലു ഗ്രാമങ്ങളിൽനിന്നും മലയാളബ്രാഹ്മണപ്രധാനന്മാരെ തന്റെ മുൻപാകെ വരുത്തി ഹിന്ദുമതം ഏറ്റവും നികൃഷ്ടമായിട്ടുള്ളതാണെന്നും ഉത്തമമായിട്ടുള്ളത് മുഹമ്മദീയമതമാണെന്നും അതിനാൽ മലയാളബ്രാഹ്മണന്മാരെല്ലാവരും ഹിന്ദുമതമുപേക്ഷിച്ചു മുഹമ്മദുമതം സ്വീകരിക്കണമെന്നു നിർബന്ധപൂർവ്വം പറഞ്ഞു. ഉത്തമമായിട്ടുള്ളതു മുഹമ്മദുമതമല്ലെന്നും ഹിന്ദുമതമാണെന്നും ബ്രാഹ്മണർ വാദിച്ചു. ആ സദസ്സിൽ മതാദ്ധ്യക്ഷന്മാരായ ചില മുഹമ്മദീയരും ചെന്നുകൂടി. ഒടുക്കം വാദം മുഹമ്മദീയരും ബ്രാഹ്മണരും തമ്മിലായി. "ഈശ്വരകൽപിതവും സത്യവുമായിട്ടുള്ള മതവും വേദവും ഞങ്ങളുടെതാണെന്നു മുഹമ്മദീയരും "അതല്ല, ഞങ്ങളുടെയാണെ"ന്നു ബ്രാഹ്മണരും തമ്മിൽ വളരെനേരം വാദിച്ചു. ഒടുക്കം പെരുമാൾ "നിങ്ങൾ തമ്മിൽ ഇങ്ങനെ വാദിച്ചുകൊണ്ടിരുന്നാൽ ഇതിനൊരവസാനവും തീർച്ചയുമുണ്ടാവുകയില്ല. ഞാനൊരു പരീക്ഷ നിശ്ചയിക്കാം. ആ പരീക്ഷയിൽ ബ്രാഹ്മണർ ജയിക്കുകയാണെങ്കിൽ ബ്രാഹ്മണരുടെ മതവും വേദവുംതന്നെ സത്യമായിട്ടുള്ളതെന്നു തീർച്ചയാക്കാം. അഥവാ തോൽക്കുകയാണെങ്കിൽ ബ്രാഹ്മണർ മുഹമ്മദുമതം സ്വീകരിക്കുകയും വേണം. അങ്ങനെ സമ്മതമാണോ?" എന്നു ബ്രാഹ്മണരോടു ചോദിച്ചു. ഉടനെ ബ്രാഹ്മണർ, "ഇതു ഞങ്ങൾക്കു സമ്മതം തന്നെയാണ്. പക്ഷേ പരീക്ഷ ഒന്നൊന്നരമാസം കഴിഞ്ഞിട്ടേ നടത്താവൂ" എന്നു പറഞ്ഞു. അതു പെരുമാളും സമ്മതിക്കുകയാൽ ഒന്നരമാസം കഴിയുമ്പോൾ വന്നുകൊള്ളാമെന്നു പറഞ്ഞു ബ്രാഹ്മണർ അവിടെ നിന്നു പിരിഞ്ഞുപോവുകയും ചെയ്തു.

ആ ബ്രാഹ്മണർ ഗത്യന്തരമില്ലായ്കകൊണ്ടു പെരുമാളുടെ അടുക്കൽ അപ്പോൾ അപ്രകാരം സമ്മതിച്ചു എന്നേയുള്ളൂ. പിന്നീട് അവർക്ക് അതിനെക്കുറിച്ച് വലിയ വിചാരവും വിഷാദവുമുണ്ടായി. "പെരുമാളുടെ പരീക്ഷ എന്തായിരിക്കുമോ? അതിൽ തോൽവി പറ്റിയേക്കുമോ? എന്നുള്ള വിചാരംകൊണ്ട് അവർ ഏറ്റവും വിഷണ്ണന്മാരായിത്തീർന്നു. എങ്കിലും സത്യസ്വരൂപനും സർവ്വസാക്ഷിയുമായിരിക്കുന്ന സകലേ

ശ്വരൻ തങ്ങളെ ഉപേക്ഷിക്കുകയില്ലെന്നുള്ള ധൈര്യവും അവർക്കുണ്ടാകാതെയിരുന്നില്ല.

ഇങ്ങനെ ആ സാധുബ്രാഹ്മണർ ഇതികർത്തവ്യതാമൂഢന്മാരും വിചാരമഗ്നന്മാരും വിഷാദവിഹ്വലന്മാരുമായിപ്പോയ സമയം മദ്ധ്യേമാർഗ്ഗം ഒരു യോഗീശ്വരനെ ദൈവഗത്യാ കണ്ടെത്തുവാൻ സംഗതിയായി. ആ യോഗീശ്വരൻ അവരോട്, "നിങ്ങൾ ഒട്ടും വിഷാദിക്കേണ്ട, ഞാൻ ഒരു ദിവ്യമന്ത്രം ഉപദേശിച്ചുതരാം. നിങ്ങൾ തൃക്കാരിയൂർ ചെന്ന് അമ്പലത്തിൽ ഒരു വിളക്കുകൊളുത്തിവെച്ച്, അതിനു പ്രദക്ഷിണം വെച്ചുകൊണ്ട്, ഈ മന്ത്രം ജപിച്ചു തൃക്കാരിയൂർ ദേവനെ നാൽപത്തൊന്നു ദിവസം സേവിക്കണം. നിങ്ങൾ ഇപ്രകാരം ദീപപ്രദക്ഷിണവും ഈശ്വരസേവയും ഒരു മണ്ഡലം മുഴുവനും മുടങ്ങാതെ ചെയ്തിട്ടു പെരുമാളുടെ അടുക്കൽച്ചെന്നാൽ നിങ്ങൾക്കു ജയംതന്നെ കിട്ടും. പെരുമാളുടെ പരീക്ഷയെക്കുറിച്ചും നിങ്ങൾ ഒട്ടും ഭയപ്പെടേണ്ട. നിങ്ങൾ ചെല്ലുന്നസമയം മുഹമ്മദീയരും, അവിടെയെത്തും. അപ്പോൾ പെരുമാളുടെ മുമ്പിൽ ഒരു കുടം അടച്ചു കെട്ടി വെച്ചിരിക്കും. പെരുമാൾ നിങ്ങളോടു രണ്ടുകൂട്ടക്കാരോടും കുടത്തിനകത്ത് എന്താണെന്നു പറയണമെന്നും ശരിയായിപ്പറയുന്നവർ ജയിച്ചതായും തെറ്റായിപ്പറയുന്നവർ തോറ്റതായും തീർച്ചപ്പെടുത്തുന്നതാണെന്നു പറയും. അപ്പോൾ മുഹമ്മദീയർ കുടത്തിനകത്തു കൃഷ്ണസർപ്പമാണെന്നും പറയും. ഉടനെ നിങ്ങൾ അതു താമരപ്പൂവാണെന്നു പറയണം. അപ്പോൾ പെരുമാൾ എന്നാൽ കുടത്തിനകത്തു കൈയിട്ട് താമിപ്പൂവെടുത്തു കാണിക്കണമെന്നു പറയും. നിങ്ങൾ എടുത്തുകാണിക്കണം. അപ്പോൾ മുഹമ്മദീയർ മടങ്ങുകയും നിങ്ങളെ പെരുമാൾ ബഹുമാനിച്ച് പറഞ്ഞയയ്ക്കുകയും ചെയ്യും. നിങ്ങൾക്ക് മുഹമ്മദീയമതം സ്വീകരിക്കേണ്ടതായി വരികയുമില്ല. എന്നാൽ വാസ്തവത്തിൽ കുടത്തിനകത്തു കൃഷ്ണസർപ്പംതന്നെയായിരിക്കും. അതു നിങ്ങൾക്കു തോൽവിയും ആപത്തുമുണ്ടാക്കാനായി പെരുമാളും മുഹമ്മദീയരുംകൂടെ സ്വകാര്യമായി ആലോചിച്ച് തയ്യാറാക്കി വെയ്ക്കുന്നതായിരിക്കും. എങ്കിലും ഈശ്വരകാരുണ്യംകൊണ്ട് ആ കൃഷ്ണസർപ്പം താമരപ്പൂവായിത്തീർന്നുകൊള്ളും" എന്നു പറഞ്ഞ് ഒരു ദിവ്യമന്ത്രം ഉപദേശിച്ചുകൊടുക്കുകയും പെട്ടെന്ന് ആ യോഗീശ്വരന്മാർ അദൃശ്യനായിത്തീരുകയും ചെയ്തു. അപ്പോൾ ആ ബ്രാഹ്മണർക്കു തങ്ങൾക്കു വേണ്ടതു പറഞ്ഞുതരികയും മന്ത്രമുപദേശിക്കുകയും ചെയ്തതു കേവലം മനുഷ്യനല്ലെന്നും ആരോ ഒരു ദിവ്യനാണെന്നും തോന്നുകയാൽ അവർ ആ യോഗീശ്വരന്റെ വാക്കിനെ വിശ്വസിച്ച് അദ്ദേഹം പറഞ്ഞുകൊടുത്തതുപോലെയെല്ലാം ചെയ്യുകയും സംഗതിയെല്ലാം ശരിയാവുകയും ചെയ്തു. അവർ ആ

ദിവ്യമന്ത്രം ജപിച്ചുകൊണ്ട് നാൽപതുദിവസം ദീപപ്രദക്ഷിണവും ഈശ്വരസേവയും നടത്തിയതിന്റെശേഷം പെരുമാളുടെ അടുക്കൽ ച്ചെന്നപ്പോൾ അവിടെ ഒരു കുടം അടച്ചുകെട്ടിവെച്ചിരുന്നു. ബ്രാഹ്മണർ അവിടെ എത്തിയപ്പോഴേക്കും മുഹമ്മദീയരും ചെന്നുചേർന്നു. യോഗീശ്വരൻ പറഞ്ഞിരുന്നതുപോലെ തന്നെ കുടത്തിനകത്തെന്താണെന്നു ചോദിക്കുകയും കൃഷ്ണസർപ്പമെന്നു മുഹമ്മദീയരും താമരപ്പൂവെന്നു ബ്രാഹ്മണരും പറയുകയും പെരുമാൾ ആവശ്യപ്പെട്ടതനുസരിച്ച് ബ്രാഹ്മണർ താമരപ്പൂവെടുത്തു കാണിക്കുകയും ചെയ്തു. കുടത്തിൽ കൈയിടുന്ന ബ്രാഹ്മണർ സർപ്പദഷ്ടനായി മറിഞ്ഞുവീണു മരിക്കുന്നതു കാണാൻ സന്തോഷത്തോടുകൂടി കാത്തിരുന്ന പെരുമാളും മുഹമ്മദീയരും താമരപ്പൂ കണ്ടപ്പോൾ അത്യന്തം വിസ്മയിക്കുകയും മുഹമ്മദീയർ ലജ്ജാവനതമുഖന്മാരായി ഒന്നും പറയാതെ ഉടൻതന്നെ അവിടെനിന്നു പോവുകയും പെരുമാൾ ബ്രാഹ്മണരെ ബഹുമാനിച്ചു പറഞ്ഞയയ്ക്കുകയും ചെയ്തു.

ജയം സിദ്ധിച്ച ബ്രാഹ്മണർ സന്തോഷത്തോടുകൂടി അവിടെനിന്നു മടങ്ങിപ്പോന്നപ്പോൾ വഴിയിൽവെച്ചു മുൻപവർക്കു മന്ത്രോപദേശം ചെയ്ത യോഗീശ്വരനെ കണ്ടു. ഉടനെ ബ്രാഹ്മണർ ഭക്ത്യാദരങ്ങളോടുകൂടി യോഗീശ്വരന്റെ പാദത്തിങ്കൽ വീണു നമസ്കരിച്ചു. അപ്പോൾ യോഗീശ്വരൻ അവരോടു "ഞാൻ നിങ്ങൾക്ക് ഉപദേശിച്ചുതന്നിട്ടുള്ള മന്ത്രം സർവ്വാഭീഷ്ടസിദ്ധിപ്രദമായിട്ടുള്ളതാണ്. ആ മന്ത്രംകൊണ്ടാണല്ലോ നിങ്ങൾ ഈശ്വരപ്രസാദം സമ്പാദിക്കുകയും ജയം നേടുകയും ചെയ്തത്. ഈ മന്ത്രത്തെ നിങ്ങൾ മേലാൽ ജനോപകാരാർത്ഥമായിട്ടുകൂടി ഉപയോഗിക്കണം. ജനങ്ങൾ സന്തത്യർത്ഥമായും മറ്റും നിങ്ങളോടാവശ്യപ്പെട്ടാൽ അവരുടെ അഭീഷ്ടസിദ്ധിക്കായി നിങ്ങൾ വിളക്കുവെച്ചു ഈ മന്ത്രം ചൊല്ലി ദീപപ്രദക്ഷിണം ചെയ്ത് ഈശ്വരനെ പ്രാർത്ഥിച്ചാൽ ജനങ്ങളുടെ ആഗ്രഹം സർവ്വേശ്വരൻ സാധിപ്പിച്ചുകൊടുക്കും. കേരളത്തിൽ എന്നും ഇങ്ങനെ നടക്കേണ്ടതിലേക്കായി നിങ്ങൾ ഈ മന്ത്രം പാരമ്പര്യമുറയ്ക്കു നിങ്ങളുടെ സന്തതികൾക്കും ഉപദേശിച്ചുകൊടുക്കണം" എന്നു പറഞ്ഞിട്ടു യോഗീശ്വരൻ മറയുകയും ചെയ്തു.

മേൽപറഞ്ഞ സംഗതികളെല്ലാം അചിരേണ ലോകത്തിൽ സർവ്വത്ര പ്രസിദ്ധമായിത്തീരുകയാൽ ജനങ്ങൾ സന്തത്യർത്ഥമായും മറ്റും ദീപപ്രദക്ഷിണവും ഈശ്വരപ്രാർത്ഥനയും നടത്തുന്നതിന് ഈ ബ്രാഹ്മണരോട് അപേക്ഷിക്കുകയും ഇവർ നടത്തിക്കൊടുക്കുകയും അതുകൊണ്ട് ജനങ്ങൾക്ക് അഭീഷ്ടസിദ്ധിയുണ്ടാകുകയും ചെയ്തുതുടങ്ങി. ഇതാണു സംഘക്കളിയുടെ ആഗമം.

സംഘക്കളിക്ക് ആദ്യമായി നടത്തുന്നതിനും പ്രധാനമായിട്ടുള്ളതും ദീപപ്രദക്ഷിണമാണല്ലോ. അത് അത്യുച്ചത്തിൽ വളരെ അകലെയകലെയായി ഓരോ അക്ഷരം വീതം ഒരു പ്രത്യേക സ്വരത്തിൽ ചൊല്ലിക്കൊണ്ടാണല്ലോ ചെയ്യുന്നത്. ആ ചൊല്ലുന്നതു പണ്ടു യോഗീശ്വരൻ ഉപദേശിച്ചുകൊടുത്ത വേദമന്ത്രമാണെന്നും ആ യോഗീശ്വരൻ സാക്ഷാൽ നാരദമഹർഷിയായിരുന്നുവെന്നും ഈ മന്ത്രം നാലു പദങ്ങളുള്ളതായതിനാലാണ് ഈ ദീപപ്രദക്ഷിണത്തിനു 'നാലുപദ'മെന്നു നാമം സിദ്ധിച്ചതെന്നുമാണ് പറഞ്ഞുവരുന്നത്.

ഈ ക്രിയ നടത്തുന്നതിന് കേരളത്തിലെ നാനാഭാഗങ്ങളിലായി താമസിക്കുന്ന ജനങ്ങളെല്ലാവരും ആവശ്യപ്പെട്ടുതുടങ്ങിയപ്പോൾ ഇതു നടത്തുന്നവരായ ബ്രാഹ്മണർക്ക് എല്ലാ സ്ഥലങ്ങളിലും ചെന്നെത്തുന്ന കാര്യം ദുഷ്ക്കരമായിത്തീരുകയാൽ അവർ ഇന്നിന്ന ദേശങ്ങളിൽ ഇന്നിന്ന ഇല്ലക്കാർ കൂടി ഈ ക്രിയ നടത്തേണ്ടതാണെന്നു വ്യവസ്ഥ ചെയ്യുകയും അങ്ങനെ അവർ പതിനെട്ടു സംഘങ്ങളായി പിരിയുകയും ആ ഓരോ സംഘത്തിനു ഭാട്ടം, വെൺമണി, പുതുവാ ഇത്യാദികളായ ഓരോ പേരുകൾ നിശ്ചയിക്കുകയും ചെയ്തു. അതിനാലിപ്പോൾ ഇന്നയിന്ന കുടുംബക്കാർക്ക് ഇന്നയിന്ന സംഘക്കാരെന്ന് ഒരു വ്യവസ്ഥ വരികയും സംഘം മാറുന്നതു ദോഷമാണെന്നു ജനങ്ങളുടെയിടയിൽ ഒരു വിശ്വാസം ജനിക്കുകയും ചെയ്തിട്ടുണ്ട്. എന്നാൽ ചില കുടുംബങ്ങളിൽ രണ്ടും മൂന്നും നാലും അതിലധികവും സംഘങ്ങൾ കൂടിയേ കളി നടത്താൻ പാടുള്ളൂ എന്നു മുൻപേതന്നെ നിശ്ചയം ചെയ്തിട്ടുണ്ട്. രാജമന്ദിരങ്ങളിൽ കളിക്കാൻ പതിനെട്ടു സംഘങ്ങളും കൂടണമെന്നാണ് നിശ്ചയം.

പെരുമാക്കന്മാരുടെ വാഴ്ചയ്ക്കു മുൻപു കേരളബ്രാഹ്മണരിൽ ചിലർ രാജ്യരക്ഷാർത്ഥം ആയോധനവിദ്യ അഭ്യസിക്കുകയും ആയുധം ധരിക്കുകയും അവർക്കു വേദാർഹതയില്ലെന്നു ശേഷമുള്ള ബ്രാഹ്മണർ വിധിക്കുകയും ചെയ്തിരുന്നുവല്ലോ. ബ്രാഹ്മണർ ഈശ്വരസേവയ്ക്കായി തൃക്കാരിയൂർ പോയിരുന്ന സമയം മുഹമ്മദീയർ ഉപദ്രവിക്കാൻ ചെന്നാൽ തടുക്കുന്നതിനായി ഈ ആഭ്യാസികളും ആയുധപാണികളുമായ ബ്രാഹ്മണരെക്കൂടെക്കൊണ്ടുപോയിരുന്നു. അവർ അവിടെത്താമസിച്ചിരുന്നകാലത്ത് നേരംപോക്കിനായി ചില പാട്ടുകൾ നിർമ്മിച്ചു പാടുകയും കൊട്ടുകയും ചില വേഷങ്ങൾ ധരിച്ചും അല്ലാതെയും ചില ഗോഷ്ടികൾ കാട്ടുകയും മറ്റും ചെയ്തിരുന്നു. കേരളത്തിൽ നാലുപദം നടപ്പായതിനോടുകൂടി ആ ബ്രാഹ്മണർ ആവക വിനോദങ്ങൾകൂടി കാണിച്ചുതുടങ്ങുകയും അതു ജനങ്ങൾക്കു രസിക്കുകയും ചെയ്കയാൽ അതും നടപ്പായി. നാലുപദവും ആ

വിനോദങ്ങളും കൂടിയുള്ള കളിക്കാണ് ഇപ്പോൾ സംഘക്കളിയെന്നു പറഞ്ഞുവരുന്നത്. എന്നാൽ ആ വിനോദങ്ങൾ ആദ്യംതന്നെ ഇപ്പോൾ കണ്ടുവരുന്നസ്ഥിതിയിലല്ലായിരുന്നു. അത് ഓരോ കാലത്ത് ഓരോരുത്തർ പരിഷ്ക്കരിച്ചു പരിഷ്ക്കരിച്ചു ക്രമേണ ഈ സ്ഥിതിയിലായിത്തീർന്നതാണ്. ഈ വിനോദങ്ങളിൽ ചിലതിനു ചില അടിസ്ഥാനങ്ങളുണ്ട്.

ബ്രാഹ്മണർ ഈശ്വരസേവചെയ്തു തൃക്കാരിയൂർ താമസിച്ചിരുന്നപ്പോൾ അവിടെ ദേശാധിപതി (*കരനാഥൻ*) ആയി ഒരു കയ്മളുണ്ടായിരുന്നു. ബ്രാഹ്മണർ കൊട്ടും പാട്ടും വിനോദങ്ങളും മറ്റും തുടങ്ങിയപ്പോൾ ആ കയ്മൾ ചെന്ന് അതൊക്കെ വിരോധിച്ച്, "ഇത് നമ്മുടെ ദേശമാണ്. നമ്മുടെ അനുവാദം കൂടാതെ ഈ ദേശത്തു കൊട്ടാനും പാടാനുമൊന്നും പാടില്ല" എന്നു പറഞ്ഞു കലശൽക്കൂട്ടി. അതിനെ അടിസ്ഥാനപ്പെടുത്തിയാണ് സംഘക്കളിയിൽ ഇപ്പോൾ ഒരു കണ്ടപ്പന്റെ പുറപ്പാടുകൂടി വേണമെന്നു വെച്ചിരിക്കുന്നത്.

സംഘക്കളിക്കു 'പാന' എന്നൊരംഗംകൂടി അവശ്യകർത്തവ്യമായിട്ടുള്ളതാണ്. അതിനാൽ ഇതിനെ 'പാനയും കളിയും' എന്നും പറയാറുണ്ട്.

സംഘക്കളിയിൽ പ്രധാനന്മാർ മേൽപറഞ്ഞ ആയുധധാരികളായ ബ്രാഹ്മണരാണ്. അവർ ഉപനയനം കഴിഞ്ഞാൽ വേദം ഒരുമുറ ഒരു പ്രാവശ്യം ചൊല്ലിത്തീർക്കാറുണ്ടെങ്കിലും മുറയ്ക്കു വേദാദ്ധ്യായനം ചെയ്യാറില്ല. ഇവരെ സാധാരണയായി പറഞ്ഞുവരുന്നത് യാത്രനമ്പൂരിമാരെന്നാണ്. യാത്രനമ്പൂരിമാരിൽത്തന്നെ അരങ്ങും അടുക്കളയുമുള്ളവരും അരങ്ങുമാത്രമുള്ളവരും ഇങ്ങനെ രണ്ടു തരക്കാരുണ്ട്. ഇവരിൽ ശ്ളാഘ്യതയും ആഭിജാത്യവും കൂടുതലുള്ളത് അരങ്ങുമടുക്കളയുമുള്ളവർക്കാണ്. സംഘക്കളിക്ക് ഈ രണ്ടുതരക്കാരും കൂടുമെങ്കിലും വേദാർഹന്മാരായ മലയാളബ്രാഹ്മണരുടെ ഇല്ലങ്ങളിൽ സദ്യയ്ക്കുള്ള ദേഹണ്ഡത്തിന് അരങ്ങുമാത്രമായിട്ടുള്ളവരെ ചേർക്കാറില്ല. ആഢ്യന്മാരുടെ ഇല്ലങ്ങളിലും സംഘക്കളിയുള്ള അടിയന്തിരങ്ങളിൽ സദ്യയുടെ ദേഹണ്ഡം സംഘക്കാരാണ് പതിവ്. യാത്രനമ്പൂരിമാർ സംഘം തികഞ്ഞു ചെന്നു ദേഹണ്ഡം കഴിച്ചാൽ ആ ചോറും മറ്റും ആഢ്യന്മാരുടെ അന്തർജ്ജനങ്ങളും ഭക്ഷിക്കാറുണ്ട്. സംഘം തികയണമെങ്കിൽ അവരുടെകൂടെ വേദാർഹരായ രണ്ടു നമ്പൂരിമാർകൂടി ഉണ്ടായിരിക്കണം. അവരുടെ സ്ഥാനങ്ങൾക്കാണ് വാദ്ധ്യാവൃത്തിയെന്നും പരീക്ഷയെന്നും പറയുന്നത്.

സംഘക്കളി നടത്തുന്നത് ആയുധമെടുത്തവരായ ബ്രാഹ്മണരാണെന്നുള്ളതിന്റെ ഓർമ്മയ്ക്കായിട്ടോ എന്തോ സംഘക്കളിയിൽ

'ആയുധമെടുക്കുക' (*വാളും പരിചയുമെടുത്തു ചില അഭ്യാസങ്ങൾ കാണിക്കുക*) എന്നൊരു ക്രിയകൂടി പതിവുണ്ട്. അതു നല്ലപോലെ അഭ്യസിച്ചു പഠിച്ചിട്ടുള്ളവർക്കല്ലാതെ കാണിക്കാൻ സാധിക്കുകയില്ല. നല്ല അഭ്യാസികൾ കാണിച്ചാൽ അതും കാഴ്ചക്കാർക്കും രസാവഹ മായിരിക്കും.

ഈവക കാര്യങ്ങളിൽ ജനങ്ങൾക്കിപ്പോൾ വിശ്വാസവും ഭക്തിയും വളരെക്കുറവാകയാൽ സംഘക്കളിയും ഇപ്പോൾ വളരെ കുറഞ്ഞിട്ടുണ്ട്. കാലസ്ഥിതികൊണ്ട് ഈ വകയെല്ലാം ഇനി ക്രമേണ കുറഞ്ഞുവരാന ല്ലാതെ തരമില്ലല്ലോ.

7. കൊട്ടാരക്കരച്ചന്ദ്രശേഖരൻ

“ധർമ്മരാജാവ്’ എന്നുള്ള പ്രസിദ്ധിയോടുകൂടി കൊല്ലം 933-മാണ്ടു മുതൽ 973-മാണ്ടുവരെ തിരുവിതാംകൂർ രാജ്യം വാണിരുന്ന കാർത്തികത്തിരുനാൾ രാമവർമ്മ മഹാരാജാവ് തിരുമനസ്സിലെ കാലത്തു തിരുവിതാംകൂർ, കൊച്ചി എന്നീ രാജ്യങ്ങൾ കൂടിച്ചേരുന്ന അതിർത്തിസ്ഥലത്തുള്ള ഒരു മലയിൽ കൊച്ചി സർക്കാരിൽനിന്ന് ഒരിക്കൽ തീർപ്പിച്ച (കുഴിപ്പിച്ച) ഒരാനക്കുഴി തിരുവിതാംകൂറിലേക്കു സ്വല്പം കടത്തിയിരുന്നു. ഈ വിവരം മഹാരാജാവു തിരുമനസ്സുകൊണ്ട് ഉടനെ അറിഞ്ഞുവെങ്കിലും കല്പിച്ച് ഒന്നും ചെയ്തില്ല. അക്കാലത്ത് അതിർത്തി തിരിച്ച് എലുകക്കല്ലുകളിടുകയും മറ്റും ചെയ്തിരുന്നില്ല. ആദായങ്ങളെടുക്കുന്നത് അപ്പോഴത്തെത്തരംപോലെയും അവരവരുടെ സാമർത്ഥ്യംപോലെയുമായിരുന്നു അക്കാലത്തു നടന്നിരുന്നത്. അതിനാൽ കുഴിയിൽ ആന വീഴുമ്പോൾ അതിനേക്കുറിച്ച് ആലോചിച്ചാൽ മതിയല്ലോ എന്നായിരുന്നു തിരുമനസ്സിലെ വിചാരം. എന്നുമാത്രമല്ല, അന്നു കൊച്ചി രാജ്യം വാണിരുന്നത് പ്രസിദ്ധനായ ശക്തൻതമ്പുരാൻ തിരുമനസ്സുകൊണ്ടുമായിരുന്നു. ആ തിരുമനസ്സുകൊണ്ടും മഹാരാജാവ് തിരുമനസ്സുകൊണ്ടും പരസ്പരം ഏറ്റവും സ്നേഹമായിട്ടാണ് ഇരുന്നിരുന്നത്. അതിനാൽ തൽക്കാലം വഴക്കുണ്ടാക്കി ശക്തൻ തിരുമേനിയെ മുഷിപ്പിക്കേണ്ട എന്നുള്ള വിചാരവും മഹാരാജാവു തിരുമനസ്സിലേക്കുണ്ടായിരുന്നു. അതുകൊണ്ടുംകൂടിയാണ് ഈ കുഴിയെടുപ്പിച്ചതിനെക്കുറിച്ചു മഹാരാജാവ് തിരുമനസ്സുകൊണ്ട് ഒന്നും മിണ്ടാതെ മൗനത്തെ അവലംബിച്ചത്.

അതൊക്കെ എങ്ങനെയായാലും ആ കുഴി തീർത്തതു നല്ല സ്ഥലത്തും നല്ല സമയത്തുമായിരുന്നു എന്നുള്ളതിനു സംശയമില്ല. അതു തീർന്നിട്ട് അധികം താമസിയാതെത്തന്നെ അതിൽ ഒരു കുട്ടിക്കൊമ്പൻ വീണു. ആ ആനക്കുട്ടി സർവ്വ ശുഭലക്ഷണങ്ങളും തികഞ്ഞതായിരുന്നു. ഉടലിന്റെ പുഷ്ടിയും ഭംഗിയും ഇത്രയുമുള്ള ഒരാനക്കുട്ടിയെ അതിനുമുമ്പ് ആരും കണ്ടിട്ടില്ലായിരുന്നു. ഈ വർത്തമാനം

കേട്ട് ആ കുട്ടിക്കൊമ്പനെ കുഴിയിൽ നിന്നു കയറ്റിക്കുന്നതിനു ശക്തൻ തമ്പുരാൻ തിരുമനസ്സുകൊണ്ടും കുഴിസ്ഥലത്തെഴുന്നള്ളി. കൊച്ചി രാജ്യത്തുള്ള താപ്പാനകളെക്കൊണ്ട് ഈ കുട്ടിക്കൊമ്പനെ കുഴിയിൽനിന്നു കയറ്റുവാൻ മതിയാവുകയില്ലെന്നു തിരുമനസ്സിൽ തോന്നുകയാൽ തിരുവിതാംകൂർ സർക്കാർ വകയായി അതിർത്തിസ്ഥലത്തു നിന്നിരുന്ന ഒരു താപ്പാനയെക്കൂടെ അവിടെ വരുത്തി. യാതൊരു തരക്കേടും കൂടാതെ ആ ആനക്കുട്ടിയെ കരയ്ക്കു കയറ്റി. ആ ആനക്കുട്ടിയെ കുഴിയിൽനിന്നു കയറ്റിക്കണ്ടസമയം ശക്തൻ തിരുമനസ്സിലേക്കുണ്ടായ സന്തോഷവും വിസ്മയവും സീമാതീതങ്ങളായിരുന്നു. അതിർത്തിസ്ഥലത്തു കൊച്ചിസർക്കാർ വകയായിട്ടുണ്ടായിരുന്ന ആനക്കൂട്ടിൽ ഈ ആനയെ ആക്കിക്കുകയും ആ കുട്ടിക്കൊമ്പനെ ഇടം വലം മുതലായവ പഠിപ്പിച്ചു പഴക്കുകയും പ്രത്യേകം സൂക്ഷിക്കുകയും ചെയ്യുന്നതിനുവേണ്ടതെല്ലാം കൽപിച്ചു ചട്ടംകെട്ടുകയും ചെയ്തതിന്റെ ശേഷമേ തിരുമനസ്സുകൊണ്ട് അവിടെനിന്നു തൃപ്പൂണിത്തുറയ്ക്കു തിരിയെ എഴുന്നള്ളിയുള്ളൂ. ഈ ആനക്കുട്ടിയെ കൂട്ടിലാക്കിയതിന്റെ ശേഷം ശക്തൻ തിരുമനസ്സുകൊണ്ടു തിരുവിതാംകൂറിൽ നിന്നു വരുത്തിയ താപ്പാനയുടെ ആനക്കാരനോട് "എന്തെടാ കുട്ടിയാന കേമനല്ലേ?" എന്നു കൽപിച്ചു ചോദിച്ചു. അതിനു മറുപടിയായി ആനക്കാരൻ "റാൻ, അടിയന്റെ ആന, തിരുമനസ്സിലെ ആന, ഒന്നാന്തരമാന, പൊന്നുതമ്പുരാന്റെ ആന" എന്നു തിരുമനസ്സറിയിച്ചു. അപ്പോൾ ശക്തൻ തിരുമനസ്സുകൊണ്ട്, "പോ മടയാ! നിന്റെ ആനയേയുംകൊണ്ടു പൊയ്ക്കോ" എന്നു കൽപ്പിക്കുകയും ആ ആനക്കാരനു രണ്ടു മുണ്ടു കൽപ്പിച്ചു കൊടുക്കുകയും ചെയ്തു. ആനക്കാരൻ മുണ്ടു വാങ്ങി തൊഴുതിട്ട് അപ്പോൾത്തന്നെ ആ താപ്പാനയേയുംകൊണ്ട് മടങ്ങിപോരികയും ചെയ്തു.

ഈ താപ്പാന കൊച്ചിരാജ്യത്തുള്ള ഒരു ആനക്കുഴിയിൽ വീണതും തിരുവിതാംകൂർ സർക്കാരുദ്യോഗസ്ഥന്മാർ ഉപായത്തിൽ അവിടെനിന്നു കയറ്റിക്കൊണ്ടുവന്നു പഴക്കി തിരുവിതാംകൂർ സർക്കാർവക ആക്കിത്തീർത്തുമായിരുന്നു. ആനക്കാരൻ ശക്തൻ തിരുമനസ്സിലെ അടുക്കൽ "അടിയന്റെ ആന, തിരുമനസ്സിലെ ആന" എന്നറിയിച്ചതിന്റെ അർത്ഥം ഇതായിരുന്നു. പിന്നെ "ഒന്നാന്തരമാന, പൊന്നുതമ്പുരാന്റെ ആന" എന്നറിയിച്ചതിന്റെ അർത്ഥം ഇപ്പോൾ കുഴിയിൽ വീണുകിട്ടിയ ആന ഒന്നാന്തരമാണെന്നും അതിനെ ഏതുവിധവും പൊന്നുതമ്പുരാൻ (തിരുവിതാംകൂർ രാജാവു) കൈവശപ്പെടുത്തുമെന്നുമായിരുന്നു.

ഈ സംഗതികളെല്ലാം രണ്ടുദിവസം കഴിഞ്ഞപ്പോൾ മഹാരാജാവു തിരുമനസ്സുകൊണ്ടു തന്റെ ചാരന്മാർ മുഖാന്തരമറിയുകയും ശക്തൻ

തിരുമനസ്സിലെ അടുക്കൽ ഉചിതമായ മറുപടിയറിയിച്ച ആനക്കാരനു പ്രതിമാസം പതിനഞ്ചു പണംകൂടി ശമ്പളം കൂട്ടിക്കൊടുക്കുന്നതിനു കൽപിച്ചു ചട്ടംകെട്ടുകയും ചില സമ്മാനങ്ങൾ കൽപിച്ച് അയച്ചുകൊടുക്കുകയും ചെയ്തു.

ആനക്കുട്ടിയുടെ യോഗ്യതകളെക്കുറിച്ചു കേട്ടപ്പോൾ അതിനെ ഏതു വിധവും കൈവശപ്പെടുത്തണമെന്നു മഹാരാജാവു തിരുമനസ്സുകൊണ്ടു കൽപിച്ചു നിശ്ചയിച്ചു. അതിനുള്ള കൗശലം ആലോചിച്ചു നിശ്ചയിക്കുന്നതിനായി ദിവാൻജിയെ തിരുമുമ്പാകെ വരുത്തി, "നമ്മുടെ രാജ്യത്തിന്റെ അതിർത്തിക്കകത്തു കടന്നു കൊച്ചിക്കാർ ഒരാനക്കുഴി തീർക്കുകയും അതിൽ ഒരു കൊമ്പൻകുട്ടി വീഴുകയും അതിനെ അവർ കയറ്റിക്കൊണ്ടുപോയി കൊച്ചിസർക്കാർവക ആനക്കൂട്ടിലാക്കി അടയ്ക്കുകയും ചെയ്ത കഥ കേശവൻ അറിഞ്ഞുവോ?" എന്നു കൽപിച്ചു ചോദിച്ചു.

ദിവാൻ: റാൻ, അടിയൻ അറിഞ്ഞു. ഇന്നലെ കൊട്ടാരക്കരെ വെച്ചാണ്, അടിയൻ ഈ സംഗതി അറിഞ്ഞത്.

മഹാരാജാവ്: ആ കൂട്ടിക്കൊമ്പൻ സകല ശുഭലക്ഷണങ്ങളും തികഞ്ഞ ഒരൊന്നാന്തരം ആനയാണെന്നാണു കേട്ടത്. അതിനെ അവർ കൈവശപ്പെടുത്തിയതിനെക്കുറിച്ചു നമുക്കു സാമാന്യത്തിലധികം കുണ്ഠിതമുണ്ട്. അതിനെ ഏതുവിധവും നമുക്കു കൈവശപ്പെടുത്തണം. അതിനെന്താ കൗശലം?

ദിവാൻ: അതിനെക്കുറിച്ചു തിരുമനസ്സിൽ ഒട്ടും കുണ്ഠിതം വേണ്ട. ആ ആന താമസിയാതെ ഇവിടെ വന്നുചേരും.

മഹാ: അതെങ്ങനെ?

ദിവാൻ: അടിയൻ ഈ വർത്തമാനമറിഞ്ഞ ക്ഷണത്തിൽ ആനയെ കൈവശപ്പെടുത്തി കൊണ്ടുവരുന്നതിനായി കുഞ്ചിക്കുട്ടിയെ അങ്ങോട്ടയച്ചിട്ടുണ്ട്. സഹായത്തിനായി വൈക്കം പത്മനാഭപിള്ളയേയും കുതിരപ്പക്ഷിയേയുംകൂടി പിന്നാലെ വിടകൊണ്ടയച്ചിട്ടാണ് അടിയൻ ഇങ്ങോട്ടു വിടകൊണ്ടു പോന്നത്.

മഹാ: കുഞ്ചിക്കുട്ടിക്ക് ഇപ്പോഴത്തെ പെരുമ്പടത്തിൽ മൂപ്പിലേക്കുറിച്ച് അറിയാമോ എന്തോ? അദ്ദേഹത്തിന്റെ "ശക്തൻ" എന്നുള്ള പേരു യഥാർത്ഥമായിട്ടുള്ളതാണ്. അദ്ദേഹം നരസിംഹത്തിന്റെ അവതാരമാണെന്നാണു ജനങ്ങൾ പറയുന്നത്.

ദിവാൻ: അതൊക്കെ ശരിതന്നെ. എങ്കിലും കുഞ്ചിക്കുട്ടി ഒരു കാര്യത്തിനായിപ്പോയാൽ അതു സാധിക്കാതെ മടങ്ങിപ്പോരുന്ന ആളല്ലെന്നാണ് അടിയന്റെ വിശ്വാസം. കുഞ്ചിക്കുട്ടി തേവലശ്ശേരി നമ്പിയുടെ ശിഷ്യനായതുകൊണ്ട്, ആനയെ അല്ല, സിംഹത്തെത്തന്നെയും

സ്വാധീനപ്പെടുത്തിക്കൊണ്ടുപോരുന്നതിന് അയാൾക്ക് ഒരു പ്രയാസവുമില്ല. എന്നു മാത്രമല്ല, അയാൾ ചെങ്ങന്നൂർ ചെന്നു നമ്പിയെക്കണ്ടിട്ടല്ലാതെ കൊച്ചിയിലേക്കു വിടകൊള്ളുകയില്ല. പിന്നെ സഹായത്തിനു വിടകൊണ്ടിട്ടുള്ളവരും സാമാന്യക്കാരല്ലല്ലോ.

മഹാ: അതൊക്ക ശരിയാണ്. കുഞ്ചിക്കുട്ടി പോയാൽ കാര്യം സാധിക്കാതെയിരിക്കുകയില്ലെന്നുതന്നെയാണു നമുക്കും തോന്നുന്നത്.

ഈ സംഭാഷണം കഴിഞ്ഞതിന്റെ ശേഷം ദിവാൻജി തിരുമുമ്പിൽ നിന്നു മടങ്ങിപ്പോയി, അന്നത്തെ തിരുവിതാംകൂർ ദിവാൻജി കേശവപിള്ള (*കേശവദാസ്*) ആയിരുന്നു എന്നുള്ളതു വിശേഷിച്ചു പറയണമെന്നില്ലല്ലോ.

ദിവാൻജിയുടെ ഉത്തരവു കിട്ടിയ ഉടനെ പുറപ്പെട്ടു കുഞ്ചിക്കുട്ടിപ്പിള്ള സർവ്വാധികാര്യക്കാർ ചെങ്ങന്നൂരെത്തി തേവലശ്ശേരി നമ്പിയെക്കണ്ടു വന്ദിച്ച് അദ്ദേഹത്തിന്റെ അനുഗ്രഹവും വാങ്ങിക്കൊണ്ട് അന്നുതന്നെ അവിടെനിന്നു മടങ്ങിപ്പോരികയും അടുത്തദിവസം വൈകുന്നേരമായപ്പോഴേയ്ക്കും ആലങ്ങാട്ടുള്ള സ്വഗൃഹത്തിലെത്തുകയും ചെയ്തു. അപ്പോഴേക്കും വൈക്കം പത്മനാഭപിള്ളയും കുതിരപ്പക്ഷിയും അവിടെ ചെന്നുചേർന്നു. പിന്നെ അവർ മൂന്നുപേരുംകൂടി പിന്നീടുവേണ്ടുന്ന കാര്യങ്ങളെക്കുറിച്ച് ആലോചിച്ച് നിശ്ചയിക്കുകയും കുഞ്ചിക്കുട്ടിപ്പിള്ള പിന്നാലെ എത്തിക്കൊള്ളാമെന്നു പറഞ്ഞു മറ്റവരെ രണ്ടുപേരെയും ഊണുകഴിപ്പിച്ച് അപ്പോൾത്തന്നെ അവിടെ നിന്നു പറഞ്ഞയക്കുകയും ചെയ്തു.

പത്മനാഭപിള്ളയും കുതിരപ്പക്ഷിയും രണ്ടു വഴിപോക്കരുടെ വേഷത്തിലാണ് പുറപ്പെട്ടത്. അവർ ആലങ്ങാട്ടുനിന്നു പുറപ്പെട്ടതിന്റെ പിറ്റേദിവസംതന്നെ കൊച്ചിസർക്കാർവക ആനക്കൂടിന്റെ സമീപമെത്തി. ആനക്കൂടിന്റെ തണലത്തിരുന്ന് ഒന്നു മുറുക്കിയതിന്റെ ശേഷം കൂട്ടിൽ നിന്നിരുന്ന ആനകളെ നോക്കി പത്മനാഭപിള്ള ആനകളുടെ ലക്ഷണങ്ങളെക്കുറിച്ചു ചില ശ്ലോകങ്ങൾ ചൊല്ലുകയും അവയുടെ അർത്ഥം കുതിരപ്പക്ഷിയെ പറഞ്ഞുകേൾപ്പിക്കുകയും ചെയ്തു തുടങ്ങി. പത്മനാഭപിള്ള ആനകളുടെ ലക്ഷണങ്ങളും മറ്റും പറയുന്ന 'മാതംഗലീല' മുതലായ അനേകം ശാസ്ത്രഗ്രന്ഥങ്ങൾ പഠിച്ചിട്ടുണ്ടായിരുന്നതിനാൽ ആ വക ഗ്രന്ഥങ്ങളിലുള്ള ചില ശ്ലോകങ്ങൾ ചൊല്ലിയാണ് കുതിരപ്പക്ഷിയോട് അർത്ഥം പറഞ്ഞത്. ഇതു കേട്ടപ്പോൾ അവിടെയുണ്ടായിരുന്ന ആനക്കാരെല്ലാം ഇവരുടെ അടുക്കൽ ചെന്നുകൂടി. ആനകളുടെ ലക്ഷണങ്ങളും മറ്റും പറയുന്നതു കേൾക്കാൻ ആനക്കാർക്ക് അഭിരുചിയുണ്ടാകുന്നതു സ്വാഭാവികമാണല്ലോ. ആ ആനക്കാരിൽ ചിലർ മാതംഗലീലയും മറ്റും കുറേശ്ശെ പഠിച്ചിട്ടുള്ളവരുമായിരുന്നു. അവരിൽ ചിലർ

പത്മനാഭപിള്ളയോടു ചില സംശയങ്ങൾ ചോദിക്കുകയും അവയ്ക്കെല്ലാം പത്മനാഭപിള്ള ശരിയായ സമാധാനങ്ങൾ പറഞ്ഞ് അവരെ സമ്മതിപ്പിക്കുകയും ചെയ്തു. അപ്പോഴേക്കും ആ ആനക്കാർക്കു പത്മനാഭപിള്ളയെക്കുറിച്ചു വളരെ ബഹുമാനമുണ്ടായിത്തീർന്നു. ഉടനെ ആ ആനക്കാർ വഴിപോക്കരോട്, "നിങ്ങൾ എവിടത്തുകാരാണ്? എവിടെപ്പോയി വരുന്നു?" എന്നും മറ്റും ചോദിച്ചു: അതിനു മറുപടിയായി വഴിപോക്കർ, "ഞങ്ങളുടെ ദിക്കു കുറച്ചു തെക്കാണ്. ഞങ്ങളുടെ ദിക്കിലുള്ള ഒരു വിലയ പ്രഭുവിന് ഒരാനയെ വാങ്ങിയാൽ കൊള്ളാമെന്നുണ്ട്. അതിനായിട്ടു ഞങ്ങൾ അന്വേഷിച്ചു പുറപ്പെട്ടിരിക്കുകയാണ്" എന്നു പറഞ്ഞു.

ഇവർ ഇങ്ങനെ സംസാരിച്ചുകൊണ്ടിരുന്ന സമയം ഏറ്റവും പ്രാകൃതവേഷക്കാരനായ ഒരു പട്ടാണി അവിടെച്ചെന്ന് "യശമാനന്മാരെ, ഒന്നു തിന്നാൻ പൊഹല തരാമോ?" എന്നു ചോദിച്ചു. അതു കേട്ടു വഴിപോക്കരിൽ ഒരാൾ (പത്മനാഭപിള്ള) "ഇതു പുകയിലക്കച്ചവടസ്ഥലമല്ല; ഇതാനക്കൂടാണ്. ഇവിടെ പുകയിലയില്ല. ഒരാനയെ വേണമെങ്കിൽ തരാം" എന്നു നേരംപോക്കുരീതിയിൽ പറഞ്ഞു. ഉടനെ പട്ടാണി, "എന്നാൽ ആനയായാലും മതി" എന്നു പറഞ്ഞു. അപ്പോൾ വഴിപോക്കൻ ആനക്കാരന്മാരോട്, "നമുക്ക് ഇയ്യാളെ ഒരാനപ്പുറത്തൊന്നു കേറ്റണം" എന്നു പറഞ്ഞു. "അങ്ങനെത്തന്നെ" എന്ന് ആനക്കാർ സമ്മതിക്കുകയും ചെയ്തു. അപ്പോൾ മറ്റേ വഴിപോക്കൻ (കുതിരപ്പക്ഷി) "ഞങ്ങൾ ഇവിടെ അടുത്തൊരു സ്ഥലത്തുപോയി ക്ഷണത്തിൽ മടങ്ങി വരാം. എന്നിട്ടാവാം ആനപ്പുറത്തു കേറ്റുകയും മറ്റും. നേരം അസ്തമിക്കാറായി" എന്നു പറഞ്ഞിട്ട് ആനക്കാരെയെല്ലാം വിളിച്ചുകൊണ്ടു പോയി. അടുത്തുണ്ടായിരുന്ന ഒരു മദ്യശാലയിൽക്കയറി മദ്യം വാങ്ങിക്കൊടുത്ത് ആനക്കാരെയെല്ലാം മൂക്കോളം കുടിപ്പിച്ചു. ആ വഴിപോക്കൻ കുടിച്ചുമില്ല. ഉടനെ അവർ മടങ്ങി ആനക്കൂട്ടിൽ വന്നു. ഉടനെ ആനക്കാർ, "ഏതാനയുടെ പുറത്താണ് കേറേണ്ടത്?" എന്നു പട്ടാണിയോടു ചോദിച്ചു. പട്ടാണി, "ഇതിന്റെ പുറത്ത്" എന്നു പറഞ്ഞ് ആ പുതിയ കുട്ടിക്കൊമ്പനെ തൊട്ടു കാണിച്ചു. പട്ടാണി തൊട്ടയുടനെ ആ ആനക്കുട്ടി പട്ടാണിയെക്കുത്താനായിത്തിരിഞ്ഞു നിന്നു. അപ്പോൾ ആനക്കാർ, "എടോ മാറി നിൽക്കൂ! ഇത് ഉപ്പാപ്പനും മറ്റുമല്ല, ആനക്കുട്ടിയാണ്. അവനെ കുഴിയിൽനിന്ന് കേറ്റി കൂട്ടിലാക്കീട്ടു നാലഞ്ചുദിവസമേ ആയുള്ളു. ഒട്ടും പഴകീട്ടുമില്ല. അവൻ മഹാ വിഷമക്കാരനാണ്. മിനിഞ്ഞാന്ന് ഒരാനക്കാരന്റേയും ഇന്നലെ ഈ കൂട്ടിൽ കിടന്നിരുന്ന ഒരാനയുടെയും കഥ ഇവൻ കഴിച്ചു" എന്നു പറഞ്ഞു. അതുകേട്ട് ഒരു വഴിപോക്കൻ, "എങ്കിലും അയാൾക്ക് അതിന്റെ പുറത്തുകയറാനാണ്

ആഗ്രഹമെങ്കിൽ നമുക്കതു സാധിപ്പിക്കണമല്ലോ. ചാകാതെ ഇരിക്കാൻ സൂക്ഷിക്കേണ്ടത് അയാളുടെ ചുമതലയാണ്" എന്നു പറഞ്ഞു. ഉടനെ ആനക്കാർ, "എന്നാലങ്ങനെയാവാം" എന്നു പറഞ്ഞ് ആ കുട്ടിയാനയെ രണ്ടു വടങ്ങളിട്ടു കെട്ടി, രണ്ടു താപ്പാനകളെ രണ്ടുവശത്തും നിറുത്തി പിടിച്ചു കൂട്ടിനു വെളിയിലിറക്കി. ഉടനെ ഒരു വഴിപോക്കൻ (പത്മനാഭ പിള്ള) അടുത്തുചെന്ന് ആ കുട്ടിക്കൊമ്പനെ ഒന്നു തടവുകയും പുറത്തു കയറിക്കൊള്ളുന്നതിനു പട്ടാണിയോടു പറയുകയും ചെയ്തു. "മരിക്കാൻ മനസ്സും ധൈര്യവുമുണ്ടെങ്കിൽ കേറിക്കൊള്ളൂ' എന്ന് ആനക്കാരും സമ്മതിച്ചു. ഇതുകേട്ട ക്ഷണത്തിൽ പട്ടാണി ഒരു ചാട്ടത്തിന് ആനപ്പുറത്തു കയറിക്കഴിഞ്ഞു. ഇതുകണ്ടപ്പോൾ ആനക്കാർ, "ഇതെന്തൊരദ്ഭുതമാണ്? ആന മടക്കാതെ ഒരു ചാട്ടത്തിന് ആനപ്പുറത്തു കയറിയ ഇവനാരാണ്? ആരായാലും സാമാന്യക്കാരനല്ല, നിശ്ചയം തന്നെ" എന്നും മറ്റും വിചാരിച്ച് അന്ധാളിച്ചു നിന്നുപോയി. പട്ടാണി തന്റെ അരവാളൂരി ആനയുടെ രണ്ടുവശങ്ങളിലുണ്ടായിരുന്ന വടങ്ങൾ വെട്ടിമുറിച്ചു കളഞ്ഞു. ആ സമയം പാന്ഥവേഷധാരിയായിരുന്ന പത്മനാഭപിള്ള വടംപിടിച്ചിരുന്ന താപ്പാനകൾക്ക് ഓരോ അടിവെച്ചു കൊടുത്തു. അടികൊണ്ട മാത്രയിൽ ആ ആനകൾ ഉറക്കെ നിലവിളിച്ചുകൊണ്ട് ഓടി കാടു കേറി. വടങ്ങൾ വെട്ടിമുറിച്ചു കഴിഞ്ഞപ്പോൾ ആ കുട്ടിക്കൊമ്പൻ നടന്നുതുടങ്ങി. പിന്നാലെ വല്ലവരും വന്നെങ്കിൽ കാണണമെന്നും വിചാരിച്ചു പട്ടാണി ആനയെ തിരിച്ചു പിമ്പോട്ടു നടത്തിയാണ് കൊണ്ടുപോയത്. അങ്ങനെ അതിർത്തി കടന്ന് ഏകദേശം ഒന്നര നാഴിക ദൂരത്തായതിന്റെ ശേഷം പട്ടാണി ആനയെ മുമ്പോട്ടുതന്നെ നടത്തിക്കൊണ്ടുപോയി. പട്ടാണിവേഷം ധരിച്ചുവന്ന ഈ മനുഷ്യൻ കുഞ്ചിക്കുട്ടിപ്പിള്ള സർവ്വാധികാര്യക്കാരാണെന്നു പറയാതെതന്നെ വായനക്കാർ ഊഹിച്ചറിഞ്ഞിരിക്കുമല്ലോ.

ഏകദേശം പത്തുനാഴിക ഇരുട്ടിയപ്പോഴേക്കും കുഞ്ചിക്കുട്ടിപ്പിള്ള ആനയേയുംകൊണ്ട് ആലങ്ങാട്ടു സ്വഗൃഹത്തിലെത്തി. അപ്പോഴേക്കും പത്മനാഭപിള്ളയും കുതിരപ്പക്ഷിയും അവിടെ വന്നുചേർന്നു. ഉടനെ അവർ അത്താഴം കഴിക്കുകയും ആനയ്ക്കു തീറ്റയും വെള്ളവും കൊടുക്കുകയും ചെയ്തതിന്റെ ശേഷം മൂന്നുപേരുംകൂടി ആനയേയുംകൊണ്ട് അപ്പോൾത്തന്നെ പുറപ്പെട്ടു. ഈ ആനക്കുട്ടിയെ മഹാരാജാവു തിരുമനസ്സിലെ തിരുമുമ്പാകെ കൊണ്ടുചെന്നു കാണിക്കാനുള്ള ധൃതിയും അത്യുത്സാഹവും നിമിത്തം അവർ ആലങ്ങാട്ടുനിന്നു പുറപ്പെട്ടിട്ട് രണ്ടു ദിവസംകൊണ്ട് കൊട്ടാരക്കരയെത്തി. അനന്തരം ആ മഹാന്മാർ മൂന്നുപേരും പഠിച്ചവിദ്യകളെല്ലാം പ്രയോഗിച്ചുനോക്കീട്ടും ആനയെ അവിടെനിന്ന് ഒരടിപോലും നടത്താൻ സാധിച്ചില്ല. ആനയെ

തിരുവനന്തപുരത്തു തിരുമുമ്പാകെ കൊണ്ടുചെന്നു കാണിച്ചെങ്കില ല്ലാതെ തങ്ങളുടെ പ്രയത്നം സഫലമാവുകയില്ലല്ലോ എന്നു വിചാരി ച്ചാണ് അവർ ശ്രമിച്ചത്. എന്തൊക്കെ ചെയ്തിട്ടും ആനയെ അവിടെ നിന്നു കൊണ്ടുപോവുകാൻ അവർക്കു സാധിച്ചില്ല. ആന ഒന്നു രണ്ടു ദിവസം രാപ്പകൽ ഒരുപോലെ അധികംദൂരം നടന്നതുകൊണ്ടുള്ള ക്ഷീണം നിമിത്തമായിരിക്കും നടക്കാത്തതെന്നു വിചാരിച്ചു ധാരാള മായി തീറ്റയും മറ്റും കൊടുത്ത് ഒന്നു രണ്ടു ദിവസം ആനയെ അവിടെ നിറുത്തി വിശ്രമിപ്പിച്ചിട്ടു പിന്നെയും കൊണ്ടുപോകാനായി ശ്രമിച്ചു നോക്കി. എന്നിട്ടും ഫലമൊന്നുമുണ്ടായില്ല. ആന അവിടെത്തന്നെ നിന്ന തേയുള്ളൂ. അപ്പോൾ ആ ദിക്കുകാരായ ചില വയോവൃദ്ധന്മാർ കുഞ്ചി ക്കുട്ടിപ്പിള്ളയോട് "ഈ ആനയെ ഇവിടെ കൊണ്ടുവന്നിട്ടു മഹാദേവനു നടയ്ക്കിരുത്താതെ കൊണ്ടുപൊയ്ക്കളയാമെന്നു നിങ്ങൾ വിചാരി ച്ചത് വലിയ സാഹസമായിപ്പോയി. ഈ ആനയെ ഇവിടെ നടയ്ക്കിരു ത്താതെ കൊണ്ടുപോകാൻ ആരു വിചാരിച്ചാലും ഒരിക്കലും സാധി ക്കയില്ല. മഹാദേവൻ ആനയെ വിട്ടയയ്ക്കാതെ എങ്ങനെ കൊണ്ടു പോകും? മഹാദേവനു കൊടുത്തതായി സങ്കല്പിച്ചു നടയ്ക്കിരുത്തി യാൽ പിന്നെ എവിടെ വേണമെങ്കിലും കൊണ്ടുപോകാം" എന്നു പറ യുകയും അതു വാസ്തവമായിരിക്കുമെന്നു കുഞ്ചിക്കുട്ടിപ്പിള്ളയ്ക്കു തോന്നുകയും ചെയ്യുകയാൽ അദ്ദേഹം ഈ സംഗതികളെല്ലാം തിരു മനസ്സറിയിക്കുന്നതിനു കേശവപിള്ള ദിവാൻജിയുടെ പേർക്കു വിവര ത്തിന് ഒരെഴുത്തെഴുതിക്കൊടുത്തു പത്മനാഭപിള്ളയെ തിരുവനന്ത പുരത്തിനയയ്ക്കുകയും ആനയെ സൂക്ഷിക്കുകയും പഴക്കുകയും ചെയ്തുകൊണ്ട് കുഞ്ചിക്കുട്ടിപ്പിള്ള കൊട്ടാരക്കരെത്തന്നെ താമസിക്കു കയും ചെയ്തു.

സർവാധികാര്യക്കാരുടെ എഴുത്തുകണ്ടയുടനെ ദിവാൻജി തിരു മുമ്പാകെ ചെന്നു സകല വിവരങ്ങളും തിരുമനസ്സറിയിച്ചു. അപ്പോൾ മഹാരാജാവു തിരുമനസ്സുകൊണ്ട് "കുഞ്ചിക്കുട്ടി ആനയെ കൊണ്ടു പോകുന്നതുവരെയുള്ള സംഗതികളെല്ലാം ചാരന്മാർ മുഖാന്തരം നാം മുമ്പേതന്നെ അറിഞ്ഞിരിക്കുന്നു. അതിൽ പിന്നീടുള്ള വിവരങ്ങൾ ഇപ്പോൾ മനസ്സിലായല്ലോ. സന്തോഷമായി. വിചാരിച്ചകാര്യം സാധി ച്ചത് ഈശ്വരാനുകൂല്യംകൊണ്ടാണല്ലോ. അതിനാൽ ആ ആനയെ ഈശ്വരനു സമർപ്പിക്കുന്നതും നമുക്കു സന്തോഷകരം തന്നെ. താമ സിയാതെ നാം കൊട്ടാരക്കരെച്ചെന്ന് ആ ആനക്കുട്ടിയെ നടയ്ക്കിരു ത്തിയേക്കാം. അതിനുവേണ്ടുന്നതെല്ലാം ഉടനെ ചട്ടംകെട്ടി ക്കൊള്ളണം" എന്നും കൊട്ടാരക്കരയ്ക്ക് എഴുന്നള്ളത്തു പുറപ്പെടു ന്നത് ഇന്ന ദിവസമാണെന്നും കല്പിച്ചു.

കല്പനപ്രകാരം ദിവാൻജി എഴുന്നള്ളത്തിനും ആനയെ നടയ്ക്കിരുത്തുന്നതിനും വേണ്ടുന്നതെല്ലാം ചട്ടംകെട്ടുകയും നിശ്ചിതദിവസം തന്നെ തിരുമനസ്സുകൊണ്ട് കൊട്ടാരക്കരെ എഴുന്നള്ളുകയും ചെയ്തു. അപ്പോഴേക്കും കുഞ്ചിക്കുട്ടിപ്പിള്ള ആനപ്പാവു പരിചയമുള്ള 'രാമശ്ശാരെ'ന്നു പ്രസിദ്ധനായ ഒരാനക്കാരന്റെ സഹായത്തോടുകൂടി ആ കുട്ടിക്കൊമ്പനെ ഇടവും വലവും മറ്റും പഠിപ്പിച്ചു നല്ലതുപോലെ പഴക്കിയിരുന്നു. സർവ്വ ലക്ഷണങ്ങളും തികഞ്ഞ ആ ആനക്കുട്ടിയെ കണ്ടപ്പോൾ തിരുമനസ്സിലേക്കുണ്ടായ സന്തോഷം അപരിമിതമായിരുന്നു. ആകപ്പാടെ കണ്ടപ്പോൾത്തന്നെ അവൻ മഹാ ശൂരനും ധീരനുമാണെന്നു തിരുമനസ്സുകൊണ്ടു നിശ്ചയിച്ചു. അക്കാലത്തു ആ ആനയ്ക്ക് ഏകദേശം ഇരുപതുവയസ്സു പ്രായമായിട്ടുണ്ടായിരുന്നു. ഒരു മുഴത്തിൽ കുറയാതെ കൊമ്പുകൾ പുറത്തേയ്ക്കു കാണ്മാനുണ്ടായിരുന്നു. ദേഹത്തിന്റെ പുഷ്ടിയും ഉയരവും തലക്കട്ടിയും മസ്തകത്തിന്റെ വിരിവും കൊമ്പിന്റെ ഭംഗിയും മറ്റും ഇത്രത്തോളമുള്ള ഒരാന അക്കാലത്തു വേറെ ഇല്ലായിരുന്നുവെന്നു മാത്രമല്ല, അതിനു മുമ്പ് ഉണ്ടായിരുന്നുമില്ല. ആ കുട്ടിയാനയുടെ പുറത്ത് ആറുപേർക്ക് ധാരാളമായിട്ടിരിക്കാമായിരുന്നു. നട്ടെല്ലിന്റെ രണ്ടുവശത്തും ഓരോരുത്തർക്കു നീണ്ടു നിവർന്നു കിടക്കുകയും ചെയ്യാമായിരുന്നു. നട്ടെല്ലു ലേശംപോലം എഴുന്നിരുന്നില്ല. അതിനാൽ ആ ആനയുടെ പുറത്തിരുന്നാൽ മെത്തപ്പുറത്തിരുന്നാലെന്നതുപോലുള്ള സുഖം തോന്നുമായിരുന്നു. അവന്റെ മുഖത്തു സദാ പ്രകാശിച്ചിരുന്നത് വീരരസമായിരുന്നു. ആ കൊമ്പന്റെ നെറ്റിയിൽ ചന്ദ്രക്കലപോലെ ഒരു രേഖ ശോഭിച്ചു കാണ്മാനുണ്ടായിരുന്നു. അതുകൊണ്ടും കൊട്ടാരക്കര ദേവൻ ചന്ദ്രശേഖരൻ (*ശിവൻ*) ആയിരുന്നതിനാലും ആ ആനക്കുട്ടിക്കു മഹാരാജാവു തിരുമനസ്സുകൊണ്ടു ചന്ദ്രശേഖരൻ എന്നു തന്നെ പേരിട്ട് അവിടെ നടയ്ക്കിരുത്തി. പിന്നീട് 'കൊട്ടരക്കരച്ചന്ദ്രശേഖരൻ' എന്നു പ്രസിദ്ധനായിത്തീർന്ന ഗജശ്രേഷ്ഠൻ ഈ കുട്ടിക്കൊമ്പനാണെന്നു വിശേഷിച്ചു പറയണമെന്നില്ലല്ലോ. ആനയെ നടയിരുത്തിയതു സംബന്ധിച്ചു തിരുമനസ്സിലെ വകയായി അന്ന് അവിടെ ക്ഷേത്രത്തിൽ കേമമായിട്ടു കളഭവും വിളക്കും സദ്യയും മറ്റുമുണ്ടായിരുന്നു. അതെല്ലാം കഴിഞ്ഞിട്ടു നാലു ദിവസംകൂടി അവിടെ എഴുന്നള്ളിത്താമസിക്കുകയും കുഞ്ചിക്കുട്ടിപ്പിള്ളയ്ക്കു വേണ്ടുന്ന സഹായങ്ങൾ ചെയ്തുകൊണ്ടിരുന്ന രാമശ്ശാരെത്തന്നെ ചന്ദ്രശേഖരന്റെ ആനക്കാരനായി കല്പിച്ചു നിയമിക്കുകയും, "ചന്ദ്രശേഖരനു തീറ്റയും മറ്റും വേണ്ടതുപോലെ കൊടുത്ത് അവനെ ശരിയായി രക്ഷിച്ചുകൊള്ളണം" എന്നു പ്രത്യേകം കല്പിക്കുകയും ചെയ്തിട്ടാണ് തിരുമനസ്സുകൊണ്ടു തിരുവനന്തപുരത്തേക്കു തിരിച്ചെഴുന്നള്ളിയത്. ചന്ദ്രശേഖരനെ കൊട്ടരക്കര നടയ്ക്കിരുത്തിയത് കൊല്ലം

948-ാമാണ്ടാണ്. അതിനുശേഷം അവനെ സംബന്ധിച്ചുണ്ടായിട്ടുള്ള ചില വിശേഷസംഗതികൾ താഴെപ്പറയുന്നു.

കാലക്രമേണ ചന്ദ്രശേഖരനെക്കുറിച്ചുള്ള സന്തോഷം തിരുമനസ്സിലേക്കും ജനങ്ങൾക്കും സീമാതീതമായി വർദ്ധിച്ചു. അവനു തീറ്റ കൊടുക്കുന്നതിനും അവനെ കുളിപ്പിക്കുന്നതിനും മറ്റും ഒട്ടും അമാന്തം വന്നുപോകരുതെന്നു കരുതി രാമശ്ശാരുടെ അസിസ്റ്റന്റായി 'കൊച്ചുകുഞ്ഞ്' എന്നൊരാളെക്കൂടി ആനക്കാരനായി നിയമിച്ചു. കൊട്ടാരക്കര ദേശത്തുള്ള ജനങ്ങൾ ചന്ദ്രശേഖരനെക്കുറിച്ചുള്ള സന്തോഷംകൊണ്ട് ആനയെ വൈകുന്നേരം കെട്ടുന്നത് ഓരോ ദിവസം ഓരോരുത്തരുടെ പുരയിടങ്ങളിൽ വേണമെന്നും തീറ്റി അവർ ശേഖരിച്ചു കൊടുത്തുകൊള്ളാമെന്നും രാമശ്ശാരോടു പറയുകയും രാമശ്ശാർ അങ്ങനെ സമ്മതിക്കുകയും അപ്രകാരം നടത്തിവരികയും ചെയ്തു. ആനയെ എവിടെക്കെട്ടിയാലും പിറ്റേദിവസം രാവിലെ കൊച്ചുകുഞ്ഞ് ആ സ്ഥലത്തു ചെന്ന് ആനയെ അഴിച്ച് പൊടിതട്ടിക്കളയുകയും വെള്ളം കൊടുക്കുകയും കൊണ്ടുപോയി കുളിപ്പിക്കുകയും ചെയ്യണമെന്നാണ് രാമശ്ശാര് ഏർപ്പാട് ചെയ്തിരുന്നത്. അങ്ങനെ പതിവായി നടന്നുവരികയും ചെയ്തു. ചന്ദ്രശേഖരന്റെ ശുശ്രൂഷകളെല്ലാം ചെയ്തിരുന്നത് കൊച്ചുകുഞ്ഞായിരുന്നുവെങ്കിലും അവനു സ്നേഹവും ബഹുമാനവും രാമശ്ശാരെക്കുറിച്ചുള്ളതുപോലെ മറ്റാരെക്കുറിച്ചുമുണ്ടായിരുന്നില്ല. കൊച്ചുകുഞ്ഞിനെ ചന്ദ്രശേഖരൻ കൂലിക്കാരനായിട്ടു മാത്രമേ വിചാരിച്ചിരുന്നുള്ളൂ. രാമശ്ശാർക്കു ചന്ദ്രശേഖരനെക്കുറിച്ചും പുത്രനിർവ്വിശേഷമായ സ്നേഹവും വാത്സല്യവുമുണ്ടായിരുന്നു. അയാൾ ചന്ദ്രശേഖരനെ സാധാരണയായി വിളിച്ചു വന്നിരുന്നതും 'മകനേ!' എന്നായിരുന്നു. ചന്ദ്രശേഖരൻ അതിനെ സമ്മതിച്ചും രാമശ്ശാരെ തന്റെ പിതാവിനെപ്പോലെ വിചാരിച്ചുമാണ് വർത്തിച്ചിരുന്നത്.

ഇപ്രകാരമെല്ലാമിരുന്നപ്പോൾ ഒരു ദിവസം കാലത്ത് ആനയെ അഴിക്കുന്നതിനും മറ്റും പതിവുപോലെ കൊച്ചുകുഞ്ഞു വന്നില്ല. അയാൾ കള്ളുകുടിച്ച് ബോധംകെട്ട് എവിടെയോ കിടന്നുപോയി. കൊച്ചുകുഞ്ഞ് പതിവുപോലെ വരുമല്ലോ എന്നു വിചാരിച്ചു രാമശ്ശാരും രാവിലെ വന്നില്ല. അയാൾ ഏകദേശം പത്തുമണിയായപ്പോഴാണ് ആനയുടെ അടുക്കൽ വന്നത്. അപ്പോൾ ആനയെ അതുവരെ അഴിക്കുകയും പൊടിയടിക്കുകയും വെള്ളം കൊടുക്കുകയും ചെയ്തിട്ടില്ലെന്നറിഞ്ഞു രാമശ്ശാർ വളരെ വ്യസനിച്ചു. ചന്ദ്രശേഖരനും സ്വൽപം സങ്കടം പ്രദർശിപ്പിച്ചു. ഉടനെ രാമശ്ശാർ, "മകനെ ആ കുരുത്തംകെട്ടവൻ പതിവുപോലെ വരുമെന്നു വിചാരിച്ചാണ് ഞാൻ വരാൻ താമസിച്ചത്. ഇനി ഇങ്ങനെ ഒരിക്കലും വരാതെ ഞാൻ കരുതിക്കൊള്ളാം" എന്നു പറഞ്ഞ്

ആനയെ അഴിച്ചു പൊടിയടിച്ചുകൊണ്ടിരുന്ന സമയം കൊച്ചുകുഞ്ഞും അവിടെച്ചെന്നുചേർന്നു. കൊച്ചുകുഞ്ഞിനെ കണ്ടിട്ട് ദേഷ്യം കലശലായിട്ടു വരികയാൽ രാമശ്ശാർ അയാളെ സ്വൽപം ശാസിക്കുകയും ശകാരിക്കുകയും ചെയ്തു. അതു കൊച്ചുകുഞ്ഞിന് ഒട്ടും രസിച്ചില്ല. കൊച്ചുകുഞ്ഞിനു കള്ളിന്റെ ലഹരി നല്ലപോലെ പോയിട്ടില്ലായിരുന്നതുകൊണ്ടും ശകാരം കേട്ടപ്പോൾ ദേഷ്യം വന്നതുകൊണ്ടും അയാൾ രാമശ്ശാരെത്തല്ലാനായി കൈയ്യോങ്ങിക്കൊണ്ടു പാഞ്ഞുചെന്നു. അതു ചന്ദ്രശേഖരനു ഒട്ടും രസിച്ചില്ല. അവൻ കൊച്ചുകുഞ്ഞിന്റെ കാലിന്മേൽ പിടികൂടി. അതുകണ്ട് രാമശ്ശാർ, "അയ്യോ മകനെ! ചതിക്കരുതേ" എന്നു പറഞ്ഞതും ചന്ദ്രശേഖരൻ കൊച്ചുകുഞ്ഞിനെപിടിച്ച് ഒരു മരത്തിന്മേൽ അടിച്ചതും കൊച്ചുകുഞ്ഞിന്റെ തല പൊട്ടിത്തെറിച്ചതും ചന്ദ്രശേഖരൻ കൊലവിളി വിളിച്ചതുമെല്ലാമൊരുമിച്ചു കഴിഞ്ഞു. കൊച്ചുകുഞ്ഞിനെ മരത്തിന്മേലടിക്കാതിരിക്കുന്നതിനു തടസ്സം പിടിക്കാനായി അടുത്തു ചെന്ന രാമശ്ശാരുടെ മേൽ തുമ്പിക്കൈ സ്വൽപം ഏശുകയാൽ അയാൾ ബോധംകെട്ടു രണ്ടു ദണ്ഡ് അകലെപ്പോയി വീണു. ആ സമയം അവിടെത്താമസിച്ചിരുന്ന വീട്ടുകാർക്കുണ്ടായ ഭയവും പരിഭ്രമവും അവർണ്ണനീയമായിരുന്നു. ചന്ദ്രശേഖരന്റെ കൊലവിളികേട്ട് അസംഖ്യമാളുകൾ അവിടെ വന്നുകൂടുകയും ചെയ്തു.

രാമശ്ശാർ വീണുകിടക്കുന്നതുകണ്ടു ചന്ദ്രശേഖരൻ വളരെ വ്യസനിച്ചു. ശ്വാസം നേരേപ്പോകാതെയും ബോധംകെട്ടും കുളിച്ചതുപോലെ വിയർത്തുമാണ് രാമശ്ശാർ കിടന്നിരുന്നത്. ചന്ദ്രശേഖരൻ ഓടിച്ചെന്ന് അയാളെ തുമ്പിക്കൈയിൽ കോരിയെടുത്തുംകൊണ്ട് അവിടെനിന്നു പോയി. ഏകദേശം അരനാഴിക ദൂരെച്ചെന്നപ്പോൾ അവിടെ ഒരു മൈതാനവും മൈതാനത്തിന്റെ മദ്ധ്യത്തിങ്കൽ ഒരു പ്ലാവും നല്ല തണലുമുണ്ടായിരുന്നു. ചന്ദ്രശേഖരൻ രാമശ്ശാരെ ആ തണലത്തു കിടത്തിയിട്ട് പ്ലാവിന്റെ തൂപ്പ് (ഇലയോടുകൂടിയ ചെറിയ കമ്പുകൾ) ഒടിച്ചെടുത്തു വീശിത്തുടങ്ങി. കുറച്ചുകഴിഞ്ഞപ്പോൾ രാമശ്ശാർ കണ്ണുതുറന്നു. അപ്പോൾ ഒരു മുഹമ്മദീയസ്ത്രീ ഒരു കുടവും കൊണ്ട് അവിടെ അടുത്തുണ്ടായിരുന്ന കിണറ്റിൻകരെ വന്നു വെള്ളം കോരി കുടത്തിലൊഴിച്ചു നിറച്ചു. അതുകണ്ടു ചന്ദ്രശേഖരൻ അങ്ങോട്ടു ചെന്നു. ചന്ദ്രശേഖരൻ ചെല്ലുന്നതു കണ്ട് ആ സത്രീ കുടമെടുക്കാതെ ഓടിമാറി. ചന്ദ്രശേഖരൻ പതുക്കെ ആ കുടവും വെള്ളവുമെടുത്തുകൊണ്ടുവന്നു രാമശ്ശാരുടെ അടുക്കൽ വെച്ചിട്ടു തുമ്പിക്കൈകൊണ്ടു കുറച്ചു വെള്ളമെടുത്ത് രാമശ്ശാരുടെ ദേഹത്തിൽ തളിച്ചു. പിന്നെയും കുറച്ചുകൂടി വീശി. അപ്പോൾ രാമശ്ശാര് എഴുന്നേറ്റിരുന്നു. അതു കണ്ടപ്പോൾ ചന്ദ്രശേഖരനു സ്വൽപം മനസ്സമാധാനമുണ്ടായി. അവൻ കുടം യഥാപൂർവ്വം കിണറ്റിൻകരെ

കൊണ്ടുവെച്ചിട്ടു മടങ്ങിവന്നു. പിന്നെയും തൂപ്പെടുത്ത് രാമശ്ശാരെ വീശിക്കൊണ്ടു നിന്നു. അപ്പോൾ രാമശ്ശാര് "മകനെ! ചന്ദ്രശേഖരാ! നീയ്യെന്നെ ഇങ്ങനെ ചെയ്യുമെന്ന് ഞാൻ വിചാരിച്ചിരുന്നില്ല" എന്നു പറഞ്ഞു. അതുകേട്ടു ചന്ദ്രശേഖരൻ "അറിയാതെ വന്നുപോയ അബദ്ധമാണെന്നു" ഭാവംകൊണ്ടു രാമശ്ശാരെ മനസ്സിലാക്കുകയും കണ്ണീരൊലിപ്പിച്ചുകൊണ്ടു വളരെ കരയുകയും ചെയ്തു.

കാലത്ത് അഴിച്ച് പൊടിതട്ടിയാലുടനെ ചന്ദ്രശേഖരനു കുടിക്കാൻ വെള്ളംകൊടുക്കുക പതിവായിരുന്നു. അന്ന് അതിനിടയായില്ലല്ലോ. അതിനാൽ അവനു കലശലായിട്ടു ദാഹമുണ്ടായിരുന്നു. രാമശ്ശാർക്കു കുറച്ചു സുഖമുണ്ടെന്നു കണ്ടപ്പോഴേക്കും ചന്ദ്രശേഖരനു വെള്ളംകുടിക്കാൻ ധൃതിയായി. അവൻ കിണറ്റിൻകരെച്ചെന്നു കുടത്തിൽ നോക്കി. അതിൽ വെള്ളമുണ്ടായിരുന്നില്ല. അതിനാൽ മടങ്ങിപ്പോന്നു. കുറച്ചു കഴിഞ്ഞപ്പോൾ പിന്നെയും പോയി നോക്കി. അപ്പോഴും കുടത്തിൽ വെള്ളമുണ്ടായിരുന്നില്ല. അതിനാൽ ആ പ്രാവശ്യവും ഇച്ഛാഭംഗത്തോടുകൂടി മടങ്ങിപ്പോന്നു. അങ്ങനെ മൂന്നു നാലു പ്രാവശ്യമായപ്പോൾ രാമശ്ശാര്, "മകനേ! എനിക്ക് എണീക്കാറായാൽ ഞാൻ വെള്ളം കോരിത്തരാം" എന്നു പറഞ്ഞു. ആ മുഹമ്മദീയസ്ത്രീ ഇതെല്ലാം കാണുകയും കേൾക്കുകയും ചെയ്തുകൊണ്ട് അവിടെ ഒരു സ്ഥലത്ത് ഒളിച്ചു നിൽക്കുന്നുണ്ടായിരുന്നു. വെള്ളം കുടിക്കാൻ വൈകീട്ട് ചന്ദ്രശേഖരനുണ്ടായ പാരവശ്യം കണ്ടിട്ട് ആ സ്ത്രീ 'എന്തെങ്കിലും വരുന്നതു വരട്ടെ' എന്നു നിശ്ചയിച്ച് കിണറ്റിൻകരെച്ചെന്നു കുടം നിറച്ചു വെള്ളം കോരിയൊഴിച്ചിട്ടു മാറി നിന്നു. ചന്ദ്രശേഖരനെ നോക്കി "വെള്ളം കുടത്തിൽ നിറച്ചിട്ടുണ്ട്. വേണമെങ്കിൽ എടുത്തു കുടിക്കാം. എന്റെ കുടം പൊട്ടിച്ചേക്കരുത്" എന്നു പറഞ്ഞു. അതുകേട്ടു ചന്ദ്രശേഖരൻ ചെന്നു വെള്ളമെടുത്തു കുടിച്ചിട്ടു മതിയായില്ലെന്നുള്ള ഭാവത്തോടുകൂടി മാറി നിന്നു. മുഹമ്മദീയസ്ത്രീ പിന്നേയും ചെന്നു വെള്ളം കോരിയൊഴിച്ചു കുടംനിറച്ചിട്ടു മാറി നിന്നു.

ചന്ദ്രശേഖരൻ ആ വെള്ളവുമെടുത്തു കുടിച്ചു. ഇങ്ങനെ രണ്ടു മൂന്നു പ്രാവശ്യമായപ്പോൾ ചന്ദ്രശേഖരനു വെള്ളം മതിയാവുകയാൽ അവൻ കുടം പതുക്കെ അവിടെവെച്ചിട്ടു രാമശ്ശാരുടെ അടുക്കലേക്കു പോന്നു. അപ്പോൾ ആ മുഹമ്മദീയസ്ത്രീ വീണ്ടും ചെന്നു വെള്ളംകോരി കുടം നിറച്ച് എടുത്തുകൊണ്ട് അവരുടെ വാസസ്ഥലത്തേക്കും പോയി. അപ്പോഴേക്കും രാമശ്ശാർക്ക് ക്ഷീണം ഒരുവിധം മാറിയതിനാൽ അയാൾ ചന്ദ്രശേഖരനോടുകൂടി അയാളുടെ വീട്ടിലേക്കും പോയി.

കൊച്ചുകുഞ്ഞിനെക്കൊന്നതിന്റെ ശേഷം ചന്ദ്രശേഖരനെ കുടിപാർപ്പുള്ള പുരയിടങ്ങളിൽ കെട്ടാൻ ആരും സമ്മതിക്കാതെയായി.

അതിനാൽ നേരം വൈകുമ്പോൾ രാമയ്യർ അവനെക്കൊണ്ടുപോയി ആൾപ്പാർപ്പില്ലാത്ത പറമ്പുകളിലാണു പിന്നീടു കെട്ടിയിരുന്നത്. എങ്കിലും ജനങ്ങൾ കൂടക്കൂടെ ചന്ദ്രശേഖരനു പഴക്കുല, കരിമ്പ്, ശർക്കര, നാളികേരം മുതലായവ കൊണ്ടുചെന്നു കൊടുത്തിരുന്നു. അങ്ങനെ ആരെങ്കിലും എന്തെങ്കിലും കൊണ്ടുചെന്നു കൊടുത്താൽ അതിൽനിന്ന് ഒരുഭാഗം എടുത്തു മാറ്റിവെച്ചിട്ടു ശേഷമേ അവൻ തിന്നാറുള്ളു. സ്വദേശത്തുവെച്ചാണെങ്കിൽ മാറ്റിവെയ്ക്കുന്ന ഭാഗം അവൻ തന്നെ എടുത്തുകൊണ്ടുപോയി, അവനു വെള്ളംകോരിക്കൊടുത്ത മുഹമ്മദീയസ്ത്രീയുടെ കുടിലിന്റെ വാതിൽക്കൽവെച്ച് എടുത്തു കൊള്ളുവാൻ ആംഗ്യംകാണിച്ചിട്ടു മടങ്ങിപ്പോരും. ഇതിനു രാമയ്യർ കൂടെച്ചെല്ലുകയും മറ്റും വേണ്ട. ഉത്സവങ്ങളിൽ എഴുന്നള്ളിപ്പിനും മറ്റുമായി ദൂരസ്ഥലങ്ങളിൽച്ചെല്ലുമ്പോൾ പഴക്കുല മുതലായവ ആരെങ്കിലും കൊടുത്താൽ ചന്ദ്രശേഖരൻ മുഹമ്മദീയസ്ത്രീയ്ക്കുള്ള ഭാഗമെടുത്ത് രാമയ്യാരെ ഏൽപ്പിക്കും. രാമയ്യർ അതു വിറ്റുകിട്ടുന്ന പണം സ്വദേശത്തു ചെല്ലുമ്പോൾ മുഹമ്മദീയ സ്ത്രീയ്ക്കു കൊടുക്കണം എന്നാണ് ചന്ദ്രശേഖരൻ നിശ്ചയിച്ചിരുന്നത്. രാമയ്യർ അങ്ങനെത്തന്നെ ചെയ്തിരുന്നു.

ഒരിക്കൽ സ്വദേശത്തു (കൊട്ടാരക്കര) വെച്ചുതന്നെ ഒരാൾ ചന്ദ്രശേഖരനു നാലഞ്ചു പഴക്കുല കൊണ്ടുചെന്നു കൊടുത്തു. അതിൽനിന്ന് ഒന്നാംതരം ഒരു കുലയെടുത്തു മാറ്റിവെയ്ക്കുകയും ശേഷമുണ്ടായിരുന്നത് തിന്നുകയും ചെയ്തതിന്റെ ശേഷം മാറ്റിവെച്ച കുലയുമെടുത്തുകൊണ്ടു ചന്ദ്രശേഖരൻ മുഹമ്മദീയസ്ത്രീയുടെ കുടിലിങ്കലേക്കു പോയി. അവിടെച്ചെന്നപ്പോൾ ആ സ്ത്രീയും അവരുടെ ഭർത്താവും അവിടെയുണ്ടായിരുന്നില്ല. മുഹമ്മദീയൻ എവിടെയോ കൂലിവേലക്കും സ്ത്രീ വെള്ളംകൊരിക്കൊണ്ടുവരാനും പോയിരിക്കുകയായിരുന്നു. അവരുടെ രണ്ടു കുട്ടികൾ മാത്രമേ അവിടെയുണ്ടായിരുന്നുള്ളു. അഞ്ചും മൂന്നും വീതം മാത്രം വയസ്സു പ്രായമായിരുന്ന ആ കുട്ടികൾ കുടിലിനകത്തു കളിച്ചുകൊണ്ടിരിക്കുകയായിരുന്നു. ആ സമയം കുടിലിന്റെ മേൽക്കൂടിനു തീപിടിച്ചു കത്തിക്കൊണ്ടിരുന്നു. ഈ കുട്ടികൾ അതറിഞ്ഞില്ല. അഥവാ അവരറിഞ്ഞാലും വിശേഷമൊന്നുമില്ലല്ലോ. കുടിലിനു തീ പിടിച്ചിരിക്കുന്നതു കണ്ട് ചന്ദ്രശേഖരൻ ക്ഷണത്തിൽ അടുത്തുചെന്നു പഴക്കുല അവിടെവെച്ചിട്ട് തുമ്പിക്കൈകൊണ്ടു കുടിലിന്റെ മേൽക്കൂടിനു ഒരു തട്ടുകൊടുത്തു. മേൽക്കൂടു തെറിച്ചു ദൂരെപ്പോയിവീണു. അതവിടെക്കിടന്ന് അശേഷം ദഹിച്ചുപോയി. കാട്ടുകമ്പുകൾക്കൊണ്ടു കെട്ടിയുണ്ടാക്കി ഓലമേഞ്ഞതും തീപ്പുകകൊണ്ടും മറ്റും ഉണങ്ങിയിരുന്നതുമായ ആ മേൽപ്പുരക്കു

തീപ്പിടിച്ചാൽപ്പിന്നെ ദഹിക്കാൻ താമസിക്കുമോ? അതു മുഴുവനും ദഹിച്ചുപോയെങ്കിലും ചന്ദ്രശേഖരനതു തട്ടിക്കളഞ്ഞതുകൊണ്ട് ആ കുട്ടികൾക്കും കുടിലിനകത്തുണ്ടായിരുന്ന സാധനങ്ങൾക്കും തരക്കേടൊന്നും പറ്റിയില്ല. മുഹമ്മദീയസ്ത്രീ എന്തോ വറക്കുന്നതിനായി ഒരു പാത്രത്തിൽ വെളിച്ചെണ്ണ അടുപ്പത്തുവെച്ചിട്ട് അതു ചൂടുപിടിക്കുമ്പോഴേക്കു മടങ്ങിവരാമെന്നു വിചാരിച്ചാണ് പോയത്. വഴിയ്ക്ക് ആരാണ്ടേക്കണ്ടപ്പോൾ ഇത് മറന്ന് അവരുമായി സംസാരിച്ചുകൊണ്ടു സ്വൽപമധികം സമയം താമസിച്ചുപോയതിനാൽ വെളിച്ചെണ്ണയ്ക്കു തീപിടിച്ച് അതു പാളിക്കത്തി മേൽപ്പുരയ്ക്കു തീപിടിച്ചു. ആ സമയത്താണ് ചന്ദ്രശേഖരൻ അവിടെയെത്തിയത്. ചന്ദ്രശേഖരൻ മേൽപ്പുര തട്ടിക്കളഞ്ഞതിന്റെ ശേഷം ആ രണ്ടു കൂട്ടികളേയും താങ്ങിയെടുത്ത് ഒരു മരത്തണലിൽക്കൊണ്ടുചെന്നിരുത്തി, പഴക്കുലയെടുത്ത് അവരുടെ മുമ്പിൽ വെച്ചുകൊടുത്തിട്ടു ദൂരെ മാറിനിന്നു. പാർപ്പിടം പോയതുകൊണ്ടുള്ള വിഷമത എത്രമാത്രമുണ്ടെന്ന് അറിയാറായിട്ടില്ലാതെയിരുന്ന കുട്ടികൾ പഴമെടുത്തു തിന്നു സന്തോഷിച്ചു കളിച്ചുകൊണ്ട് ആ തണലത്തിരുന്നു.

മുഹമ്മദീയ സ്ത്രീ വെള്ളംകോരിക്കൊണ്ടു പകുതിവഴി വന്നപ്പോൾ അതികലശലായിട്ടുള്ള തീജ്വാലയും പുകയും കണ്ട് "അയ്യോ, എന്റെ കുട്ടികളുടെ കഥ കഴിഞ്ഞു" എന്നു പറഞ്ഞു വെള്ളവും കുടവും ദൂരെയെറിഞ്ഞിട്ട് തല്ലിയലച്ചു നിലവിളിച്ചുകൊണ്ട് ഓടിയെത്തി. കുടിലിന്റെ സമീപത്തായപ്പോൾ കുട്ടികൾ പഴം തിന്നു കളിച്ചുകൊണ്ടിരിക്കുന്നതും ചന്ദ്രശേഖരൻ അവരെ കാത്തുകൊണ്ടു ദൂരെ മാറി നിൽക്കുന്നതും ആ സത്രീ കണ്ടു. അപ്പോൾ അവരുടെ മനസ്സിനു വളരെ സമാധാനമായി. കുട്ടികൾ കുടിലിൽ കിടന്നു വെന്തുപോയിയെന്നുതന്നെയായിരുന്നു ആ സ്ത്രീയുടെ വിചാരം. ചന്ദ്രശേഖരൻ പഴക്കുലയും മറ്റും കൊണ്ടു കൂടക്കൂടെ ചെല്ലുക പതിവായിരുന്നതിനാൽ പഴക്കുല അവിടെ ഇരിക്കുന്നതും ചന്ദ്രശേഖരൻ കാത്തുനിൽക്കുന്നതും കണ്ടിട്ടു തന്റെ കുട്ടികളെ രക്ഷിച്ചതു ചന്ദ്രശേഖരൻ തന്നെയെന്നു നിശ്ചയിച്ചുകൊണ്ട് ആ സ്ത്രീ, "എന്റെ ചന്ദ്രശേഖരാ, എന്റെ ഓമനക്കുട്ടികളെ രക്ഷിച്ചതു നീയാണല്ലോ! നിന്നെ പടച്ചവൻ രക്ഷിക്കട്ടെ" എന്നു പറഞ്ഞു. ഉടനെ ചന്ദ്രശേഖരൻ അവിടെനിന്നു പോയി. മുഹമ്മദീയസ്ത്രീ തന്റെ കുട്ടികളേയുംകൊണ്ട് ആ അഗ്നിദഗ്ദ്ധശിഷ്ടമായ കുടിലിൽച്ചെന്നു നോക്കിയപ്പോൾ അതിലുണ്ടായിരുന്ന സാധനങ്ങളൊന്നും നഷ്ടപ്പെട്ടുപോയിട്ടില്ലെന്നറിഞ്ഞ് അൽപംകൂടി സന്തോഷിച്ചു. എങ്കിലും നേരംവൈകുമ്പോൾ കിടക്കാനൊരു പുരയില്ലല്ലോ എന്നു വിചാരിച്ചു വിഷാദവും അവർക്കുണ്ടാകാതെയിരുന്നില്ല.

കൂലിവേലയ്ക്കു പോയിരുന്ന മുഹമ്മദീയൻ നേരംവൈകിയപ്പോൾ മടങ്ങിയെത്തി. അപ്പോൾ തന്റെ പാർപ്പിടം വെന്തുപോയെന്നറിഞ്ഞു വളരെ ദുഃഖിക്കുകയും തന്റെ മക്കൾക്കു തരക്കേടൊന്നും പറ്റിയില്ലെന്നറിഞ്ഞ് ഏറ്റവും സന്തോഷിക്കുകയും ചെയ്തു. പിന്നെ ആ മുഹമ്മദീയനും ഭാര്യയുംകൂടി തങ്ങളുടെ കുടിൽ യഥാപൂർവ്വം കെട്ടിയുണ്ടാക്കുന്നതിന് എന്താ കൗശലമെന്നുള്ള ആലോചനയായി. സാരമില്ലാത്തതാണെങ്കിലും കുറെ കാലും കോലും മുളയും വാരിയൊമൊക്കെയില്ലാതെ അതു സാധിക്കുകയില്ലല്ലോ. അഗതികളായ അവർക്ക് അതത്ര ക്ഷിപ്രസാദ്ധ്യമായ കാര്യമല്ലായിരുന്നു.

അവർ അങ്ങനെ ആലോചിച്ചുകൊണ്ടിരുന്നപ്പോൾ ചന്ദ്രശേഖരൻ കുറെ കാട്ടുകമ്പുകളും അഞ്ചെട്ടു മുളയും വരിഞ്ഞുകെട്ടാനാവശ്യമുള്ള ചൂരലും വലിച്ചെടുത്തുകൊണ്ട് അവിടെയെത്തി. ആ സമാനങ്ങളെല്ലാം ആ മുഹമ്മദീയന്റെ മുമ്പിലിട്ടു കൊടുത്തിട്ടു രാമശ്ശാരുടെ അടുക്കലേക്കു പോയി. സാമാനങ്ങളൊക്കെ കിട്ടിയപ്പോൾ മുഹമ്മദീയനു വളരെ സമാധാനമായി. അയാൾ നല്ല വേലക്കാരനായിരുന്നതുകൊണ്ട് ആ സാമാനങ്ങളെല്ലാമെടുത്തുപയോഗിച്ചു പിറ്റെ ദിവസം നേരംവെളുക്കുന്നതിനു മുമ്പ് കുടിൽകെട്ടിയുണ്ടാക്കി. നേരംവെളുത്തതിന്റെ ശേഷം ചില മാന്യന്മാരുടെ അടുക്കൽച്ചെന്നു ചോദിച്ചിട്ടുകിട്ടിയ ഓലകൊണ്ട് ഉടനെ മേച്ചിലും കഴിച്ചു. അഞ്ചെട്ടുനാഴിക പുലർന്നപ്പോൾ ചന്ദ്രശേഖരൻ അവിടെചെന്നു നോക്കി. അപ്പോൾ യഥാപൂർവ്വം കുടിലുണ്ടാക്കി ആ മുഹമ്മദീയകുടുംബക്കാരവിടെ പാർപ്പുതുടങ്ങിയിരിക്കുന്നതായിക്കണ്ടു സന്തോഷിച്ചു മടങ്ങിപ്പോയി.

ആ മുഹമ്മദീയസ്ത്രീയ്ക്കു വിറകിനാവശ്യമുള്ള ഉണങ്ങിയ തടികൾ യഥാകാലം ചന്ദ്രശേഖരൻ മലകളിൽനിന്നു ശേഖരിച്ചു കൊണ്ടുചെന്നു കൊടുത്തിരുന്നു. ഇതെല്ലാം അവന് ഒരുദിവസം ദാഹിച്ചപ്പോൾ ആ സ്ത്രീ കുറച്ചു വെള്ളം കോരിക്കൊടുത്തതിന്റെ നന്ദിയാണെന്നുള്ളതു പറയണമെന്നില്ലല്ലോ. ചന്ദ്രശേഖരനെപ്പോലെ കൃതജ്ഞതയുണ്ടായിട്ടും വേറെ ഒരാന അക്കാലത്തെന്നല്ല, അതിനു മുമ്പും ഉണ്ടായിരുന്നില്ല. അതിൽപ്പിന്നെ ഉണ്ടായിട്ടുമില്ല. എന്നാൽ അവനെ ആരെങ്കിലും ഉപദ്രവിച്ചാൽ എന്തെങ്കിലും അവൻ അതിനു പകരംചെയ്യാതെയുമിരിക്കയില്ല.

ഒരിക്കൽ കൊട്ടാരക്കര താലൂക്കിൽത്തന്നെ കൽപിടദേശത്തുള്ള ചിറ്റുമല ക്ഷേത്രത്തിൽ ഒരെഴുന്നള്ളിപ്പിനായി ചന്ദ്രശേഖരനെ കൊണ്ടുപോയിരുന്നു. കാലത്തുള്ള ശീവേലിയെഴുന്നള്ളിപ്പു കഴിഞ്ഞതിന്റെ ശേഷം രാമശ്ശാർ ചന്ദ്രശേഖരനെ ക്ഷേത്രസമീപത്തുതന്നെ ഒരു മരത്തിൽന്മേൽ തളച്ചു തീറ്റയ്ക്കു വേണ്ടുന്ന തെങ്ങിൻപട്ട മുതലായവ

ഇട്ടുകൊടുത്തിട്ടു കുളിക്കാനുമുണ്ണാനും പോയി. ആ സമയം ചില കുട്ടികൾ ചന്ദ്രശേഖരന്റെ ചുറ്റും ചെന്നുകൂടി. എറ്റവും ദുർബ്ബുദ്ധിയായ ഒരു ബാലൻ ഒരു കല്ലെടുത്ത് ഒന്നെറിഞ്ഞു. അങ്ങോട്ടുമെറിയുന്നതിനായി ചന്ദ്രശേഖരൻ ആ കല്ല് തപ്പിയെടുത്തു. അപ്പോഴേക്കും ആ ബാലൻ ഓടിക്കളഞ്ഞു. എങ്കിലും ചന്ദ്രശേഖരൻ ആ കുട്ടിയെ നോക്കി മനസ്സിലാക്കിവെച്ചു. കല്ലു കാലിനടിയിലാക്കി സൂക്ഷിച്ചുകൊണ്ടു ചന്ദ്രശേഖരൻ തീറ്റതിന്നുകയും തിന്നുകഴിഞ്ഞ ഉടനെ കല്ലെടുത്തു വായിലാക്കി സൂക്ഷിക്കുകയും ചെയ്തു. പിന്നെ പതിവായി ചന്ദ്രശേഖരൻ വല്ലതും തിന്നുകയും വെള്ളം കുടിക്കുകയും ചെയ്യുന്ന സമയങ്ങളിൽ വായിൽനിന്നു കല്ലെടുത്ത് താഴെവയ്ക്കുകയും അതു കഴിഞ്ഞാൽ പിന്നെയും കല്ലെടുത്തു വായിലാക്കുകയും ചെയ്തുകൊണ്ടിരുന്നു. ഇങ്ങിനെ പതിവായി കണ്ടിരുന്നുവെങ്കിലും ഇതിന്റെ കാരണവും ഉദ്ദേശവുമെന്താണെന്ന് രാമശ്ശാർക്കും അറിഞ്ഞുകൂടായിരുന്നു. ആ ബാലൻ ചന്ദ്രശേഖരനെ എറിഞ്ഞപ്പോൾ രാമശ്ശാരടുക്കലുണ്ടായിരുന്നില്ലല്ലോ.

ചന്ദ്രശേഖരനെ ആണ്ടുതോറും ഉത്സവങ്ങൾക്കും മുറജപമുള്ള കാലങ്ങളിൽ നെടുമ്പുരകളുടെ തൂണുകൾ നിവർത്തു നാട്ടുന്നതിനും ലക്ഷദീപദിവസം ആ തൂണുകളെയെല്ലാമെടുത്തു മാറ്റുന്നതിനും തിരുവനന്തപുരത്തു കൊണ്ടുപോവുക പതിവായിരുന്നു. അവിടെ കൊണ്ടു ചെന്നാലുടനെ തിരുമുൻപിൽ കൊണ്ടുചെല്ലണമെന്നും പ്രത്യേക കൽപ്പനയുണ്ടായിരുന്നു. ആ പതിവനുസരിച്ചു രാമശ്ശാർ ചന്ദ്രശേഖരനെ അക്കൊല്ലവും ഉത്സവത്തിനു തിരുവനന്തപുരത്തു കൊണ്ടുപോവുകയും അവിടെ എത്തിയ ദിവസംതന്നെ അവനെ തിരുമുമ്പിൽ കൊണ്ടുചെല്ലുകയും ചെയ്തു. രാമവർമ്മമഹാരാജാവു തിരുമനസ്സിലേക്കു ചന്ദ്രശേഖരനെക്കുറിച്ച് പ്രത്യേകം വാത്സല്യവും അതിനു കാരണവുമുണ്ടായിരുന്നുവല്ലോ. തിരുമുമ്പിൽ ചെന്നയുടനെ ചന്ദ്രശേഖരൻ നട നാലും മടക്കി നമസ്ക്കരിച്ചു. ചന്ദ്രശേഖരൻ തിരുമുമ്പിൽ ചെല്ലുമ്പോളെല്ലാം അങ്ങനെ ചെയ്യുക പതിവാണ്. അതു രാമശ്ശാർ പറഞ്ഞിട്ടും മറ്റുമല്ല, അവൻ സ്വമേധയാ ചെയ്യുന്നതാണ്. ചന്ദ്രശേഖരൻ നമസ്ക്കരിച്ചെണീറ്റപ്പോഴേക്കും കൽപ്പനപ്രകാരം പതിവുള്ള പഴക്കുലകൾ, നാളികേരം, ശർക്കര, മുതലായവയെല്ലാം അവിടെ കൊണ്ടുചെന്നുകഴിഞ്ഞു. അവയെല്ലാമെടുത്തു രാമശ്ശാർ ചന്ദ്രശേഖരന്റെ മുമ്പിൽ വെച്ചുകൊടുത്തു. ചന്ദ്രശേഖരൻ പതിവുപോലെ അതിൽനിന്നു നല്ലതായിട്ട് ഒരു പഴക്കുലയും ഏതാനും നാളികേരവും ശർക്കരയുമെടുത്തു മാറ്റിവെച്ചു. അതു കണ്ടിട്ട് അതിന്റെ കാരണമെന്തെന്നു കൽപിച്ചു ചോദിക്കുകയും രാമശ്ശാർ മുഹമ്മദീയസ്ത്രീയുടെ കാര്യവും മാറ്റിവെച്ച സാമാനങ്ങൾ വിറ്റുകിട്ടുന്ന പണം, താൻ ആ സ്ത്രീക്കു കൊണ്ടുചെന്നു

കൊടുക്കണമെന്നുള്ള വിവരവും തിരുമനസ്സറിയിക്കുകയു ചെയ്തു. ഉടനെ തിരുമനസ്സുകൊണ്ടു 'ചന്ദ്രശേഖരാ! അതു വെച്ചേക്കണമെന്നില്ല. അതിന്റെ വില ഇവിടെനിന്നു കൊടുത്തേക്കാം' എന്നു കൽപ്പിക്കുകയും അപ്പോൾത്തന്നെ ആ വകയ്ക്കു നാലുറുപ്പിക കൽപിച്ചു രാമശ്ശാരെ ഏൽപ്പിക്കുകയും ചെയ്തു. ഉടനെ ചന്ദ്രശേഖരൻ വായിൽനിന്നു കല്ലെ ടുത്തു താഴെവെച്ചിട്ട് ആ പഴക്കുലയും മറ്റും മുഴുവനും തിന്നുകയും കല്ലെടുത്ത് പിന്നെയും വായിലാക്കുകയും ചെയ്തു. അതു കണ്ടിട്ട് അതിന്റെ കാരണവും ഉദ്ദേശ്യവുമെന്തെന്നു കൽപിച്ചു ചോദിച്ചു. അപ്പോൾ രാമശ്ശാർ, "എന്തോ അടിയനറിഞ്ഞുകൂടാ. കുറച്ചു നാളാ യിട്ട് ഇങ്ങനെ കാണുന്നുണ്ട്" എന്നു തിരുമനസ്സറിയിച്ചു. പതിവുപോലെ ഉത്സവം കഴിയുന്നതുവരെ ചന്ദ്രശേഖരനെയുംകൊണ്ടു രാമശ്ശാർ തിരു വനന്തപുരത്തു താമസിക്കുകയും അനന്തരം യാത്രയറിയിച്ചു പതി വുള്ള സമ്മാനവും വാങ്ങിക്കൊണ്ടു ചന്ദ്രശേഖരസമേതം കൊട്ടാര ക്കരയ്ക്കുതന്നെ മടങ്ങിപ്പോവുകയും ചെയ്തു.

പിന്നെക്കുറച്ചുകാലം കഴിഞ്ഞപ്പോൾ (*973-ാമാണ്ട് കുംഭമാസത്തിൽ*) രാമവർമ്മ മഹാരാജാവു തിരുമനസ്സുകൊണ്ടു നാടു നീങ്ങിപ്പോയി എന്നുള്ള വർത്തമാനം കേട്ടിട്ട് ചന്ദ്രശേഖരനുണ്ടായ സങ്കടം ഒട്ടും ചില്ലറയല്ലായിരുന്നു. അതു കേട്ടപ്പോൾ മുതൽ അവൻ ഉറക്കെ നില വിളിച്ചുതുടങ്ങി. മൂന്നഹോരാത്രം മുഴുവൻ കിടക്കുകയും ഉറങ്ങുകയും വെള്ളം കുടിക്കുകയും തീറ്റ തിന്നുകയും ചെയ്യാതെ ചന്ദ്രശേഖരൻ നിലവിളിച്ചുകൊണ്ടുതന്നെ നിന്നു. അവന്റെ നിലവിളി കേട്ടു ദിഗ്വാസി കളെല്ലാം വളരെ പരിഭ്രമിച്ചു. പിന്നെ കാരണമറിഞ്ഞതിന്റെ ശേഷമേ അവർക്കൊക്കെ സമാധാനമായുള്ളൂ. ഏകദേശം ഇങ്ങനെയുള്ള ഒരു ദുഃഖം ചന്ദ്രശേഖരനു കുഞ്ചിക്കുട്ടിപ്പിള്ള സർവ്വാധികാര്യക്കാർ മരിച്ചു പോയി എന്നു കേട്ടപ്പോൾ മാത്രമേ ഉണ്ടായിട്ടുള്ളൂ. മൂന്നു ദിവസം കഴിഞ്ഞതിന്റെ ശേഷം രാമശ്ശാരുടെ നിർബന്ധംകൊണ്ടു ചന്ദ്രശേഖരൻ കുറെശ്ശെ വെള്ളം കുടിക്കുകയും തീറ്റ തിന്നുകയും ചെയ്തു തുടങ്ങി. സാമാന്യംപോലെ വെള്ളം കുടിക്കുകയും തീറ്റ തിന്നുകയും ചെയ്തു തുടങ്ങിയത് ഒരു കൊല്ലം കഴിഞ്ഞതിന്റെ ശേഷമാണ്. ആ ഒരു കൊല്ലം മുഴുവനും ചന്ദ്രശേഖരൻ ദിവസംതോറും പതിവായി കാലത്തും വൈകു ന്നേരവും തെക്കോട്ടുനോക്കിനിന്നു മൂന്നു പ്രാവശ്യംവീതം ഉറക്കെ നിലവിളിച്ചിരുന്നു. ചന്ദ്രശേഖരനെ ആണ്ടുതോറും ഹരിപ്പാട്, അമ്പല പ്പുഴ, ആറന്മുള, വൈക്കം മുതലായ മഹാക്ഷേത്രങ്ങളിൽ ഉത്സവ കാലത്ത് എഴുന്നള്ളിപ്പിനു കൊണ്ടുപോവുക പതിവായിരുന്നു. എങ്കിലും ഈ ഒരുകൊല്ലം അവനെ എങ്ങും കൊണ്ടുപോകുവാൻ സാധി ച്ചില്ല.

അനന്തരം വളരെക്കാലം കഴിഞ്ഞു സ്വാതിതിരുനാൾ രാമവർമ്മ മഹാരാജാവു തിരുമനസ്സിലെക്കാലത്തു പതിവുപോലെ ചന്ദ്രശേഖരനെ തിരുവനന്തപുരത്ത് ഒരു ഉത്സവത്തിനു കൊണ്ടുപോയിരുന്നപ്പോൾ അവിടെവെച്ച് ഒരു വിശേഷമുണ്ടായി. ആറാട്ടു കഴിഞ്ഞു ശംഖുമുഖ (*സമുദ്ര*)തീരത്തുനിന്നു തിരിച്ചെഴുന്നള്ളിച്ചു കുറച്ചു കിഴക്കോട്ടു വന്നപ്പോൾ തന്നെ പണ്ടു കല്ലുകൊണ്ട് എറിഞ്ഞയാൾ എഴുന്നള്ളിപ്പു കണ്ടുകൊണ്ട് ആൾക്കൂട്ടത്തിൽ നിൽക്കുന്നത് ചന്ദ്രശേഖരൻ കണ്ടു. ഉടനെ അവൻ വായിൽ സൂക്ഷിച്ചിരുന്ന കല്ലു തുമ്പിക്കൈയിലെടുത്ത് അയാൾക്കിട്ട് ഒരേറുകൊടുത്തു. ആ ഏറുകൊണ്ടു കാലിന്റെ ഒരു മുട്ടൊടിഞ്ഞ് ആ മനുഷ്യൻ അവിടെ വീണു. ഉടനെ ചന്ദ്രശേഖരൻ ആ സ്ഥലത്തേക്കു പാഞ്ഞുചെന്നു. അപ്പോൾ അവിടെയുണ്ടായ ബഹളം കേവലം അവർണ്ണനീയംതന്നെയായിരുന്നു. മേളക്കാരും തീവെട്ടിക്കാരും പട്ടാളക്കാരും അകമ്പടിക്കാരും കാഴ്ചക്കാരുമെല്ലാം പ്രാണഭീതിയോടുകൂടി നാലുപുറത്തേക്കും ഓടി. മഹാരാജാവ് തിരുമനസ്സിലേക്കുമാത്രം ഒരിളക്കവുമുണ്ടായില്ല. അവിടുന്ന് എഴുന്നള്ളി നിന്നിരുന്നിടത്തുതന്നെനിന്നു. ചന്ദ്രശേഖരൻ ആൾക്കൂട്ടത്തിലേക്കു പാഞ്ഞുചെന്നത് ആ കല്ലെടുത്തു വായിലാക്കാനായിട്ടു മാത്രമായിരുന്നു. അല്ലാതെ ആരെയും ഉപദ്രവിക്കണമെന്നുള്ള വിചാരം അവനുണ്ടായിരുന്നില്ല. ആരെയും അവൻ ഉപദ്രവിച്ചുമില്ല. എങ്കിലും അവന്റെ അന്തർഗതം ജനങ്ങളെങ്ങനെ അറിയുന്നു? "ഒരാണ്ടിൽ തിരുവനന്തപുരത്ത് ആറാട്ടുനാൾ ഒരു വലിയ കൊമ്പനാന പിണങ്ങി സ്വാതിതിരുനാൾ തിരുമനസ്സിലെ നേരെ പാഞ്ഞുചെന്നു. അവിടുന്നു നരസിംഹത്തിന്റെ അവതാരമായിരുന്നതിനാൽ അവിടേക്ക് ഒരു കൂസലുമുണ്ടായില്ല. ആന അടുത്തുചെന്നപ്പോൾ തിരുമനസ്സുകൊണ്ടു തൃക്കണ്ണുതുറന്ന് ആനയുടെ നേരെ ഒന്നു നോക്കി. അപ്പോൾ ആന തിരുമുമ്പിൽചെന്നു കൊമ്പുകുത്തി" എന്നും മറ്റും ഇപ്പോഴും ജനങ്ങൾ പറഞ്ഞുവരുന്നുണ്ടല്ലോ. ആ പറച്ചലിന്റെ അടിസ്ഥാനം ഈ സംഭവം മാത്രമാണ്. ഈ ബഹളം താൻ മനഃപൂർവ്വമുണ്ടാക്കിയതല്ലെന്നും ജനങ്ങൾ വെറുതെ ഉണ്ടാക്കിത്തീർത്തതാണെന്നും ഇതു നിമിത്തം തന്റെ പേരിൽ തിരുവുള്ളക്കേടുണ്ടാകരുതെന്നുമുള്ള ഭാവത്തോടുകൂടി ചന്ദ്രശേഖരൻ തിരുമുമ്പിൽചെന്നു നമസ്ക്കരിക്കുക മാത്രമേ ഉണ്ടായുള്ളൂ. കൊമ്പുകുത്തുകയും മറ്റുമുണ്ടായില്ല. ചന്ദ്രശേഖരൻ യഥാസ്ഥാനം ചെന്നുനിന്നുകഴിഞ്ഞപ്പോൾ മേളക്കാരും തീവെട്ടിക്കാരും അകമ്പടിക്കാരും മറ്റും വന്നുകൂടുകയും ആറാട്ടിന്റെ എഴുന്നള്ളിപ്പു ഭംഗിയായിക്കഴിഞ്ഞുകൂടുകയും ചെയ്തു.

ആറാട്ടു കഴിഞ്ഞതിന്റെ പിറ്റേദിവസം ചന്ദ്രശേഖരനെയും അവന്റെ ഏറുകൊണ്ടു കാലൊടിഞ്ഞ മനുഷ്യനെയും തിരുമുൻപാകെ കൊണ്ടു

ചെല്ലുവാൻ കൽപനയുണ്ടാവുകയാൽ രാമശ്ശാർ ചന്ദ്രശേഖരനെയും രാജഭടന്മാർ ഓടിനടന്ന് അന്വേഷിച്ചു കണ്ടുപിടിച്ചു കെട്ടിയെടുത്തു കാലൊടിഞ്ഞ മനുഷ്യനെയും തിരുമുമ്പാകെ കൊണ്ടുചെന്നു. അപ്പോൾ തിരുമനസ്സുകൊണ്ട് ആ മനുഷ്യനോട്, "ചന്ദ്രശേഖരൻ നിന്നെ എറിയാനെന്താണ് കാരണം? ഒരു കാരണവും കൂടാതെ ചന്ദ്രശേഖരൻ അങ്ങനെ ചെയ്കയില്ല" എന്നു കൽപിച്ചു. അപ്പോൾ ആ മനുഷ്യൻ, "അടിയൻ അടിയന്റെ ചെറുപ്പത്തിൽ ഒരു കല്ലെടുത്ത് ചന്ദ്രശേഖരനെ ഒന്നെറിഞ്ഞു. അത് അവന്റെ കാലിന്മേൽകൊണ്ടു. അതിനുപകരമാണ് അവൻ അടിയന്റെ കാലൊടിച്ചത്. ആ കല്ലുകൊണ്ട് അവൻ അന്നു തന്നെ അടിയനെ എറിയാൻ ഭാവിച്ചു. അടിയൻ ഓടിക്കളഞ്ഞതുകൊണ്ട് അപ്പോൾ അതു സാധിച്ചില്ല. അന്നുമുതൽക്കു തന്നെ അവനാ കല്ല് അവന്റെ വായിലാക്കി സൂക്ഷിച്ചുതുടങ്ങി. എന്നെങ്കിലുമവൻ പ്രതിക്രിയ ചെയ്യുമെന്നുള്ള വിചാരം അടിയന്റെ പഴമനസ്സിലുണ്ടായിരുന്നതിനാൽ അടിയൻ ഒളിച്ചു മാറിയേ വിടകൊണ്ടു നിൽക്കാറുള്ളൂ. ഏകദേശം നാൽപതുകൊല്ലം മുമ്പാണ് അടിയൻ ചന്ദ്രശേഖരനെ എറിഞ്ഞത്. അടിയനന്ന് പത്തോ പന്ത്രണ്ടോ വയസ്സുമാത്രമെ ഉണ്ടായിരുന്നുള്ളൂ. ഇപ്പോൾ അടിയനെക്കണ്ടാൽ ചന്ദ്രശേഖരൻ അറിയുകയില്ലായിരിക്കുമെന്നു വിചാരിച്ചും എഴുന്നള്ളിപ്പു കാണാനുള്ള മോഹംകൊണ്ടുമാണ് അടിയൻ ഇന്നലെ അവിടെ വിടകൊണ്ടു നിന്നിരുന്നത്. ചന്ദ്രശേഖരൻ ഒരിക്കൽ കണ്ടിട്ടുള്ളവരെ പിന്നെ എത്രകൊല്ലം കഴിഞ്ഞിട്ടു കണ്ടാലും അറിയുമെന്നും അവനെ ഉപദ്രവിച്ചാൽ എന്നെങ്കിലും അവനതിനു പകരം ചെയ്യാതെയിരിക്കയില്ലെന്നും ഇന്നലെ ആ ഏറുകൊണ്ടപ്പോൾ അടിയനു മനസ്സിലായി".

തിരുമനസ്സുകൊണ്ട്: നീ എതു ദിക്കുകാരൻ?

കാലൊടിഞ്ഞവൻ: അടിയന്റെ കുപ്പമാടം കല്ലടയാണ്. അടിയൻ ഒരഗതിയാണ്. കൂലിവേല ചെയ്താണ് അടിയൻ കാലംകഴിച്ചിരുന്നത്. ഇനി അതിനും നിവൃത്തിയില്ല.

ഇതുകേട്ടു തിരുമനസ്സുകൊണ്ട് അവന്റെ ചികിത്സവകയ്ക്കു വേണ്ടിവരുന്ന പണവും പിന്നീട് അവന്റെ ജീവാവസാനംവരെ പ്രതിമാസം ഇരുപത്തഞ്ചുപണം വീതവും സർക്കാരിൽനിന്നു കൊടുത്തുകൊള്ളുവാൻ കൽപ്പിച്ചു ചട്ടംകെട്ടീട്ട് അവനെ അവിടെനിന്ന് എടുത്തുകൊണ്ടു പൊയ്ക്കൊള്ളുവാൻ കൽപിച്ചു.

അവനെ കൊണ്ടുപോയിക്കഴിഞ്ഞയുടനെ ചന്ദ്രശേഖരൻ തന്റെ വായിൽ സൂക്ഷിച്ചിരുന്ന കല്ലെടുത്തു തിരുമുമ്പിൽവെച്ചിട്ടു കാൽമടക്കി നമസ്ക്കരിച്ചു. തിരുമനസ്സുകൊണ്ട് ആ കല്ലു വെള്ളത്തിൽ കഴുകിച്ചു വൃത്തിയാക്കിച്ചു വരുത്തിയതിന്റെ ശേഷം തൃക്കയ്യിലെടുത്തു നോക്കി.

ആ കല്ലിനു ക്രമത്തിലധികം ഭാരമുണ്ടായിരുന്നതിനാൽ അതിനകത്ത് എന്തോ ഒരു സാധനമുണ്ടെന്നും ആ കല്ലുപൊട്ടിച്ചു നോക്കിയാൽ കൊള്ളാമെന്നും തിരുമനസ്സിൽ തോന്നീട്ട്, "ചന്ദ്രശേഖരാ! ഈ കല്ലൊന്നു പൊട്ടിച്ചുനോക്കുന്നതിനു സമ്മതമുണ്ടോ?" എന്നു കൽപിച്ചു ചോദിച്ചു. സമ്മതം തന്നെയെന്നു ചന്ദ്രശേഖരൻ തലകുലുക്കി. ഉടനെ തിരുമനസ്സുകൊണ്ട് ഒരു കൂടം വരുത്തി, ആ കല്ലു തിരുമുമ്പാകെ വെച്ചു തന്നെ അടിച്ചുടപ്പിച്ചു. അപ്പോൾ അതിനകത്ത് ഏറ്റവും പ്രകാശത്തോടു കൂടിയ ഒരു ദിവ്യരത്നം കാണപ്പെട്ടു. അപ്പോൾ തിരുമനസ്സുകൊണ്ടും അവിടെയുണ്ടായിരുന്ന മറ്റാളുകളും അത്യന്തം വിസ്മയിച്ചു. തീക്കട്ട പോലെ പ്രകാശമുള്ള ആ രത്നം സന്തോഷസമേതം തൃക്കയ്യിലെടുത്തുനോക്കീട്ട് "ചന്ദ്രശേഖരാ! ഈ രത്നം നാമെടുത്തുകൊള്ളുന്നതിനു നിനക്കു സമ്മതമുണ്ടോ?" എന്നു കൽപിച്ചു ചോദിച്ചു. ചന്ദ്രശേഖരൻ സന്തോഷത്തോടുകൂടി സമ്മതിച്ചു തലകുലുക്കി. പിന്നെ ചന്ദ്രശേഖരനു പതിവുള്ള പഴക്കുല മുതലായവയും മുഹമ്മദീയസ്ത്രീയ്ക്കുള്ള പണവും രാമശ്ശാർക്കു പതിവുള്ള സമ്മാനവും കൽപിച്ചുകൊടുത്ത് അവരെ അയച്ചു.

കല്ലിനകത്തുനിന്നു കിട്ടിയ ദിവ്യരത്നം തിരുമനസ്സുകൊണ്ട് തങ്കം കൊണ്ടു കെട്ടിച്ച് അവിടുന്നു വിശേഷദിവസങ്ങളിൽ ചാർത്താനുള്ള രത്നമാലയുടെ നടുനായകമാക്കി കോർത്തുവെച്ചു. ആ മാല സ്വാതി തിരുനാൾ തിരുമനസ്സുകൊണ്ടു വിശേഷദിവസങ്ങളിലെല്ലാം പതിവായി എടുത്തുചാർത്താറുണ്ടായിരുന്നു. ആ മാല ഇപ്പോഴും വലിയ കൊട്ടാരം വക ഭണ്ഡാരത്തിലിരിക്കുന്നുണ്ടെന്നാണ് കേൾവി.

ചന്ദ്രശേഖരൻ ഒരു ദിവസം കാലത്തു പുഴയിൽപ്പോയി കുളിച്ചു രാമശ്ശാരുടെ വാസസ്ഥലത്തേക്കു മടങ്ങിപ്പോയത് ഒരു വലിയ ചൂണ്ടപ്പനയുടെ ചുവട്ടിൽക്കൂടിയായിരുന്നു. ആ പനയിൽനിന്നു കാലത്തു പതിവായി മൂന്നുപറ കള്ളുവീതം കിട്ടുമായിരുന്നു. അതിനാൽ അതു ചെത്തുന്ന ഈഴവൻ ഒരു പാത്രം പനയുടെ ചുവട്ടിൽ കൊണ്ടുചെന്നു വെച്ച് ഒരു പ്രാവശ്യം പനയുടെ മുകളിൽക്കയറി പകുതിക്കള്ളു പാളയിലാക്കിക്കൊണ്ടു താഴെയിറങ്ങി അതു പാത്രത്തിലൊഴിച്ചിട്ടു ശേഷം കൂടിയെടുക്കുന്നതിനു മുകളിൽ കയറിയ സമയത്താണ് ചന്ദ്രശേഖരൻ പനയുടെ ചുവട്ടിലെത്തിയത്. ചന്ദ്രശേഖരനെ താഴെക്കണ്ടിട്ട് ഈഴവൻ മുകളിലിരുന്നുകൊണ്ട് "ചന്ദ്രശേഖരാ! നിനക്കു കള്ളു വേണമെങ്കിൽ ആ പാത്രത്തിലിരിക്കുന്നത് എടുത്തു കുടിക്കുന്നതിനു വിരോധമില്ല. കുറച്ചുകൂടി വേണമെങ്കിൽ ഞാനിറങ്ങിവന്നാൽ തരികയും ചെയ്യാം. എന്റെ പാത്രം പൊട്ടിച്ചേക്കരുത്" എന്നു പറഞ്ഞു. അതു കേട്ടു ചന്ദ്രശേഖരൻ ആ പാത്രത്തിലുണ്ടായിരുന്ന കള്ളെടുത്തു

കുടിച്ചിട്ടു പാത്രത്തിനു കേടൊന്നും വരുത്താതെ താഴെ വെച്ചിട്ടു രാമശ്ശാരുടെ അടുക്കലേക്കു പോയി. ചന്ദ്രശേഖരൻ കള്ളു കുടിച്ചത് അന്ന് ഇദംപ്രഥമമായിട്ടാണ്. അതിനുമുമ്പ് ഒരിക്കലും അവൻ അതിന്റെ സ്വാദു നോക്കുകപോലും ചെയ്തിരുന്നില്ല. അന്നു കുടിച്ചപ്പോൾ ഇതു നല്ലതാണെന്നു തോന്നുകയാൽ അവൻ പിന്നെയും ചിലപ്പോൾ കുളി കഴിഞ്ഞു പോകുമ്പോൾ അതിലെച്ചെല്ലുകയും ചെല്ലുമ്പോളൊക്കെ ആ ഈഴവൻ ചന്ദ്രശേഖരനു കുറെശ്ശെ കള്ളു കൊണ്ടുകൊടുക്കുകയും ചെയ്തിരുന്നു. മറ്റൊരാളുടെ മുതൽ വിലകൊടുക്കാതെ വാങ്ങിയനുഭവിക്കുന്നത് ന്യായമല്ലെന്നുള്ള വിചാരമുണ്ടായിരുന്നതിനാൽ ചന്ദ്രശേഖരൻ എല്ലാ ദിവസവും അതിലെ പോവുകയും കള്ളുവാങ്ങി കുടിക്കുകയും ചെയ്തിരുന്നില്ല. ചില ദിവസങ്ങളിൽ വാങ്ങിക്കുടിക്കുന്നതിനു പ്രതിഫലമായി ചന്ദ്രശേഖരൻ ആ ഈഴവനു കള്ളുകുറുക്കി പാനിയാക്കുന്നതിനും മറ്റും ആവശ്യമുള്ള വിറകു മലകളിൽ നിന്നു ശേഖരിച്ചു കൊണ്ടുചെന്നു കൊടുക്കുകയും ചെയ്തിരുന്നു.

അങ്ങനെയിരുന്നപ്പോൾ കൊട്ടാരക്കരത്തന്നെ ഒരു നായർ ഗൃഹത്തിൽ ഒരു സദ്യയുണ്ടായി. ആ ദേശത്ത് എവിടെയെങ്കിലും സദ്യയുണ്ടായാൽ രാമശ്ശാരെ ക്ഷണിക്കുകയും അയാൾ പോകുമ്പോൾ ചന്ദ്രശേഖരനെ കൂടെ കൊണ്ടുപോവുകയും പതിവായിരുന്നു. ആ പതിവു പോലെ ഇവിടെയും ക്ഷണിക്കുകയും രാമശ്ശാർ ചന്ദ്രശേഖരനോടു കൂടി പോവുകയും ചെയ്തിരുന്നു. അങ്ങനെ ചെന്നാൽ രാമശ്ശാരുണ്ണാനിരിക്കുമ്പോൾ സദ്യയുടെ ഉടമസ്ഥൻ ചന്ദ്രശേഖരനും ചോറും പായസവും പഴക്കുലയും മറ്റും കൊടുക്കുക പതിവാണ്. എന്നാൽ ഇവിടെ അങ്ങനെയുണ്ടായില്ല.

പ്രധാനന്മാരുടെ സദ്യയൊക്കെക്കഴിഞ്ഞ് അവരെല്ലാവരും പിരിഞ്ഞു പോവുകയും സർവ്വാണിസദ്യ ആരംഭിക്കുകയും ചെയ്തിട്ടും ചന്ദ്രശേഖരന് ആരുമൊന്നും കൊടുത്തില്ല. കൊടുക്കാനുള്ള ഭാവംപോലും അവിടെ കണ്ടുമില്ല. അതിനാൽ രാമശ്ശാർ ചന്ദ്രശേഖരനെ നിറുത്തിയിരുന്ന സ്ഥലത്തുചെന്ന് "ഇനി നമുക്കു പോകാം മകനെ!" എന്നു പറഞ്ഞു യാത്രയായി. പിന്നാലെ ചന്ദ്രശേഖരനും ചെന്നു. പറമ്പിൽ നിന്നിറങ്ങി പടിക്കൽ ചെന്നപ്പോൾ അവിടെ ഏറ്റവും വലിയതായ ഒരാഞ്ഞിലി(*അയിനി*)ത്തടി കിടക്കുന്നതു കണ്ടു. അത് ആ വീട്ടുടമസ്ഥൻ പുരയുടെ ജീർണ്ണോദ്ധാരണം വകയ്ക്കായി വരുത്തിയിട്ടിരുന്നതായിരുന്നു. നാലു വലിയ ആനകൾ കൂടിപ്പിടിച്ചായിരുന്നു ആ തടി കൊണ്ടുവന്നിട്ടത്. ചന്ദ്രശേഖരൻ വക്കപ്പഴുതിൽ തുമ്പിക്കൈകടത്തി ചുറ്റിപ്പിടിച്ച് ആ തടി വലിച്ചുകൊണ്ടുപോയി. സർവ്വാണിസദ്യയിൽ ഉത്സാഹിച്ചുകൊണ്ടുനിന്ന വീട്ടുടമസ്ഥൻ തടി ചന്ദ്രശേഖരൻ കൊണ്ടു

പോയത് അപ്പോൾ അറിഞ്ഞില്ല. ഈ സദ്യസ്ഥലത്തുനിന്നു രാമശ്ശാരുടെ വീട്ടിലേക്കു മൂന്നുനാഴിക ദൂരമുണ്ടായിരുന്നു. ഈ തടി വലിച്ചു കൊണ്ട് ഒന്നുരണ്ടു നാഴിക പോയപ്പോഴേക്കും ചന്ദ്രശേഖരൻ വല്ലാതെ ക്ഷീണിച്ചു. സദ്യസ്ഥലത്തു ചോറും പായസവുംമറ്റും കിട്ടുമല്ലോ എന്നു വിചാരിച്ച് ചന്ദ്രശേഖരൻ അന്നു കാലത്തു കുറച്ചു വെള്ളം കുടിച്ചതല്ലാതെ തീറ്റയൊന്നും തിന്നിരുന്നില്ല. തടി സാമാന്യത്തിലധികം വലിയതുമായിരുന്നുവല്ലോ. അതെല്ലാംകൊണ്ടുമാണ് ചന്ദ്രശേഖരൻ ക്രമത്തിലധികം ക്ഷീണിച്ചത്. അങ്ങനെ പ്രയാസപ്പെട്ടു കുറച്ചുകൂടി പോയപ്പോൾ അവിടെ വഴിയരികിൽത്തന്നെ ഒരു മദ്യശാലയുണ്ടായിരുന്നു. അതു ചന്ദ്രശേഖരനു കള്ളുകൊടുക്കാറുള്ള ഈഴവന്റേതായിരുന്നു. അതിനാൽ ചന്ദ്രശേഖരൻ തടി വഴിയിലിട്ടിട്ടു മദ്യശാലയുടെ അടുക്കലേക്കു ചെന്നു. അപ്പോൾ ആ ഈഴവൻ ചന്ദ്രശേഖരൻ വല്ലാതെ ക്ഷീണിച്ചിരിക്കുന്നതായിക്കണ്ടിട്ടു നല്ല കള്ളു ധാരാളമായിക്കൊടുത്തു. കള്ളുകുടി കഴിഞ്ഞപ്പോൾ ചന്ദ്രശേഖരന് ഉത്സാഹമായി. പിന്നെ തടി വലിച്ചുകൊണ്ടു ക്ഷണത്തിൽ നടന്നു രാമശ്ശാരുടെ വാസസ്ഥലത്തെത്തി. തടി അവിടെ പടിക്കലിട്ടിട്ട് ചന്ദ്രശേഖരൻ അവന്റെ പതിവു സ്ഥലത്തു ചെന്നുനിന്നു. ഉടനെ രാമശ്ശാർ അവനു പതിവുള്ള തീറ്റസാമാനങ്ങളെല്ലാം കൊണ്ടുചെന്നു കൊടുക്കുകയും ചെയ്തു.

സദ്യയുടെ തിടുക്കവും കോലാഹലവുമെല്ലാം കഴിഞ്ഞപ്പോഴാണ് തറവാട്ടിൽക്കാരണവർ തടി ചന്ദ്രശേഖരൻ കൊണ്ടുപോയി എന്നറിഞ്ഞത്. അപ്പോൾ ആ മനുഷ്യനു തടി പോയതിനെക്കുറിച്ചുള്ള മനസ്താപവും ചന്ദ്രശേഖരന് ഒന്നും കൊടുക്കാനിടയാകാത്തതിനെക്കുറിച്ചുള്ള പശ്ചാത്താപവും സാമാന്യത്തിലധികമുണ്ടായി. അപ്പോഴേക്കും നേരംവൈകിപ്പോയതുകൊണ്ട് പിന്നെ ഒന്നും ചെയ്‌വാൻ തരമില്ലായിരുന്നു. അതിനാൽ ആ മനുഷ്യൻ വ്യസനിച്ചുകൊണ്ടുതന്നെ അന്നത്തെ രാത്രി ഒരു വിധം കഴിച്ചുകൂട്ടി. പിറ്റേദിവസം കാലത്തേ അഞ്ചുപറ നെല്ലളന്ന് ഒരു പാത്രത്തിലാക്കിക്കെട്ടി ഒരു ഭൃത്യനെ ഏൽപ്പിച്ചിട്ട്, "നീയിതു കൊണ്ടുചെന്നു ചന്ദ്രശേഖരന്റെ മുമ്പിൽവെച്ചിട്ട് ഇന്നലെ ഇവിടെ സദ്യശ്രമം മുതലായ കാര്യാന്തരവ്യഗ്രതനിമിത്തം ചന്ദ്രശേഖരനെ വേണ്ടതുപോലെ സൽക്കരിച്ചയ്ക്കാൻ സാധിക്കാഞ്ഞതിൽ വളരെ മനസ്താപമുണ്ട്. ആ തെറ്റിന്റെ പ്രായശ്ചിത്തമായി അഞ്ചുപറ നെല്ലു കൊടുത്തയയ്ക്കുന്നു. ഇതു സദയം സ്വീകരിക്കുകയും എന്റെ തെറ്റിനെ ക്ഷമിക്കുകയും എന്റെ തടി ഇന്നുതന്നെ ഇവിടെ എത്തിച്ചുതരികയും ചെയ്യണമെന്ന് അപേക്ഷിക്കുന്നു. തടിയുംകൊണ്ട് ഇവിടെ വരുമ്പോൾ വേണ്ടതുപോലെയെല്ലാം ചെയ്തുകൊള്ളാം എന്നു നടുവിലെവീട്ടിൽ മാധവൻപിള്ള പറഞ്ഞയച്ചിരിക്കുന്നു എന്ന് പറയണം" എന്നു പറഞ്ഞു. ആ ഭൃത്യൻ അപ്രകാരം ചെയ്തു.

ഉടനെ ചന്ദ്രശേഖരൻ ആ നെൽച്ചുമടെടുത്തുകൊണ്ടുപോയി അവനു കള്ളു കൊടുക്കാറുള്ള ഈഴവനു കൊടുത്തിട്ടു തടിയുംകൊണ്ടു യാത്ര യായി. പിന്നാലെ രാമശ്ശാരും പോയി. ചന്ദ്രശേഖരൻ തടി നടുവിലെ വീട്ടിലെ പടിക്കൽ മുമ്പു കിടന്നിരുന്ന സ്ഥലത്തു കൊണ്ടുചെന്നിട്ടു. അപ്പോഴേക്കും ആ വീട്ടിലെ കാരണവർ (*മാധവൻപിള്ള*) പടി ക്കൽചെന്ന് അകത്തേക്കു വിളിക്കുകയാൽ രാമശ്ശാർ ചന്ദ്രശേഖരനേയും കൊണ്ട് പടിക്കകത്തു മുറ്റത്തുചെന്നു. ഉടനെ മാധവൻ പിള്ള ചന്ദ്രശേ ഖരനു പഴക്കുല, പായസം, നാളികേരം, കരിമ്പ് മുതലായവയും രാമ ശ്ശാർക്കു യഥായോഗ്യം ഭക്ഷണവും മുണ്ടും നേര്യതും കൊടുക്കുകയും മുഹമ്മദീയസ്ത്രീയ്ക്ക് കൊടുക്കുന്നതിനു പത്തു പണം രാമശ്ശാരെ ത്തന്നെ ഏൽപ്പിക്കുകയും ചെയ്തു സന്തോഷിപ്പിച്ചു പറഞ്ഞയച്ചു.

രാമശ്ശാർ ചന്ദ്രശേഖരനെ തീറ്റിക്കു മിക്കദിവസവും കാട്ടിലേക്കു പറഞ്ഞയയ്ക്കുകയും അവൻ പോയി തിന്നു വയറുനിറച്ചുകൊണ്ടു നേരം വൈകുമ്പോൾ മടങ്ങി രാമശ്ശാരുടെ വീട്ടിലെത്തി അവന്റെ സ്ഥാനത്തുചെന്നു കിടക്കുകയും പതിവായിരുന്നു. ആ പതിവിൻ പ്രകാരം ഒരു ദിവസം കാലത്തു രാമശ്ശാർ കാട്ടിലേക്കു പറഞ്ഞയച്ച ചന്ദ്രശേഖരൻ അന്നു രാത്രിയായിട്ടും തിരിച്ചുവരായ്കയാൽ അയാ ളേറ്റവും വിഷണ്ണനായിത്തീർന്നു. വിഷാദംകൊണ്ട് അയാൾ അന്ന് അത്താഴമുണ്ടില്ലെന്നല്ല, രാത്രിയിൽ കിടന്നിട്ട് അയാൾക്ക് ഉറക്കവും വന്നില്ല. പിറ്റേ ദിവസം അതിരാവിലെ രാമശ്ശാർ കാട്ടിൽച്ചെന്നു ചന്ദ്ര ശേഖരൻ സഞ്ചരിക്കാറുള്ള സ്ഥലങ്ങളിലെല്ലാം നോക്കി. എങ്ങും ചന്ദ്ര ശേഖരനെ കണ്ടില്ല. അപ്പോൾ രാമശ്ശാർ വിഷാദവിഹ്വലൻ മാത്രമല്ല, ഭയപരവശനായിത്തീർന്നു. രാമശ്ശാർ ചന്ദ്രശേഖരനെ സ്വന്തമെന്ന പോലെയാണ് രക്ഷിച്ചുകൊണ്ടുനടന്നിരുന്നതെങ്കിലും ആ ആന സർക്കാർവകയായിരുന്നുവല്ലോ. ആ ആനയെ കാണ്മാനില്ലെന്നറിഞ്ഞാൽ ഗവർമ്മേണ്ട് രാമശ്ശാരെ വെറുതെ വിട്ടേക്കുമോ? ആകപ്പാടെ രാമശ്ശാർ വലിയ പരുങ്ങലിലായിത്തീർന്നു. അയാൾ ഊണുമുറക്കവുമില്ലാതെ പല സ്ഥലങ്ങളിൽ അന്വേഷിച്ചു നടന്നു. ഒരു ഫലവുമുണ്ടായില്ല. അങ്ങനെ പത്തു പതിനഞ്ചുദിവസം കഴിഞ്ഞപ്പോൾ ചന്ദ്രശേഖരനെ കാണ്മാനില്ലെന്നുള്ള വിവരം ഗവർമ്മേണ്ടിന് അറിവു കിട്ടി. ഉടനെ രാമ ശ്ശാരെപ്പിടിച്ചു ചോദ്യംചെയ്യുന്നതിന് ഉത്തരവു വരികയാൽ സർക്കാരാ ളുകൾ രാമശ്ശാരെ അന്വേഷിച്ചു തുടങ്ങി. ആ വിവരമറിഞ്ഞു രാമശ്ശാർ എവിടെയോപോയി ഒളിച്ചു. സർക്കാരാളുകൾ പലവിധത്തിൽ അന്വേ ഷണം നടത്തിയിട്ടും ചന്ദ്രശേഖരനെയും രാമശ്ശാരെയും കണ്ടുകിട്ടിയില്ല. ചന്ദ്രശേഖരനും രാമശ്ശാരും നാടുവിട്ടുപോയതാണെന്ന് ഒടുക്കം എല്ലാ വരും തീർച്ചപ്പെടുത്തി. സർക്കാരിന്റെ അന്വേഷണവും ഒരുവിധം ശമിച്ചു.

അങ്ങനെ രണ്ടുമൂന്നു മാസം കഴിഞ്ഞപ്പോൾ ഒരു ദിസവം ചന്ദ്രശേഖരൻ ഒരു വലിയ പിടിയാനയോടുകൂടി കൊട്ടാരക്കര വന്നുചേർന്നു. ആ പിടിയാന ഒരു കാട്ടാനയായിരുന്നു. മനുഷ്യരെക്കണ്ടപ്പോൾ അതു വിരണ്ട് ഓടാൻ ഭാവിച്ചു. എങ്കിലും ചന്ദ്രശേഖരൻ അതിനെ വിട്ടയച്ചില്ല. ചന്ദ്രശേഖരൻ ഒരു കാട്ടാനയെപ്പിടിച്ചുകൊണ്ടു വന്നിരിക്കുന്നു എന്നു കേട്ടുകേട്ട് അസംഖ്യമാളുകൾ അവിടെക്കൂടി. ആ കൂട്ടത്തിൽ രാമശ്ശാരും അവിടെവന്നുചേർന്നു. ചന്ദ്രശേഖരന്റെ സഹായത്തോടുകൂടി രാമശ്ശാർ പതിനഞ്ചുദിവസംകൊണ്ട് ആ പിടിയാനയെപ്പഴക്കി സ്വാധീനപ്പെടുത്തി. കൊച്ചുകുഞ്ഞു മരിച്ചതിന്റെ ശേഷം അയാൾക്കു പകരം രാമശ്ശാരുടെ സഹായത്തിനു കേശവൻ എന്ന ഒരാളെയാണു നിയമിച്ചിരുന്നത്. ഈ പടിയാനയെപ്പഴക്കി സ്വാധീനപ്പെടുത്തിയതിന്റെ ശേഷം രാമശ്ശാരുടെ ശിപാർശപ്രകാരം ആ പിടിയാനയുടെ ആനക്കാരനായി കേശവനെ നിയമിച്ചു. ആ പിടിയാനയ്ക്കു കൽപ്പനപ്രകാരം 'ഭവാനി' എന്നു പേരിട്ടു. ചന്ദ്രശേഖരനും ഭവാനിയും കാലക്രമേണ പരസ്പരം വലിയ സ്നേഹമായിത്തീർന്നു. ഭവാനിയെക്കാണാതെ ചന്ദ്രശേഖരനും, ചന്ദ്രശേഖരനെക്കാണാതെ ഭവാനിയും മാത്രനേരംപോലും നിൽക്കാതെയായി. രണ്ടാനകളും നിൽപ്പും കിടപ്പും തീറ്റയും കുളിയുമെല്ലാം ഒരുമിച്ചുതന്നെ. എഴുന്നള്ളിപ്പിനും മറ്റും ആ രണ്ടാനകളെയും ഒരുമിച്ചല്ലാതെ എങ്ങും കൊണ്ടുപോയിരുന്നില്ല. കൊണ്ടുപോവാൻ സാധിക്കുകയുമില്ലായിരുന്നു. ആ ആനകൾ ഭാര്യാ ഭർത്താക്കന്മാരുടെ നിലയിലാണ് വർത്തിച്ചിരുന്നത്.

ഇങ്ങനെയിരുന്ന കാലത്ത് ഒരാണ്ടിൽ അരിപ്പാട്ടുത്സവത്തിൽ എഴുന്നള്ളിപ്പിനു ചന്ദ്രശേഖരനെയും ഭവാനിയേയും കൊണ്ടുപോയിരുന്നു. ഈ ആനകളെ ഏഴാമുത്സവദിവസം കാലത്തെ കൊണ്ടുചെല്ലണമെന്നാണ് ആവശ്യപ്പെട്ടിരുന്നത്. എങ്കിലും ചില അസൗകര്യങ്ങൾ നിമിത്തം ഒമ്പതാമുത്സവദിവസം രാത്രി ഏകദേശം പത്തുമണിയായപ്പോഴാണ് ആനകളെയുംകൊണ്ടു രാമശ്ശാരും കേശവനും അവിടെയെത്തിയത്. അപ്പോഴേക്കും അവിടെ എഴുന്നള്ളത്ത് ആരംഭിച്ചിരുന്നു. അക്കാലത്ത് അരിപ്പാട്ടു ദേവസ്വത്തിൽത്തന്നെ 'വലിയ വേലായുധൻ' എന്നു പേരായിട്ട് ഒരു നല്ല കൊമ്പനാനയുണ്ടായിരുന്നു. അതിനാൽ ആ ആനയുടെ പുറത്തായിരുന്നു അരിപ്പാട്ടുദേവനെ എഴുന്നള്ളിച്ചിരുന്നത്. ഉപദേവന്മാരെയൊക്കെ മറ്റാനകളുടെ പുറത്തും എഴുന്നള്ളിച്ചിരുന്നു. അരിപ്പാട്ടുദേവനെയെഴുന്നള്ളിച്ചു കിഴക്കേയാനക്കൊട്ടിലിൽ നിർത്തിക്കഴിയുമ്പോൾ കിഴക്കുനിന്ന് ഒരു ഭഗവതിയെയെഴുന്നള്ളിച്ചു കൊണ്ട് ഒരു പുറപ്പാടു പതിവുണ്ട്. ആ പുറപ്പാടും വളരെക്ഷേമവും പ്രധാനവുമായിട്ടുള്ളതാണ്. ആ എഴുന്നള്ളത്ത് ആരംഭിച്ചു കുറച്ചു

സമയം കഴിഞ്ഞപ്പോഴാണ് ചന്ദ്രശേഖരനും ഭവാനിയും അവിടെയെത്തിയത്. ഉടനെ കാര്യക്കാർ (അക്കാലത്ത് തഹശീൽദാർ കാര്യക്കാരെന്നാണ് പറഞ്ഞിരുന്നത്) ഈ ആനകൾ ചെന്നിരിക്കുന്ന വിവരം അറിഞ്ഞ് അവിടെച്ചെന്ന് ആ ആനകൾക്കും തലയിൽക്കെട്ടു കെട്ടിക്കുകയും ഭഗവതിയുടെ എഴുന്നള്ളത്തു ചന്ദ്രശേഖരന്റെ പുറത്തേയ്ക്കു മാറ്റിക്കുകയും ഭവാനിയെ അകമ്പടിയാക്കുകയും ചെയ്തു. അങ്ങനെ ഭഗവതിയുടെ എഴുന്നള്ളത്തു കുറച്ചുകൂടി പടിഞ്ഞാട്ടു ചെന്നപ്പോൾ ചന്ദ്രശേഖരനും വലിയ വേലായുധനും പരസ്പരം കാണാറായി. ഉടനെ ചന്ദ്രശേഖരൻ ഒരു വലിയ ശബ്ദം പുറപ്പെടുവിച്ചു. അതുകേട്ടു വലിയ വേലായുധനും അതുപോലെതന്നെ ഒരു ശബ്ദം പുറപ്പെടുവിച്ചു. പിന്നെ വലിയ വേലായുധൻ കിഴക്കോട്ടും ചന്ദ്രശേഖരൻ പടിഞ്ഞാട്ടും അതിവേഗത്തിൽ നടന്നുതുടങ്ങി. അപ്പോൾ ആനകൾ രണ്ടും പിണങ്ങിയെന്നും ഇവർ തമ്മിൽ വലിയ യുദ്ധമുണ്ടാകുമെന്നും അഥവാ ആനകൾ രണ്ടും ഓടിത്തുടങ്ങിയേക്കുമെന്നും മറ്റും വിചാരിച്ചു മരണഭയത്തോടുകൂടി വാദ്യക്കാരും തീവെട്ടിക്കാരും കാഴ്ച്ചക്കാരുമെല്ലാം നാലുപുറത്തേക്കും ഓടി. ആ സമയം അവിടെയുണ്ടായ ലഹളയും ബഹളവും ഒട്ടും ചില്ലറയല്ലായിരുന്നു. ആ വലിയ ആനകൾ രണ്ടും പിണങ്ങി ആ ആൾക്കൂട്ടത്തിൽ ഓട്ടം തുടങ്ങുകയാണെങ്കിൽ എന്തെല്ലാമനർത്ഥങ്ങളാണ് വന്നുകൂടിയേക്കാവുന്നത്? പലർക്കും അംഗഭംഗങ്ങളും ചിലർക്കു മരണംതന്നെയും വന്നേക്കാമല്ലോ. അതിനാൽ ജനങ്ങൾ ഭയപ്പെട്ടോടിയതും ബഹളമുണ്ടാക്കിയതും മറ്റും ഒട്ടും അദ്ഭുതമല്ല. പക്ഷെ ഇവിടെ ആനകൾ പിണങ്ങുകയും ഓടുകയും യുദ്ധംചെയ്യുകയുമൊന്നുമുണ്ടായില്ല. ആ ആനകൾ രണ്ടും അടുത്തുകൂടിയപ്പോൾ വലിയ സ്നേഹത്തോടുകൂടി തുമ്പിക്കൈകൾ നീട്ടി പരസ്പരം പിടിച്ചു സന്തോഷസൂചകമായി ചില ശബ്ദങ്ങൾ പുറപ്പെടുവിച്ചതിന്റെ ശേഷം തിരിച്ചുപോയി പൂർവ്വസ്ഥിതിയിൽ അവരവരുടെ സ്ഥാനത്തുചെന്നു നിൽക്കുകമാത്രമേ ഉണ്ടായുള്ളു. ആനകൾ പിണങ്ങുകയല്ലെന്നറിഞ്ഞപ്പോൾ വാദ്യക്കാരും തീവെട്ടിക്കാരും മറ്റും തിരിച്ചുവരികയും എഴുന്നള്ളിപ്പു ഭംഗിയായി കഴിഞ്ഞുകൂടുകയും ചെയ്തു.

എഴുന്നള്ളിപ്പു കഴിഞ്ഞു ചന്ദ്രശേഖരനെയും ഭവാനിയേയും വലിയവേലായുധനേയും കൊണ്ടുപോയി തളച്ചു തീറ്റ കൊടുത്തത് ഒരു സ്ഥലത്തുതന്നെയായിരുന്നു. എങ്കിലും ചന്ദ്രശേഖരനെയും ഭവാനിയേയും ഒരു മരത്തിന്മേലും വലിയവേലായുധനെ മറ്റൊരു മരത്തിന്മേലുമാണ് തളച്ചത്. പിറ്റേദിവസം കാലത്ത് ആ മൂന്നാനകളെയും ഒരുമിച്ചു കുളിപ്പിച്ചു കിഴക്കേനടയിൽ കൊണ്ടുവന്നു. ഉടനെ ചന്ദ്രശേഖരൻ നേരെ കിഴക്കോട്ടു നടന്നുതുടങ്ങി. ചന്ദ്രശേഖരന്റെ പിന്നാലെ ഭവാനിയും

അവളുടെ പിമ്പെ വലിയവേലായുധനും നടന്നു. ചന്ദ്രശേഖരന്റെ പുറത്ത് രാമശ്ശാരും, ഭവാനിയുടെ പുറത്ത് കേശവനും, വലിയവേലായുധന്റെ പുറത്ത് ആ ആനയുടെ ആനക്കാരനുമുണ്ടായിരുന്നു. അരിപ്പാട്ട് 'ആനപ്പേരി' വീട്ടുകാർ ആനപ്പാവിൽ പ്രസിദ്ധന്മാരും വിദഗ്ദ്ധന്മാരും പാരമ്പര്യക്കാരുമായിരുന്നു. ആ വീട്ടിലെ ഒരാൾതന്നെയായിരുന്നു വലിയ വേലായുധന്റെ പുറത്തിരുന്നത്. ചന്ദ്രശേഖരൻ എന്തെങ്കിലും ഉദ്ദേശത്തോടുകൂടിയല്ലാതെ ഇങ്ങനെ പോവുകയില്ലെന്നും അവൻ ഒരു സ്ഥലത്തേക്കു പോകാനായി നിശ്ചയിച്ചു പുറപ്പെട്ടാൽ പിന്നെ തടുത്താൽ നിൽക്കുകയില്ലെന്നും കാരണംകൂടാതെ ആരെയും ഉപദ്രവിക്കയില്ലെന്നും നല്ല നിശ്ചയമുണ്ടായിരുന്നതിനാൽ രാമശ്ശാർ ചന്ദ്രശേഖരനെ നിരോധിച്ചില്ല. ചന്ദ്രശേഖരൻ പോയാൽപ്പിന്നെ ഭവാനി നിൽക്കുകയില്ലെന്നുള്ള കാര്യം തീർച്ചയാണല്ലോ. വലിയവേലായുധന്റെ സ്വഭാവവും ഏകദേശം ചന്ദ്രശേഖരന്റെ സ്വഭാവംപോലെതന്നെയായിരുന്നതിനാൽ അവന്റെ നിയന്താവ് അവനെയും തടുത്തില്ല. അതിനാൽ ചന്ദ്രശേഖരൻ മുമ്പിലും ഭവാനിയും വലിയവേലായുധനും പിന്നാലെയുമായി നടന്ന് അരിപ്പാടുനിന്ന് രണ്ടുരണ്ടരനാഴിക കിഴക്കുതെക്കു പള്ളിപ്പാട് എന്ന ദേശത്തുള്ള 'നാടാലയ്ക്കൽ'(*നാടകശാലയ്ക്കൽ*)എന്ന വീട്ടിലെത്തി. അതു കുഞ്ചിക്കുട്ടിപ്പിള്ള സർവ്വാധികാര്യക്കാരുടെ ഭാര്യാഗൃഹമായിരുന്നു. സർവ്വാധിക്കാര്യക്കാരദ്ദേഹം വളരെ മുമ്പേ മരിച്ചുപോയിരുന്നുവെങ്കിലും അദ്ദേഹത്തിന്റെ ഭാര്യയും മൂന്നു പുത്രന്മാരും അപ്പോഴും ആ ഗൃഹത്തിലുണ്ടായിരുന്നു. പുത്രന്മാരിൽ മൂത്തയാളുടെ പേർ രാമൻ എന്നായിരുന്നു. ആ മനുഷ്യനു വൈദ്യവിഷയത്തിൽ നല്ലപോലെ നൈപുണ്യവും കൈപ്പുണ്യവുമുണ്ടായിരുന്നു. അതിനാലദ്ദേഹത്തെ എല്ലാവരും 'കൊച്ചുരാമവൈദ്യൻ' എന്നാണ് പറഞ്ഞിരുന്നത്. ആ ഗൃഹത്തിന്റെ സമീപത്തുതന്നെ സർവ്വാധികാര്യക്കാരദ്ദേഹത്തിന്റെ ഒരു പ്രതിമ പ്രതിഷ്ഠിക്കപ്പെട്ടിട്ടുണ്ടായിരുന്നു. ആനകൾ അവിടെ ചെന്നയുടനെ ചന്ദ്രശേഖരൻ ആ പ്രതിമയുടെ മുമ്പിൽ ചെന്നു മുട്ടുകുത്തി നമസ്കരിച്ചു. അതുകണ്ടു ഭവാനിയും വലിയവേലയുധനും അപ്രകാരം ചെയ്തു. അതുകഴിഞ്ഞിട്ടു മൂന്നാനകളും ഗൃഹത്തിന്റെ കിഴക്കുവശത്തു മുറ്റത്തു നിരന്നുനിന്നു.

തലേദിവസം രാത്രിയിൽ ആ ഗൃഹത്തിൽ സ്വൽപമൊരു വിശേഷമുണ്ടായി. അതുകൂടി ഇവിടെ വ്യക്തമാക്കേണ്ടിയിരിക്കുന്നു. അതെന്തെന്നാൽ സർവ്വാധികാര്യക്കാരദ്ദേഹത്തിന്റെ ഭാര്യ ഒരു സ്വപ്നം കണ്ടു എന്നുള്ളതാണ്. സർവ്വാധികാര്യക്കാരദ്ദേഹം ആ സ്ത്രീയുടെ അടുക്കൽച്ചെന്ന് "എന്നെ വന്ദിക്കുന്നതിനായി നാളെ കാലത്തു മൂന്നാനകൾ ഇവിടെ വരും. ഒന്നു നമ്മുടെ ചന്ദ്രശേഖരൻ തന്നെ. പിന്നെ ഒന്ന്

പിടിയും മറ്റൊന്ന് അരിപ്പാട്ടു പതിവായിട്ടുള്ള എഴുന്നള്ളത്തിന്നു നിർത്തിയിരിക്കുന്ന വലിയവേലായുധനുമായിരിക്കും. ഒരു പാത്രത്തിൽ മുപ്പത്താറേകാലിടങ്ങഴിയും വേറെ രണ്ടു പാത്രങ്ങളിൽ ഇരുപത്തി നാലേകാലിടങ്ങഴി വീതവും അരിയിട്ട് അതിനു വേണ്ടുന്ന് ശർക്കരയും നാളികേരവും നെയ്യും ചേർത്തു പായസംവെച്ച് അതും മൂന്നു പാത്രങ്ങളിൽ പ്രത്യേകം പാനകം (*ശർക്കര*)കലക്കി അതും ആനകൾക്കു കൊടുക്കണം. മുപ്പത്താറേകാലിടങ്ങഴിയരികൊണ്ടുള്ള പായസം ചന്ദ്രശേഖരനുള്ളതാണെന്നറിയാമല്ലോ. ഈ ആനകളെ കാണാനും മറ്റുമായി വിശേഷാൽ വന്നുകൂടുന്നുവർക്ക് ചതുർവ്വിധവിഭവങ്ങളോടുകൂടി ഭക്ഷണം കൊടുക്കുകയും വേണം" എന്നു പറഞ്ഞു എന്നായിരുന്നു സ്വപ്നം. വെറുതെയിങ്ങനെയൊരു സ്വപ്നം കാണുകയില്ലെന്നും ഇതു സർവ്വാധികാര്യക്കാരദ്ദേഹം പറഞ്ഞതുതന്നെയാണെന്നും വിശ്വസിച്ച് ആ വീട്ടുകാർ ഇപ്രകാരമെല്ലാം തയ്യാറാക്കി വെച്ചു.

സർവ്വാധികാര്യക്കാരദ്ദേഹത്തിന്റെ മൂന്നാമത്തെ പുത്രൻ ചിലപ്പോൾ അച്ഛന്റെ അധിവാസമുണ്ടായി തുള്ളുകയും ആവശ്യമുള്ള കാര്യങ്ങൾ പറയുകയും ചെയ്യാറുണ്ടായിരുന്നു. അന്ന് അവിടെ ആനകൾക്കുള്ള പായസവും വിശേഷാൽ വരുന്നവർക്കുള്ള സദ്യയുടെ വിഭവങ്ങളുമെല്ലാം കാലമായിക്കഴിഞ്ഞപ്പോൾ ആ മനുഷ്യനു കലികൊണ്ടു പോയി കുളിച്ചുവന്നു. അപ്പോഴേക്കും അവിടെ പതിവുപോലെ ഭസ്മം, ചന്ദനം, കട്ടിമുണ്ട്, കവണിമുണ്ട് മുതലായവയെല്ലാം തയ്യാറാക്കി വെച്ചിരുന്നു. കുളിച്ചു തുള്ളിക്കൊണ്ടുവന്ന മനുഷ്യൻ ഭസ്മവും ചന്ദനവും ധരിച്ചു കട്ടിയും കവണിയുമെടുത്ത് ഒരു കസേരയിൽ കാലിന്മേൽക്കാൽക്കയറ്റി മുറയ്ക്കിരുന്നു. അപ്പോൾ ഒരാൾ വിശറിയെടുത്തു പുറകിൽനിന്നു വീശിത്തുടങ്ങി. ഉടനെ ഒരാൾ വെറ്റില നൂറുതേച്ചു കൊടുത്തുതുടങ്ങി. മറ്റൊരാൾ അടയ്ക്ക നുറുക്കി കോടുത്തുതുടങ്ങി. വേറെ ഒരാൾ പുകയില മുറിച്ചു കൊടുത്തുതുടങ്ങി. തുള്ളിക്കൊണ്ടിരുന്ന മനുഷ്യൻ അതൊക്കെവാങ്ങി മുറയ്ക്ക് മുറുക്കു തുടങ്ങി. അപ്പോഴേക്കും അവിടെ ഒരു വലിയ കോളാമ്പി ഒരാൾ കൊണ്ടു ചെന്നുവച്ചു. അധിവാസം കൊണ്ടിരുന്നയാൾ കൂടക്കൂടെ തുപ്പുകയും പിന്നേയും മുറുക്കുകയും മുറയ്ക്കു ചെയ്തുകൊണ്ടിരുന്നു. അപ്പോൾ ആ മനുഷ്യനെ കണ്ടാൽ സാക്ഷാൽ കുഞ്ചിക്കുട്ടിപ്പിള്ള സർവ്വാധികാര്യക്കാർതന്നെയാണെന്നു തോന്നുമായിരുന്നു. അപ്പോഴേക്കും സ്ഥലംകാര്യക്കാർ (*കാർത്തികപ്പിള്ളി തഹസീൽദാർ*)മുതലായി അനേകമാളുകൾ അവിടെച്ചെന്നുകൂടി. ആകപ്പാടെ ഇതെല്ലം കണ്ടു ചന്ദ്രശേഖരൻ കണ്ണീരൊലിപ്പിച്ചുകൊണ്ട് ഉറക്കെക്കരഞ്ഞുതുടങ്ങി. അതു കണ്ടു ഭവാനിയും വലിയവേലായുധനും കരഞ്ഞുതുടങ്ങി. അപ്പോൾ ആ തുള്ളിക്കൊണ്ടിരുന്ന മനുഷ്യൻ

"എന്റെ കുട്ടികൾ ഒട്ടും വ്യസിക്കേണ്ടാ, നിങ്ങളെക്കാണാനാണല്ലോ ഞാൻ വന്നിരിക്കുന്നത്. എന്റെ കുട്ടികൾ അടുത്തു വരുവിൻ" എന്നു പറഞ്ഞു. ഉടനെ ചന്ദ്രശേഖരൻ വിനയത്തോടുകൂടി അടുത്തുചെന്ന് ആ മനുഷ്യന്റെ മുൻപിൽ മുട്ടുകുത്തി നമസ്കരിച്ചു. പിന്നാലെ ഭവാനിയും വലിയവേലായുധനും ചെന്ന് അപ്രകാരം ചെയ്തു. ആ മനുഷ്യൻ വാത്സല്യപൂർവ്വം മൂന്നാനകളുടെയും തുമ്പിക്കൈയിൽത്തൊട്ടു തലോടീട്ടു ചന്ദ്രശേഖരനോട്, "ചന്ദ്രശേഖരാ! നീയിവിടെ വന്ന സ്ഥിതിക്ക് എന്തെങ്കിലും ഇവിടെ കൊടുക്കാതെ പോകുന്നതു ശരിയല്ല. അതിനാൽ 'ഇതാ ഇവിടെ' എന്നു പറഞ്ഞ് ഒരു സ്ഥലം ചൂണ്ടിക്കാണിച്ചുകൊടുത്തു. ചന്ദ്രശേഖരൻ ആ സ്ഥലത്തു ചെന്നു കുനിഞ്ഞു കൊമ്പുകൊണ്ടു കുത്തി മണ്ണ് ഇളക്കി മറിച്ചു. അപ്പോൾ മണ്ണോടുകൂടി ഒരു പിച്ചളച്ചെല്ലം ഇളകിവന്നു. ചന്ദ്രശേഖരൻ ആ ചെല്ലമെടുത്തു തുള്ളിക്കൊണ്ടിരുന്ന മനുഷ്യന്റെ കൈയിൽ കൊടുത്തു. ആ മനുഷ്യൻ ആ ചെല്ലം തുറന്ന് അതിലുണ്ടായിരുന്ന ചെറിയ താളിയോലഗ്രന്ഥമെടുത്തു കൊച്ചുരാമവൈദ്യന്റെ കൈയിൽ കൊടുത്തിട്ട്, "നിനക്ക് പുരുഷപ്രായമാകുന്നതിനുമുൻപ് ഞാൻ ഭൂലോകവാസം വെടിഞ്ഞുപോയതിനാൽ ഇതു നിന്റെ കൈയിൽത്തരുന്നതിന് എനിക്കു തരമായില്ല. ഞാൻ നിന്റെ അമ്മയുടെ കൈയിൽ നിനക്കു തരാനായി ഏൽപിച്ചിരുന്ന ഗ്രന്ഥങ്ങളെല്ലാം നിനക്കു കിട്ടീട്ടുണ്ടല്ലോ. അവ നിമിത്തമാണല്ലോ നീയീസ്ഥിതിയിലായതും കാലക്ഷേപം ചെയ്തുപോരുന്നതും. അവകൊണ്ട് പോരാത്തതെല്ലാം ഇതിലുണ്ട്. ഇതിൽ പറയപ്പെട്ടിരിക്കുന്നതെല്ലാം കഠിനക്രിയകളാണ്. അവയിലൊന്നും സാധാരണമായി ചെയ്തുപൊകരുത്. വേറെ നിവൃത്തിയില്ലാതെയും അത്യാവശ്യമായും വന്നാൽ നല്ലപോലെ ആലോചിച്ചു മാത്രമേ ഇതിലുള്ളതോരോന്നും ചെയ്യാവൂ. ഈ ഗ്രന്ഥം എനിക്ക് എന്റെ ഗുരുനാഥനായ തേവലശ്ശേരി നമ്പിയദ്ദേഹം തന്നതാണ്. ഇതു കൈമോശം വരാതെ നല്ലപോലെ സൂക്ഷിച്ചുകൊള്ളണം" എന്നു പറഞ്ഞിട്ട് ആനകളെ മുറയ്ക്കുനിർത്തുവാൻ ആജ്ഞാപിച്ചു. ചന്ദ്രശേഖരനെ നടുക്കും ഭവാനിയെ അവന്റെ ഇടത്തുവശത്തും വലിയവേലായുധനെ വലത്തുവശത്തും നിർത്തി യഥാക്രമം അവയ്ക്കുള്ള പായസവും ധാരാളമായി പാനകവും കൊടുപ്പിക്കുകയം വന്നരിക്കുന്നവർക്കൊക്കെ യഥായോഗ്യം ഭംഗിയായി ഭക്ഷണം കൊടുക്കുന്നതിനു ചട്ടംകെട്ടുകയും ചെയ്തതിന്റെ ശേഷം ആ മനുഷ്യൻ കൊച്ചുരാമവൈദ്യനോടു വീണ്ടും "ഈ ചന്ദ്രശേഖരനും വലിയവേലായുധനും ഒരു മലയിൽത്തന്നെ ജനിച്ച് ഒരുമിച്ചു കളിച്ചു നടന്നു വളർന്നവരാണ്. വലിയവേലായുധൻ കുഴിയിൽവീണു പതിനഞ്ചു ദിവസം കഴിഞ്ഞപ്പോളാണ് ചന്ദ്രശേഖരൻ കുഴിയിൽ വീണത്. വലിയവേലായുധൻ വീണ കുഴി

തിരുവിതാംകൂറിൽത്തന്നെയായിരുന്നു. ചന്ദ്രശേഖരൻ വീണ കുഴി മുക്കാൽ ഭാഗവും തിരുവിതാംകൂറിലും കാൽ ഭാഗം കൊച്ചിരാജ്യത്തു മായിരുന്നു. അതിനാൽ ഇവനെ കൊച്ചീസർക്കാരാളുകൾ കുഴിയിൽ നിന്നു കയറ്റിക്കൊണ്ടുപോയി കൈവശപ്പെടുത്തി. പിന്നെ മഹാരാജാവു തിരുമനസ്സിലെ കല്പനപ്രകാരം ഇവനെ അവിടെനിന്ന് ഉപായത്തിൽ കൊണ്ടുപോന്നത് ഞാനാണ്. ഇവരുടെ ബാല്യകഥകളൊന്നും ഇപ്പോഴും ഇവർ മറന്നിട്ടില്ല. അതിനാലാണ് അവർ കണ്ടപ്പോൾ പരസ്പരം അറിഞ്ഞതും ഇപ്പോഴും സ്നേഹാകുലന്മാരായി വർത്തി ക്കുന്നതും. എനിക്കും ചന്ദ്രശേഖരനും തമ്മിലുള്ള ബന്ധം നീയും അറിഞ്ഞിരിക്കേണ്ടതാകയാൽ ഞാനിത്രയും പറഞ്ഞതാണ്. ഇനി ഞാൻ പോകട്ടെ" എന്നു പറഞ്ഞിട്ടു പൂമുഖത്തുപോയി കിടന്നു. ആ മനുഷ്യനു ബോധം വീണതു പിന്നെ മൂന്നേമുക്കാൽ നാഴിക കഴിഞ്ഞി ട്ടാണ്. അപ്പോഴേക്കും അവിടെക്കൂടിയിരുന്നവരെല്ലാം പിരിയുകയും ആനക്കാർ ആനകളെയും കൊണ്ടുപോവുകയും ചെയ്തിരുന്നു.

അന്ന് അരിപ്പാട്ടു ക്ഷേത്രത്തിൽ ഉത്സവത്തിന്റെ ആറാട്ടായിരുന്നു വല്ലോ. അന്നത്തെ എഴുന്നള്ളിപ്പു തലേദിവസത്തേക്കാൾ ഭംഗിയായി രുന്നു. ചന്ദ്രശേഖരന്റെ പുറത്ത് അരിപ്പാട്ടുദേവനെ എഴുന്നള്ളിച്ചു നടു വിലും ഭവാനിയുടെ പുറത്ത് ഭഗവതിയെ എഴുന്നള്ളിച്ച് ഇടതുവശത്തും വലിയവേലായുധന്റെ പുറത്ത് ഒരുപദേവനെ എഴുന്നള്ളിച്ച് വലതു വശത്തും നിർത്തിയായിരുന്നു അന്നത്തെയെഴുന്നള്ളിപ്പ്. ഭവാനിക്കും വലിയവേലായുധനും പൊക്കം ഒരുപോലെയായിരുന്നു. ചന്ദ്രശേഖ രന് ഈ രണ്ടാനകളേക്കാൾ ഒരുമുഴം പൊക്കം അധികവുമായിരുന്നു. അങ്ങനെയായാലാണല്ലോ എഴുന്നള്ളത്തിന്റെ ഭംഗിയ്ക്കു തികച്ചിൽ വരുന്നത്. എന്നാൽ അന്നും ഒരു ന്യൂനതയുണ്ടായിരുന്നു. അത് ചന്ദ്ര ശേഖരന് കെട്ടിച്ച തലയിൽക്കെട്ടിനു വലുപ്പം പോരായിരുന്നു എന്നു ള്ളതാണ്. വലിയ വേലായുധൻ അക്കാലത്തുണ്ടായിരുന്ന വലിയ ആന കളേക്കാളെല്ലാം വലിയതായിരുന്നു. അങ്ങനെയിരുന്ന ആ ആനയ്ക്കു കെട്ടിയാൽ കണ്ണുമൂടിപ്പോകുമെന്നുള്ളതിനാൽ കെട്ടിയ്ക്കാതെ വെറുതെ വെച്ചിരുന്നതായിരുന്നു അരിപ്പാട്ടെ വലിയ സ്വർണ്ണത്തല യിൽക്കെട്ട്. ആ തലയിൽക്കെട്ടായിരുന്നു ചന്ദ്രശേഖരനെ കെട്ടിച്ചത്. എന്നിട്ടും ചന്ദ്രശേഖരനു പാകമാകുന്നതിനു എട്ടംഗുലം വീതിയും പതി നാറംഗുലം നീളവുംകൂടി വേണ്ടിയിരുന്നു. എന്നാൽ ഈ ന്യൂനത അരി പ്പാട്ടു മാത്രമുണ്ടായി എന്നല്ല; അമ്പലപ്പുഴ, ആറന്മുള, വൈക്കം മുത ലായ മഹാക്ഷേത്രങ്ങളിലെ വലിയ തലയിൽക്കെട്ടുകളായാലും ചന്ദ്ര ശേഖരനു കെട്ടിച്ചാൽ ഇങ്ങനെത്തന്നെയാണ് ഇരിക്കാറുള്ളത്.

അരിപ്പാട്ട് ഉത്സവം കഴിഞ്ഞതിന്റെ ശേഷം അരിപ്പാട്ടുനിന്നു രണ്ടു മൂന്നു നാഴിക തെക്കു 'മുതുകുളം' എന്ന ദേശത്തു താമസിച്ചിരുന്ന

'മൂലയ്ക്കൽപിള്ള' എന്നൊരാൾ ചെന്നു ചന്ദ്രശേഖരനെ ഒന്നു സൽക്കരിക്കുന്നതിനായി അയാളുടെ വീട്ടിൽ കൊണ്ടുചെന്നാൽക്കൊള്ളാമെന്നു രാമശ്ശാരോടു പറഞ്ഞു. അതനുസരിച്ചു രാമശ്ശാരും കേശവനും ചന്ദ്രശേഖരനെയും ഭവാനിയേയും കൊണ്ട് അവിടെപ്പോയിരുന്നു. വിരുന്നുസൽക്കാരം ബഹു കേമമായിരുന്നു.ചന്ദ്രശേഖരനും ഭവാനിക്കും തീറ്റയ്ക്കു തെങ്ങിൻപട്ട കൂടാതെ പഴക്കുല, നാളികേരം, പായസം മുതലായവയും ധാരാളമായി കൊടുത്തു. രാമശ്ശാരുടെയും കേശവന്റെയും ഊണിന്റെവട്ടവും കേമമായിരുന്നു. മൂലയ്ക്കൽപിള്ള ചന്ദ്രശേഖരനെ ക്ഷണിച്ച് ഇപ്രകാരം സൽക്കരിച്ചതിന് പ്രത്യേകം കാരണമുണ്ടായിരുന്നു. മൂലയ്ക്കൽപ്പിള്ള, കുഞ്ചിക്കുട്ടിപ്പിള്ള സർവ്വാധികാര്യക്കാരദ്ദേഹത്തിന്റെ ഒരാപ്തമിത്രമായിരുന്നു. ചന്ദ്രശേഖരൻ സർവ്വാധികാര്യക്കാരദ്ദേഹത്തിന്റെ വാത്സല്യഭാജനവുമായിരുന്നുവല്ലോ എന്നു മാത്രമല്ല, സർവ്വാധികാര്യക്കാരദ്ദേഹം ഒടുക്കം ദിക്കുവിട്ടു പോയപ്പോൾ മൂല്ലയ്ക്കൽപ്പിള്ളയുടെ വീട്ടിൽക്കയറി അദ്ദേഹത്തിന്റെ കൈയിലുണ്ടായിരുന്ന സ്വർണ്ണപ്പിടിവാളും മറ്റും പിള്ളയെ ഏൽപിച്ചുകൊടുക്കുകയും "ഞാൻ തിരിച്ചുവന്നുവെങ്കിൽ ഇവയെല്ലാം തിരികെത്തരണം. വന്നില്ലെങ്കിൽ നിങ്ങൾക്കെടുക്കാം" എന്നു പറയുകയും ചെയ്തിട്ടാണ് പോയത്. സർവ്വാധികാര്യക്കാരദ്ദേഹം തിരിച്ചുവരായ്കകൊണ്ട് ആ സാധനങ്ങളെല്ലാം ആ പിള്ളയ്ക്കു കിട്ടി. ആ സ്വർണ്ണപ്പിടിവാൾ മൂലയ്ക്കൽപിള്ളയുടെ വീട്ടിൽ ഇപ്പോഴും ഇരിക്കുന്നുണ്ട്. അന്ന് ആ പിള്ള ആ സ്വർണ്ണപ്പിടിവാളെടുത്തു ചന്ദ്രശേഖരനെ കാണിക്കുകയും അവനേറ്റവും ദുഃഖത്തോടുകൂടി മുട്ടുകുത്തി നമസ്കരിക്കുകയും ചെയ്തു. മൂന്നുദിവസം സുഖമായിട്ട് അവിടെത്താമസിച്ചതിന്റെ ശേഷം നാലാം ദിവസം ചന്ദ്രശേഖരൻ അവിടെനിന്ന് യാത്രയായി. അപ്പോഴും പിള്ള ചന്ദ്രശേഖരനും ഭവാനിക്കും പഴക്കുല മുതലായവ കൊടുക്കുകയും രാമശ്ശാർക്കും കേശവനും മുണ്ടും നേര്യതും സമ്മാനിക്കുകയും മുഹമ്മദീയസ്ത്രീക്കു കൊടുക്കുന്നതിനു മൂന്നരരൂപ രാമശ്ശാരെ എൽപ്പിക്കുകയും ചെയ്തു സന്തോഷിപ്പിച്ചയച്ചു.

മൂലയ്ക്കൽപിള്ളയുടെ വീട്ടിൽനിന്നു പോയവഴിക്കു പിന്നെയും ചന്ദ്രശേഖരൻ നാടാലയ്ക്കൽക്കയറി. ഭവാനിയും ആനക്കാരന്മാരും കൂടെയുണ്ടായിരുന്നുവെന്നുള്ളതു പറയണമെന്നില്ലല്ലോ. കൊച്ചുരാമവൈദ്യർ അപ്പോഴും ചന്ദ്രശേഖരനും ഭവാനിക്കും പഴക്കുല മുതലായവയും ആനക്കാർക്കു ഭക്ഷണവും സമ്മാനങ്ങളും വഴിച്ചെലവിനു വേണ്ടുന്ന പണവും മുഹമ്മദീയസ്ത്രീയുടെ കാര്യം രാമശ്ശാർ പറഞ്ഞറിയുകയാൽ അവൾക്കു കൊടുക്കുന്നതിനു പ്രത്യേകം അഞ്ചുരൂപയും കൊടുത്തു. ചന്ദ്രശേഖരൻ അപ്പോഴും സർവ്വാധികാര്യക്കാരദ്ദേഹത്തിന്റെ

പ്രതിമയ്ക്കു മൂന്നു പ്രദക്ഷിണംവെച്ചു മുട്ടുകുത്തി നമസ്കരിച്ചിട്ട് അപ്പോൾതന്നെ പുറപ്പെടുകയും നാലുദിവസംകൊണ്ട് ഭവാനി, രാമശ്ശാർ, കേശവൻ എന്നിവരോടുകൂടി സസുഖം കൊട്ടാരക്കരെ ചെന്നുചേരുകയും ചെയ്തു.

ചന്ദ്രശേഖരൻ രണ്ടുമൂന്നു മാസത്തേയ്ക്കു സ്വസ്ഥാനം വിട്ട് എവിയോ പോയിരുന്നുവെന്നും പിന്നെ ഒരു പിടിയാനയെ (*ഭവാനിയെ*)യും കൊണ്ടുമടങ്ങിവന്നുവെന്നും മുൻപു പറഞ്ഞിട്ടുണ്ടല്ലോ. എന്നാൽ ചന്ദ്രശേഖരൻ പോയിരുന്നത് ഈ പിടിയാനയെ കൊണ്ടുവരാനായിട്ടല്ലായിരുന്നു. അവൻ പോയതിന്റെ കാരണം വേറെയായിരുന്നു. അതോടുകൂടി ഇതും സാധിച്ചുവെന്നേയുള്ളൂ. ചന്ദ്രശേഖരൻ സ്വസ്ഥാനം വിട്ടു പോയതിന്റെ വാസ്തവ കാരണം താഴെ പറഞ്ഞുകൊള്ളുന്നു.

മുൻകാലങ്ങളിൽ കൊട്ടാരക്കരെനിന്ന് ചെങ്കോട്ടയ്ക്കു പോകുന്നതിനു പത്ത്നാപുരം, ആര്യങ്കാവ് മുതലായ സ്ഥലങ്ങളിൽകൂടി ഒരു മൂന്നടിപ്പാത മാത്രമെ ഉണ്ടായിരുന്നുള്ളൂ. അതുതന്നെ കാട്ടാന, കടുവ, കരടി മുതലായ ദുഷ്ടമൃഗങ്ങൾ നിറഞ്ഞ വനാന്തരങ്ങളിൽക്കൂടിയായിരുന്നു. പത്തനാപുരത്തുനിന്നു പുറപ്പെട്ടാൽ മനുഷ്യർക്ക് അഭയസ്ഥാനമായിട്ടു പതിനാലുനാഴിക കിഴക്കു 'കഴുതയുരുട്ടി' എന്ന സ്ഥലത്തുള്ള ഒരൂട്ടുപുര മാത്രമെ മുൻപുണ്ടായിരുന്നുള്ളൂ. മുൻകാലങ്ങളിൽ ചെങ്കോട്ടയ്ക്കു പോകുന്നവർ പത്തനാപുരത്തുനിന്നു പുറപ്പെട്ടാൽ കഴുതയുരുട്ടിയിൽച്ചെന്ന് ഊണുകഴിച്ച് ഉടനെ പുറപ്പെട്ടു വൈകുന്നേരം ആര്യങ്കാവിലെത്തി താമസിക്കുകയും പിറ്റേദിവസം അവിടെനിന്നുപോയി ചെങ്കോട്ടയിലെത്തുകയുമായിരുന്നു പതിവ്. വഴിയുടെ ഭയങ്കരത്വം നിമിത്തം പത്തും പതിനഞ്ചും പേരൊരുമിച്ചല്ലാതെ അക്കാലത്ത് അതിലേ പോകാറില്ല. എന്നാൽതന്നെയും പ്രാണഭീതിയോടുകൂടിയാണ് മനുഷ്യർ അതിലേ പോകുന്നത്.

ഒരുകാലത്ത് ആര്യങ്കാവിലും കഴുതയുരുട്ടിക്കും മദ്ധ്യേയുള്ള കൊടുങ്കാട്ടിൽ കൊലകൊമ്പനും ഒറ്റയാനും (*കൂട്ടുവിട്ട് ഒറ്റയ്ക്കു നടക്കുന്നവനും*) ആയ ഒരു വലിയ കാട്ടാന വന്നുചേർന്നു. ആ ആന അതിലേപോകുന്ന വഴിപ്പോക്കരെ പലവിധത്തിൽ ഉപദ്രവിക്കുകയും കുത്തിക്കൊല്ലുകയും ചെയ്തുകൊണ്ടിരുന്നു. ഒരിക്കൽ ഏതാനും പരദേശ ബ്രാഹ്മണർ കൊട്ടാരക്കര വരാനായി ചെങ്കോട്ടയിൽനിന്നു പുറപ്പെട്ടു. ആര്യങ്കാവു കഴിഞ്ഞു സ്വൽപം പടിഞ്ഞാട്ടു വന്നപ്പോൾ മേൽപറഞ്ഞ കൊമ്പൻ കാടും പടലുമാകപ്പാടെ തകർത്തുകൊണ്ടു പാഞ്ഞുവരുന്നതുകണ്ട്, അവർ പ്രാണഭീതിയോടുകൂടി ഓടിത്തുടങ്ങി. അവരുടെ പിന്നാലെ ആനയുമെത്തി. ആയുർബ്ബലംകൊണ്ടും ഈശ്വര

കാരുണ്യത്താലും ആ ബ്രാഹ്മണർ ആ കൊലകൊമ്പന്റെ കൈയിൽപ്പെടാതെ ഓടിയോടി ഒരുവിധത്തിൽ കഴുതയുരുട്ടിയിലുള്ള ഊട്ടുപുരയിൽച്ചെന്നെത്തി. അതിൽപ്പിന്നെയാണ് അവരുടെ ശ്വാസം നേരെ വീണത്. ആ ഊട്ടുപുരയിൽക്കയറിയാൽപ്പിന്നെ പേടിക്കാനൊന്നുമില്ല. ദുഷ്ടമൃഗങ്ങളെ ഭയപ്പെട്ട് ഊട്ടുപുരയുടെ ചുറ്റും വലിയ കിടങ്ങും ആ കിടങ്ങിന്റെ അകവശത്തു തടികൾകൊണ്ട് ഏറ്റവും ബലത്തോടുകൂടിയ അഴിയുമുണ്ടായിരുന്നു. മനുഷ്യർക്കു കിടങ്ങുകടന്ന് ഊട്ടുപുരയിൽച്ചെല്ലുന്നതിന് ഒരു തടിപ്പാലവുമിട്ടിട്ടുണ്ടായിരുന്നു. ആ ഒറ്റത്തടിപ്പാലത്തിന്മേൽക്കൂടി മനുഷ്യർക്കല്ലാതെ മൃഗങ്ങൾക്കു കടന്നുചെല്ലാൻ നിവൃത്തിയുമില്ലായിരുന്നു. ഒരിക്കൽ ഒരു കരടി ആ ഊട്ടുപുരയിൽനിന്ന് ഒരു ബ്രാഹ്മണനെ പിടിച്ചുകൊണ്ടുപോയി. അതിൽപിന്നെയാണ് അവിടെ കിടങ്ങും അഴിയും മറ്റുമുണ്ടാക്കിയത്.

ബ്രാഹ്മണർ ഊട്ടുപുരയിലെത്തിയപ്പോഴേക്കും കാട്ടാന കിടങ്ങിന്റെ മുറുകരയിലെത്തിക്കഴിഞ്ഞു. ആന കോപാന്ധനായി പാലം വലിച്ചുകളഞ്ഞിട്ട് അവിടെനിന്നുകൊണ്ടു രണ്ടു മൂന്നു പ്രാവശ്യം വലിയ ശബ്ദം പുറപ്പെടുവിച്ചു. കിടങ്ങിനപ്പുറം കടക്കാൻ ആ കൊമ്പനാന വളരെ ശ്രമിച്ചുനോക്കി. എങ്കിലും സാധിച്ചില്ല. ഒടുക്കം, ആ കൊലകൊമ്പൻ ഇച്ഛാഭംഗത്തോടെ മടങ്ങിപ്പോയി. എങ്കിലും ആ ബ്രാഹ്മണർക്കും ഊട്ടുപുരയിലുണ്ടായിരുന്ന മറ്റു വഴിപോക്കർക്കും അവിടെ സ്ഥിരതാമസക്കാരായ ഭരിപ്പുകാരൻ മുതലായവർക്കും ഭയം നിമിത്തം അന്നു രാത്രിയിൽ ഉറക്കം നേരെവന്നില്ല. എല്ലാവരും അത്താഴം കഴിച്ചു വാതിലുമടച്ചു കിടന്നു. പിറ്റേദിവസം നേരം വെളുത്തിട്ടും ആ ബ്രാഹ്മണർക്ക് അവിടെനിന്നു പോകുവാൻ ധൈര്യമുണ്ടായില്ല. അവർ ഉച്ചയ്ക്ക് ഊണുകഴിഞ്ഞിട്ടേ അവിടെനിന്നു പോയുള്ളൂ.

അന്നു വൈകുന്നേരമായപ്പോഴേക്കും ആ ബ്രാഹ്മണർ കൊട്ടാരക്കരയെത്തി ഉടനെക്കുളിച്ചു. അവർ ഗണപതിയുടെ നടയിൽച്ചെന്നുനിന്ന് "അല്ലയോ ഭഗവാനേ! വിഘ്നേശ്വരാ! ഒരു കൊലയാനയുടെ ഉപദ്രവം നിമിത്തം മനുഷ്യർക്ക് ഇവിടെനിന്നു കിഴക്കോട്ടു പോകുന്നതിനും കിഴക്കുള്ളവർക്ക് ഇങ്ങോട്ടുവരുന്നതിനും നിവൃത്തിയില്ലാതെയായിരിക്കുന്നു. ഇതിനു ഭഗവാൻതന്നെ ഒരു നിവൃത്തിയുണ്ടാക്കിത്തരണം. ഇവിടെ വിചാരിച്ചാൽ ഇതിനു യാതോരു പ്രയാസവുമില്ല. ചന്ദ്രശേഖരനെ ഇവിടെനിന്ന് അയച്ചാൽ മതി. അവൻ ചെന്ന് ആ കൊലകൊമ്പന്റെ കഥകഴിച്ചുവരും. അതിനാൽ അതിലേക്കു കൃപയുണ്ടാകണം" എന്നു സങ്കടത്തോടുകൂടി മനസ്സിരുത്തി ഭക്തിപൂർവ്വം പ്രാർത്ഥിച്ചു. അതിനാൽ ആ ഗണപതി ഭഗവാൻ തോന്നിച്ചിട്ട് ആ കാട്ടാനയെക്കൊല്ലാനായിട്ടാണ് ചന്ദ്രശേഖരൻ പോയിരുന്നത്. അന്ന് അതിനായി കാട്ടിൽത്താമസിച്ചിരുന്നപ്പോൾ ആ

പിടിയാനയുമായി പരിചയപ്പെടുകയും പരസ്പരം സ്നേഹിക്കുകയും ചെയ്യുകയാൽ ചന്ദ്രശേഖരൻ ആ പ്രണയിനിയെക്കൂടെ കൊണ്ടുപോന്നു എന്നേയുള്ളു.

ചന്ദ്രശേഖരൻ കാട്ടാനയെക്കൊല്ലാനായി പോയിട്ട് കഴുതയുരുട്ടിയിൽനിന്ന് സ്വൽപം കിഴക്കോട്ടുചെന്നു വഴിയിൽ നിന്നുകൊണ്ട് അത്യുച്ചത്തിൽ സ്വൽപം ഒന്നു കൂകി. അതുകേട്ട് ആ കാട്ടാനയും കൂകി. ചന്ദ്രശേഖരൻ പിന്നെയും കൂകി. അപ്പോഴും കാട്ടാന ഏറ്റു കൂകി. ചന്ദ്രശേഖരൻ മൂന്നാമതു കൂകിയപ്പോഴേക്കും കാട്ടാന അടുത്തെത്തിക്കഴിഞ്ഞിരുന്നു. ഉടനെ അവർ തമ്മിൽ യുദ്ധവുമാരംഭിച്ചു. വഴിയിൽ നിന്നുകൊണ്ട് അവർ തമ്മിലുണ്ടായ ആ യുദ്ധം ഏറ്റവും ഭയങ്കരമായിരുന്നു. കിഴക്കുനിന്നു പടിഞ്ഞാട്ടും പടിഞ്ഞാറുനിന്നു കിഴക്കോട്ടും പോകുന്നതിനായി രണ്ടുഭാഗത്തും വന്നുകൂടിയ ഏറിയോരു ജനങ്ങൾ ദൂരെ മാറിനിന്നുകൊണ്ടും വലിയ മരങ്ങളിലും മറ്റും കയറിയിരുന്നുകൊണ്ടും ആ യുദ്ധംകണ്ടു ഭയപ്പെടുകയും അദ്ഭുതപ്പെടുകയും ചെയ്തു. ആ യുദ്ധക്കാലത്തു പേടിച്ചിട്ട് ആരും ആ വഴിയെ കിഴക്കോട്ടും പടിഞ്ഞാട്ടും പോകുകയുണ്ടായില്ല. ആ ആനകൾ തമ്മിൽ കൊമ്പുകൾ കൂട്ടിയിടിച്ച അടികളുടെ ശബ്ദം വളരെദൂരെ കേൾക്കാമായിരുന്നു. അങ്ങനെ ഏതാനും ദിവസത്തെ യുദ്ധംകഴിഞ്ഞപ്പോഴേയ്ക്കും ആ കാട്ടാന പിൻതിരിഞ്ഞ് കാട്ടിലേക്ക് ഓടി. പിന്നാലെ ചന്ദ്രശേഖരനും പോയി. പിന്നത്തെക്കഥയൊന്നും ആർക്കും അറിയാൻപാടില്ലായിരുന്നു.

അനന്തരം അഞ്ചെട്ടുദിവസം കഴിഞ്ഞപ്പോൾ ഒരു ദിവസം ചന്ദ്രശേഖരൻ കഴുതയുരുട്ടിയിലുള്ള ഊട്ടുപുരയുടെ സമീപത്തു കിടങ്ങിന്റെ മറുകരയിൽ വന്നുനിന്ന് ഉറക്കെ ഒരു ശബ്ദം പുറപ്പെടുവിച്ചു. അതുകേട്ടു ഭയപ്പെട്ടു ഭരിപ്പുകാരൻ മുതലായവർ മുൻപു ബ്രാഹ്മണരെ ഓടിച്ചുകൊണ്ടുവന്ന കാട്ടാനയായിരിക്കുമെന്നു വിചാരിച്ചു കിടങ്ങിന്റെ ഇക്കരെ നിന്നുകൊണ്ടു നോക്കി. അപ്പോൾ ഇതു കാട്ടാനയല്ലെന്നും ചന്ദ്രശേഖരനാണെന്നും അവർക്കു മനസ്സിലായി. ചന്ദ്രശേഖരനെക്കണ്ട് അവർക്കൊക്കെ നല്ല പരിചയമുണ്ടായിരുന്നു. ചന്ദ്രശേഖരനെ രാമയ്യർ പലപ്പോഴും കൊണ്ടുചെല്ലുകയും ആ സമയങ്ങളിലെല്ലാം ചന്ദ്രശേഖരന് ഊട്ടുപുരയിൽനിന്നും ചോറും മറ്റും കൊടുക്കുകയും ചെയ്തിരുന്നു. അതോർത്താണ് അവൻ അവിടെചെന്നു വിളിച്ചത്. കാട്ടാനയുമായി യുദ്ധം തുടങ്ങിയതിൽപ്പിന്നെ അവൻ ആഹാരമൊന്നും കഴിച്ചിരുന്നില്ല. അതിനാലിപ്പോൾ ചന്ദ്രശേഖരനു വിശപ്പും ദാഹവും കലശലായിട്ടുണ്ടായിരുന്നു. അവൻ വളരെ ക്ഷീണിക്കുകയും ചെയ്തിരുന്നു. ചന്ദ്രശേഖരന്റെ പാരവശ്യം കണ്ടിട്ട് ഭരിപ്പുകാരൻ "ചന്ദ്രശേഖരാ! നീ കുറച്ചു ദൂരെ മാറിനിന്നാൽ നിനക്കു വെള്ളവും ചോറും തരാം" എന്നു വിളിച്ചു

പറഞ്ഞു. അതുകേട്ട് ചന്ദ്രശേഖരൻ മാറിനിന്നു. ഭരിപ്പുകാരന്റെ ഭൃത്യന്മാർ ചന്ദ്രശേഖരനു മതിയാകത്തക്കവണ്ണം ചോറും വെള്ളവും പാലത്തിന്മേൽക്കൂടി കിടങ്ങിന്റെ മറുകരയിൽ കൊണ്ടുചെന്നു കൊടുത്തു. ചന്ദ്രശേഖരൻ ചോറും തിന്നു വെള്ളവും കുടിച്ചു വയർ നിറച്ചുകൊണ്ടാണു പിടിയാനയോടുകൂടി കൊട്ടാരക്കരെ ചെന്നുചേർന്നത്. പിന്നെ ആ കാട്ടാനയെ ആ ദിക്കിലെങ്ങും കാണാതെയായതിനാൽ വഴിപോക്കർ യഥാപൂർവ്വം ആ വഴിയെ സഞ്ചരിച്ചു തുടങ്ങുകയും ചെയ്തു.

ചന്ദ്രശേഖരൻ പിടിയാനയോടുകൂടി കൊട്ടാരക്കരെയെത്തി. ഏതാനും ദിവസം കഴിഞ്ഞപ്പോഴേക്കും വഴിക്കാരെ ഉപദ്രവിച്ചുകൊണ്ടിരുന്ന കാട്ടാനയെ ചന്ദ്രശേഖരൻ കുത്തിക്കൊന്നു ജനോപദ്രവം തീർത്തിരിക്കുന്നു എന്നുള്ള വർത്തമാനം സർവ്വത്ര പ്രസിദ്ധമായി. അനന്തരം അഞ്ചാറുമാസം കഴിഞ്ഞപ്പോൾ ആര്യങ്കാവിനും കഴുതയുരുട്ടിക്കും മദ്ധ്യേയുള്ള കൊടുങ്കാട്ടിൽ ഒരു വലിയ ആനയുടെ അസ്ഥികൂടവും കൊമ്പുകളും കിടക്കുന്നതായി പത്തനാപുരം തഹശീൽദാർക്ക് അറിവുകിട്ടി. ഈ വർത്തമാനം അറിഞ്ഞപ്പോൾത്തന്നെ ഈ അസ്ഥികൂടവും കൊമ്പുകളും ചന്ദ്രശേഖരൻ കുത്തിക്കൊന്ന കാട്ടാനയുടേതാണെന്നു തഹശീൽദാർ തീർച്ചപ്പെടുത്തി. ഈ കൊമ്പുകളെടുത്തു സർക്കാരിലേൽപ്പിക്കേണ്ടത് അത്യാവശ്യമാകയാൽ അവ കിടക്കുന്ന സ്ഥലത്തു പോകണമെന്നും അദ്ദേഹം നിശ്ചയിച്ചു. എന്നാൽ അവ കിടക്കുന്നത് എവിടെയാണെന്നറിയാതെ പോയാലെങ്ങനെയാണെന്നുള്ള സംശയവും ദുഷ്ടമൃഗങ്ങൾ നിറഞ്ഞ കൊടുങ്കാട്ടിൽ സഞ്ചരിക്കാനുള്ള ഭയവും അദ്ദഹത്തിന്റെ മനസ്സിൽ ഉണ്ടാകാതെയിരുന്നില്ല. ഇതിനെക്കുറിച്ചു വളരെനേരം ആലോചിച്ചതിന്റെ ശേഷം ചന്ദ്രശേഖരനെ വരുത്തി അവനോടുകൂടെ പൊയ്ക്കളയാമെന്ന് ഒടുക്കം അദ്ദേഹം തീർച്ചപ്പെടുത്തി. "ചന്ദ്രശേഖരൻ കൂടെയുണ്ടായിരുന്നാൽ പിന്നെ ദുഷ്ടമൃഗങ്ങളെ ഭയപ്പെടാനില്ല. കാട്ടാനയെ കൊന്നിട്ട സ്ഥലം അവൻ കാണിച്ചുതരികയും ചെയ്യും" എന്നായിരുന്നു തഹശീൽദാരുടെ വിശ്വാസം. അതിനാലദ്ദേഹം രാമശ്ശാർ ചന്ദ്രശേഖരനോടുകൂടി പത്തനാപുരത്തു ചെല്ലുന്നതിന് എഴുതിയയച്ചു ചട്ടംകെട്ടി. അതനുസരിച്ചു രാമശ്ശാർ ചന്ദ്രശേഖരനെയുംകൊണ്ട് ഒരുദിവസം നേരംവെളുത്തപ്പോൾ തഹശീൽദാർ താമസിക്കുന്ന വീട്ടിന്റെ പടിക്കലെത്തി. ഭവാനിയോടുകൂടി കേശവനും ഒരുമിച്ചുതന്നെയുണ്ടായിരുന്നു. തഹശീൽദാരദ്ദേഹം കാലത്ത്, ഉണർന്നെണീറ്റു പുറത്തു വന്നപ്പോൾ ആദ്യം കണ്ടതു ചന്ദ്രശേഖരനെയാണ്. "ഇന്നു കാഴ്ച കണ്ടതു ചന്ദ്രശേഖരനെയാണല്ലോ. ഇതൊരു സുദിനം തന്നെ. ഇനി കാര്യമെല്ലാം സഫലമാകും" എന്നു

മനസ്സിൽ വിചാരിച്ചുകൊണ്ട് അദ്ദേഹം ചന്ദ്രശേഖരനും ഭവാനിക്കും ഉടനെ വേണ്ടതുപോലെ തീറ്റകൊടുക്കുന്നതിനു ചട്ടംകെട്ടീട്ടു ദിനകൃത്യ ങ്ങൾക്കായി പോയി. അദ്ദേഹം കുളിയും മറ്റും കഴിഞ്ഞു വന്ന പ്പോഴേക്കും കഞ്ഞി കാലമായിരുന്നു. (*അക്കാലത്തു കാലത്തേ കഞ്ഞി യാണ്. കാപ്പിയും ചായയും മറ്റും പതിവില്ലായിരുന്നു*) ഉടനെ തഹ ശീൽദാരദ്ദേഹം കഞ്ഞി കുടിക്കുകയും രാമശ്ശാർക്കും കേശവനും കഞ്ഞി കൊടുപ്പിക്കുകയും ചെയ്തു. അപ്പോഴേക്കും ചന്ദ്രശേഖരനും ഭവാനിയും തീറ്റ തിന്നുകഴിഞ്ഞിരുന്നു. ഉടനെ തഹശീൽദാരദ്ദേഹം ചന്ദ്രശേഖരന്റെ അടുക്കൽച്ചെന്ന്, “ചന്ദ്രശേഖരാ! നീയാ കാട്ടാനയെ കുത്തിക്കൊന്നിട്ടത് എവിടെയാണെന്നു കാണിച്ചുതരണം. അതിനാ യിട്ടാണ് നിന്നെ ഞാനിവിടെ വരുത്തിയിരിക്കുന്നത്” എന്നു പറഞ്ഞു. അതുകേട്ടു ചന്ദ്രശേഖരൻ സമ്മതിച്ചതായി തല കുലുക്കുകയും ഒരു ശബ്ദം പുറപ്പെടുവിക്കുകയും ചെയ്തു. ഉടനെ തഹശീൽദാർ യാത്ര യ്ക്കൊരുങ്ങിപ്പുറപ്പെട്ടു. അപ്പോൾ ചന്ദ്രശേഖരൻ അദ്ദേഹത്തിന്റെ മുമ്പിൽ ചെന്നു നട നാലും മടക്കിയിരുന്നു. ചന്ദ്രശേഖരൻ മടക്കി യാലും മടക്കിയ മുൻകാലിന്മേലും പിന്നെയൊരു കയറ്റുകോവണിപ്പടി യിന്മേലുംകൂടി ചവിട്ടിയെങ്കിലേ അവന്റെ കഴുത്തിൽക്കയറാൻ സാധി ക്കുകയുള്ളൂ. അവന്റെ തലയുടെ ഉയർച്ച അത്രയ്ക്കുമാത്രമുണ്ടായി രുന്നു. അതിനാൽ ഒരു കയറ്റുകോവണി അവന്റെ കച്ചക്കയറിന്മേൽ കെട്ടി സദാ തൂക്കിയിട്ടിരിക്കും. തഹശീൽദാരദ്ദേഹം പതിവുപോലെ കാലിന്മേലും കയറ്റുകോവണിമേലും ചവിട്ടി ചന്ദ്രശേഖരന്റെ കഴുത്തിൽ കയറിയിരുന്നു. ഉടനെ ചന്ദ്രശേഖരൻ കിഴക്കോട്ടു നടന്നുതുടങ്ങി. ഭവാനിയുടെ പുറത്തു കയറി രാമശ്ശാരും കേശവനും പിന്നാലെയും പോയി. അവർ ഏകദേശം പതിനൊന്നു മണിയായപ്പോഴേക്കും കഴുത യുരുട്ടിയിലെത്തി. വിചാരിച്ചിരിക്കാത്ത സമയത്തു തഹശീൽദാർ ചെന്നുചേർന്നതുകൊണ്ടു കാര്യമെന്തെന്നറിയാതെ ഭരിപ്പുകാരനും മറ്റും ആദ്യം സ്വല്പമൊന്ന് അന്ധാളിച്ചു. പിന്നെ കാര്യം മനസ്സിലാവുക യാൽ അവർക്കു സമാധാനമായി. ഉടനെ അവർ ഊണു കാലമാക്കി. തഹശീൽദാരും രാമശ്ശാരും കേശവനും ഊണുകഴിച്ചു. തെങ്ങിൻപട്ട, ചോറ്, പഴക്കുല മുതലായവ ചന്ദ്രശേഖരനും ഭവാനിക്കും ധാരാളമായി കൊടുക്കയും ചെയ്തു. ഉടനെ അവർ അവിടെനിന്നു യഥാപൂർവ്വം യാത്രയായി. പിന്നത്തെ യാത്ര വലിയ കൊടുങ്കാട്ടിൽക്കൂടിയായിരുന്നു. ‘ഏതെങ്കിലും വരുന്നതൊക്കെ വരട്ടെ’ എന്നു വിചാരിച്ചു തഹശീൽ ദാരും ആനക്കാരും ധൈര്യസമേതം ആനകളുടെ പുറത്തുതന്നെയി രുന്നു. എന്നാൽ തഹശീൽദാരുടെയും മറ്റും മേൽവള്ളികളുടെ അഗ്രം പോലും മുട്ടാതെ സൂക്ഷിച്ചാണു ചന്ദ്രശേഖരനും ഭവാനിയും അവരെ

ക്കൊണ്ടുപോയത്. അങ്ങനെ പോയി 'ഒറ്റക്കല്ല്' എന്നു പറയുന്ന സ്ഥലത്തുനിന്ന് ഏകദേശം ആറുനാഴിക കിഴക്കുവടക്കായിട്ട് ഒരു സ്ഥലത്തു ചെന്നപ്പോൾ ചന്ദ്രശേഖരൻ അവിടെ നിന്നു. അപ്പോൾ അവിടെ മലയിൽനിന്നൊഴുകുന്ന ഒരു തോട്ടിൽ (*അരുവിയിൽ*) ഒരാനയുടെ അസ്ഥികൂടവും കൊമ്പുകളും കിടക്കുന്നതു തഹശീൽദാരും മറ്റും കണ്ടു. ചന്ദ്രശേഖരൻ ആ കൊമ്പുകൾ ഇളക്കിയെടുത്ത്, ഒന്ന് ഭവാനിയുടെ കൈയിൽ കൊടുത്തു. ഒന്ന് അവൻ തന്നെ വഹിക്കുകയും ചെയ്തുകൊണ്ട് അവിടെനിന്നും തിരിയെ യാത്രയായി. ആ കൊമ്പുകളുടെ വലിപ്പും അസാമാന്യമായിരുന്നതിനാൽ അവ കണ്ടു തഹശീൽദാരും മറ്റും വളരെ അദ്ഭുതപ്പെട്ടു. ആ കൊമ്പുകൾക്കു വലിയ കൊലയാനകളുടെ കൊമ്പുകളിൽ ഇരട്ടി വലിപ്പമുണ്ടായിരുന്നു.

അവർ ഏകദേശം മൂന്നുമണിയായപ്പോഴേക്കും തിരിയെ കഴുതയുരുട്ടിയിലെത്തി. തഹശീൽദാരും ആനക്കാരും അവിടെയിരുന്നു കുറച്ചു നേരം വിശ്രമിച്ചു. ചന്ദ്രശേഖരനും ഭവാനിയും കുറേശ്ശെ വെള്ളം കുടിക്കുകയും ചെയ്തു. ആ ആനക്കൊമ്പുകൾ കണ്ടപ്പോൾ ഭരിപ്പുകാരൻ മുതലായവർക്ക് അവിടെ മുൻപു ചിലപ്പോൾ വരാറുള്ള വലിയ കാട്ടാനയെക്കുറിച്ച് ഓർമ്മ വരികയാൽ ആ ആനയെസ്സംബന്ധിച്ചുള്ള കഥകളെല്ലാം അവർ പറഞ്ഞു തഹശീൽദാരെ കേൾപ്പിച്ചു. അപ്പോൾത്തന്നെ തഹശീൽദാർ ചന്ദ്രശേഖരന്റെ കഴുത്തിലും രാമശ്ശാരും കേശവനും ഭവാനിയുടെ പുറത്തും കയറി അവിടെനിന്നും രാത്രി പുറപ്പെട്ട് ഏഴുമണിയായപ്പോഴേക്കും പത്തനാപുരത്തു തഹശീൽദാരുടെ വീട്ടിലെത്തി. അപ്പോഴേക്കും അവിടെ തഹശീൽദാർക്കും ആനക്കാർക്കും അത്താഴത്തിനും ആനകൾക്കു തീറ്റയ്ക്കും വേണ്ടതെല്ലാം തയ്യാറായിരുന്നു. ചന്ദ്രശേഖരനും ഭവാനിയും ആ ആനക്കൊമ്പുകൾ തഹശീൽദാരുടെ വീടിന്റെ വരാന്തയിൽ കൊണ്ടു ചെന്ന് വെച്ചിട്ട് മുറ്റത്തുനിന്നു. തഹശീൽദാർ അത്താഴത്തിനിരുന്ന ഉടനെ ആനക്കാർക്കും ചോറു കൊടുക്കാൻ പറഞ്ഞു. അരിവെയ്പുകാരൻ അവരെ അത്താഴത്തിനു വിളിച്ചപ്പോൾ രാമശ്ശാർ "ഞങ്ങൾ ഈ ആനകളെക്കൊണ്ടുപോയി തളച്ചു തീറ്റകൊടുത്തിട്ടു വരാം" എന്നു പറഞ്ഞു. ഉടനെ അയാൾ ചെന്നു ചന്ദ്രശേഖരനെ വിളിച്ചിട്ട് അവൻ പോയില്ല. ഈ ആനക്കൊമ്പുകളുടെ അടുക്കൽനിന്നു പോകുവാൻ സമ്മതമില്ലാഞ്ഞിട്ടാണ് ചന്ദ്രശേഖരൻ ചെല്ലാത്തതെന്നു രാമശ്ശാർക്കു മനസ്സിലായി. അതിനാൽ അയാളും കേശവനും കൂടിപ്പോയി തീറ്റയ്ക്കുള്ളതു വലിച്ചു മുറ്റത്തുകൊണ്ടുവന്ന് ഇട്ടുകൊടുത്തിട്ട് അവരും അത്താഴത്തിനു പോയി. എല്ലാവരും അത്താഴം കഴിച്ചിട്ടു വന്നപ്പോൾ ആനകൾ രണ്ടും തീറ്റ തിന്നുകൊണ്ടു മുറ്റത്തുതന്നെ നിൽക്കുന്നുണ്ടായിരുന്നു. അപ്പോൾ തഹശീൽദാർ "ഈ

ആനകളെ തളയ്ക്കേണ്ടയോ" എന്നു രാമശ്ശാരോടു ചോദിച്ചു. അതിനു മറുപടിയായിട്ടു രാമശ്ശാർ, "ഒന്നും വേണ്ട. അവർ അവിടെ നിൽക്കുകയോ കിടക്കുകയോ എന്തെങ്കിലും ചെയ്തുകൊള്ളും. ഉപദ്രവമൊന്നും ചെയ്കയില്ല" എന്നു പറഞ്ഞു. "എന്നാലിവിടെ നിൽക്കട്ടെ" എന്നു പറഞ്ഞു. തഹശീൽദാർ കിടക്കാൻ പോയി. തഹശീൽദാർ പുരയ്ക്കകത്തും ആനക്കാർ വരാന്തയിലും കിടന്നുറങ്ങി. ആനകൾ രണ്ടും തീറ്റ തിന്നു കഴിഞ്ഞിട്ടു മുറ്റത്തും കിടന്നു. ആനക്കൊമ്പുകൾ വരാന്തയിൽത്തന്നെ ഇരുന്നതിനാൽ ചന്ദ്രശേഖരൻ ഉറങ്ങിയില്ല. ചന്ദ്രശേഖരൻ ഉറങ്ങാത്തതിനാൽ ഭവാനിക്കും ഉറക്കം വന്നില്ല. എങ്കിലും തഹശീൽദാരും ആനക്കാരും കിടന്നയുടനെ ഉറങ്ങി. അവർ പകൽ വളരെ നേരം ആനപ്പുറത്തിരുന്നു ബുദ്ധിമുട്ടിയവരായിരുന്നുവല്ലോ.

നേരം വെളുത്തപ്പോൾ രാമശ്ശാരും കേശവനും ഉണർന്നെണീറ്റു യാത്രയ്ക്കു തയ്യാറായി. അപ്പോഴേക്കും തഹശീൽദാരദ്ദേഹം ഉണർന്നെണീറ്റു പുറത്തു വന്നു. ചന്ദ്രശേഖരനും ഭവാനിയും മുറ്റത്തുതന്നെ നിൽക്കുന്നുണ്ടായിരുന്നു. രാമശ്ശാർ തഹശീൽദാരദ്ദേഹത്തെ വന്ദിച്ചിട്ട് ചന്ദ്രശേഖരനോട്, "മകനേ, ചന്ദ്രശേഖരാ! ഇനി നമുക്കു കൊട്ടാരക്കരയ്ക്കു പോകാം" എന്നു പറഞ്ഞു. ചന്ദ്രശേഖരൻ അതുകേട്ടിട്ട് കേട്ടതായി ഭാവിക്കപോലും ചെയ്തില്ല. അതിനാൽ അപ്പോൾ പോകാൻ ചന്ദ്രശേഖരനു സമ്മതമില്ലെന്നു രാമശ്ശാർക്കു മനസ്സിലായി. സമ്മതമുണ്ടായിരുന്നുവെങ്കിൽ അവൻ തലകുലുക്കുകയും സമ്മതിച്ചതായി ഒരു ശബ്ദം പുറപ്പെടുവിക്കുകയും ചെയ്യുമായിരുന്നു. അങ്ങനെയാണ് പതിവ്. ചന്ദ്രശേഖരന്റെ ഹിതംപോലെയല്ലാതെ രാമശ്ശാർ ഒന്നും പ്രവർത്തിക്കാറില്ല. അതിനാൽ അയാൾ വീണ്ടും "എന്നാലിനി എപ്പോൾ പോകാം?" എന്നു ചോദിച്ചു. അപ്പോൾ തഹശീൽദാരദ്ദേഹം, "ഈ കൊമ്പുകൾ തിരുവനന്തപുരത്തു കൊണ്ടുപോയി തിരുമുമ്പാകെ കാഴ്ചവെച്ചതിന്റെശേഷം, അല്ലേ, ചന്ദ്രശേഖരാ?" എന്നു ചോദിച്ചു. അപ്പോൾ ചന്ദ്രശേഖരൻ, സമ്മതിച്ചതായി തലകുലുക്കുകയും ഒരു ശബ്ദം പുറപ്പെടുവിക്കുകയും ചെയ്തു. പിന്നെ ഒട്ടും അമാന്തിക്കാതെ തഹശീൽദാരും ആനക്കാരും കുളിയും ഊണും കഴിക്കുകയും ചന്ദ്രശേഖരനേയും ഭവാനിയേയും കുളിപ്പിച്ചു വയർ നിറയത്തക്കവണ്ണം തീറ്റകൊടുക്കുകയും ചെയ്തിട്ട് അവരെല്ലാവരുംകൂടി തിരുവനന്തപുരത്തേക്കു യാത്രയായി. അപ്പോഴും യാത്ര തഹശീൽദാർ ചന്ദ്രശേഖരന്റെ കഴുത്തിലും ആനക്കാർ ഭവാനിയുടെ പുറത്തു കയറിയും ആനക്കൊമ്പുകളിൽ ഒന്നു ചന്ദ്രശേഖരനും ഒന്നു ഭവാനിയും എടുത്തുകൊണ്ടുമായിരുന്നു.

പത്തനാപുരത്തുനിന്നു പുറപ്പെട്ടതിന്റെ മൂന്നാംദിവസം അവർ തിരുവനന്തപുരത്തെത്തി. തഹശീൽദാർ ഒരു സേവകൻ മുഖാന്തരം

തിരുമനസ്സറിയിച്ച് അനുവാദം വാങ്ങിക്കൊണ്ട് ആനക്കാരോടും കൊമ്പുകളെടുത്തിരുന്ന ആനകളോടും കൂടി തിരുമുൻപാകെച്ചെന്നു മുഖം കാണിച്ചു. ആനകൾ കൊമ്പുകൾ തിരുമുൻപിൽവെച്ചു കാൽമടക്കി നമസ്കരിച്ചു. തഹശീൽദാർ ആ ആനക്കൊമ്പുകളെ സ്സംബന്ധിച്ച് ഉണ്ടായ സംഗതികളെല്ലാം വിവരമായിത്തിരുമനസ്സറിയിച്ചു. സംഗതികളെല്ലാം കേട്ടും ആനക്കൊമ്പുകളുടെ വലിപ്പംകണ്ടും തിരുമനസ്സുകൊണ്ടു വളരെ സന്തോഷിക്കുകയും അത്ഭുതപ്പെടുകയും തഹശീൽദാർക്കും ആനക്കാർക്കും യഥായോഗ്യം സമ്മാനങ്ങൾ കൽപിച്ചുകൊടുക്കുകയും ചെയ്തതിന്റെശേഷം കൽപിച്ചു പഴക്കുലകൾ വരുത്തി തിരുമുമ്പിൽവെച്ചുതന്നെ രണ്ടാനകൾക്കും പ്രത്യേകം പ്രത്യേകം ധാരാളമായി കൊടുപ്പിച്ചു. ചന്ദ്രശേഖരൻ അവനു കൊടുത്തതിൽനിന്ന് ഒരു പഴക്കുലയെടുത്തു മാറ്റിവെച്ചിട്ടു ശേഷം തിന്നു. അതു കണ്ടിട്ടു തിരുമനസ്സുകൊണ്ട്, "ആ ഒരു പഴക്കുല മാറ്റി വെച്ചതെന്താണ്? എന്നു കൽപിച്ചു ചോദിച്ചു. അപ്പോൾ രാമയ്യാർ ചന്ദ്രശേഖരന് ഇഷ്ടമായിട്ടുള്ള മുഹമ്മദീയസ്ത്രീയുടെ കഥയും ഈ പഴക്കുല വിറ്റു കിട്ടുന്ന പണം അയാൾ ആ സ്ത്രീക്കു കൊണ്ടുചെന്നു കൊടുക്കാനായിട്ടാണ് അതു മാറ്റിവെച്ചതെന്നും ഇതു പതിവാണെന്നും മറ്റുമുള്ള വിവരവും തിരുമനസ്സറിയിച്ചു. ഇതൊന്നും ആ തിരുമനസ്സുകൊണ്ട് അറിഞ്ഞിരുന്നില്ല. ഉടനെ തിരുമനസ്സുകൊണ്ടു "ചന്ദ്രശേഖരാ, ഇതുവെച്ചേക്കണമെന്നില്ല. ആ സ്ത്രീക്കുകൊടുക്കാനുള്ള പണം ഇവിടെത്തന്നേക്കാം" എന്നു കൽപിക്കുകയും അതിലേക്കു ഉടനെ മൂന്നരരൂപ രാമയ്യാരുടെ പക്കൽ കൽപിച്ചു കൊടുക്കുകയും ചെയ്തു. തിരുമനസ്സുകൊണ്ട് ആനക്കാർക്കു വഴിച്ചെലവിനും ആനകൾക്ക് തീറ്റവകയ്ക്കും വേണ്ടുന്ന പണവും കൽപിച്ചുകൊടുത്ത് അവരെ യാത്രയാക്കുകയും തഹശീൽദാരെ ശമ്പളക്കൂടുതലുള്ള മുളകുമടിശ്ശീലകാര്യക്കാരുദ്യോഗത്തിനു കൽപിച്ചു നിയമിക്കുകയും ചെയ്തു.

രാമയ്യാരും കേശവനും ചന്ദ്രശേഖരേയും ഭവാനിയേയുംകൊണ്ട് അന്നുതന്നെ തിരുവനന്തപുരത്തുനിന്നു പോരുകയും മൂന്നാംദിവസം കൊട്ടാരക്കരയെത്തുകയും ചെയ്തു. അവർ പിന്നേയും യഥാപൂർവ്വം സുഖമായിത്തന്നെ വളരെക്കാലം ജീവിച്ചിരുന്നു. അതിനിടയ്ക്ക് ചന്ദ്രശേഖരനു ഭവാനിയിൽനിന്ന് ഒരു പുത്രൻ ജനിച്ചു. അതു കൊല്ലം 994-ാമാണ്ടു കുംഭമാസം 23-ാം തീയതി വെള്ളിയാഴ്ചയും മകയിരും നക്ഷത്രവും പൂർവ്വപക്ഷത്തിൽ നവമിയും കൂടിയ ശുഭസമയത്തായിരുന്നു.

ആ കുട്ടിയാനയുണ്ടായിട്ട് ഒരു കൊല്ലം കഴിഞ്ഞപ്പോൾ (*995-ൽ*) അനായാസേന രാമയ്യാർ ചരമഗതിയെ പ്രാപിച്ചു. അപ്പോൾ ചന്ദ്രശേഖരനുണ്ടായ ദുഃഖം അപരിമിതം തന്നെയായിരുന്നു. രാമയ്യാർ കഴിഞ്ഞതിന്റെ

ശേഷം രണ്ടുമൂന്നുപേർ ചന്ദ്രശേഖരന്റെ ആനക്കാരന്മാരായിത്തീർന്നു. അവരാരും രാമശ്ശാരെപ്പോലെ ചന്ദ്രശേഖരന്റെ ഹിതാനുവർത്തികളായിരുന്നില്ല. അതിനാൽ അവരെയെല്ലാം ചന്ദ്രശേഖരൻ ഓരോരിക്കലായിക്കുത്തിക്കൊന്നു. ഒടുക്കം രാമശ്ശാരുടെ മകൻ കൃഷ്ണൻ ചന്ദ്രശേഖരന്റെ ആനക്കാരനായിത്തീർന്നു. അവൻ രാമശ്ശാരെപ്പോലെതന്നെ സ്നേഹപൂർവ്വം ചന്ദ്രശേഖരന്റെ ഹിതത്തെ അനുവർത്തിച്ചിരുന്നു. രാമശ്ശാരോടുണ്ടായിരുന്നതുപോലെയുള്ള സ്നേഹം കൃഷ്ണനോടും ചന്ദ്രശേഖരനുണ്ടായിരുന്നു. അതിനാൽ ചന്ദ്രശേഖരന്റെ ജീവാവസാനം വരെ ആ കൃഷ്ണൻതന്നെ ആനക്കാരനായിരുന്നു.

കൊല്ലം 1022-ാമാണ്ടു സ്വാതിതിരുനാൾ മഹാരാജാവു തിരുമനസ്സുകൊണ്ട് നാടുനീങ്ങിയെന്നു കേട്ടപ്പോഴും ചന്ദ്രശേഖരൻ വളരെ ദുഃഖിച്ചു. ആ ദുഃഖവും അവൻ ഒരു കൊല്ലം മുഴുവൻ ആചരിച്ചിരുന്നു. ഇപ്രകാരമെല്ലാം ഗുണവും യോഗ്യതയുമുണ്ടായിരുന്ന ചന്ദ്രശേഖരൻ കൊല്ലം 1027-ാമാണ്ടു കാലധർമ്മത്തെ പ്രാപിക്കുകയും ചെയ്തു.

8. പനയന്നാർ കാവ്

കേരളത്തിലുള്ള ഭദ്രകാളിക്ഷേത്രങ്ങളിൽവെച്ചു പ്രാഥമ്യവും പ്രാധാന്യവും തിരുമാന്ധാങ്കുന്നുകാവ്, കൊടുങ്ങല്ലൂർ ശ്രീകുരുംബക്കാവ്, പനയന്നാർകാവ് എന്നിവയ്ക്കാണെന്നുള്ളതു പ്രസിദ്ധമാണല്ലോ. ഈ ക്ഷേത്രങ്ങൾ ആകൃതിയിലും മറ്റും ഏകദേശം തുല്യങ്ങളായിട്ടാണു കാണപ്പെടുന്നത്. എന്നാൽ ഇവയിൽ പ്രാധാന്യം തിരുമാന്ധാംകുന്നിനാണെന്നു ബ്രിട്ടീഷുമലബാറിലുള്ളവരും അതല്ല, കുരുംബക്കാവിനാണെന്നു കൊച്ചിക്കാരും അതുമല്ല, പനയന്നാർകാവിനാണെന്നു തിരുവിതാംകൂറിലുള്ളവരും വിചാരിക്കുകയും പറയുകയും ചെയ്തുപോരുന്നുണ്ട്. ഇതു സ്വദേശാഭിമാനംകൊണ്ടെന്നല്ലാതെ മറ്റൊന്നും വിചാരിക്കാനുണ്ടെന്നു തോന്നുന്നില്ല.

പനയന്നാർകാവു സ്ഥിതിചെയ്യുന്നത് തിരുവിതാംകൂർ സംസ്ഥാനത്ത് തിരുവല്ലാത്താലൂക്കിൽ പരുമലദേശത്താണ്.

ഇവിടെ കടപ്രദേശത്തു 'ശ്രായിക്കൂർ' (*ചിറവായിൽ*)എന്നൊരു കോവിലക(*രാജമന്ദിര*)മുണ്ട്. അവിടേക്കു പണ്ടു ദേശാധിപത്യവും നാടുവാഴ്ചയുമുണ്ടായിരുന്നു. ആ കോയിക്കലെ ഒരു തമ്പുരാൻ പണ്ട് പരദേശത്തു പനയന്നൂർ (പനയൂർ)ക്കാവിൽപ്പോയി ഭഗവതിയെ സേവിച്ചു പ്രത്യക്ഷമാക്കി, തന്നോടുകൂടി തന്റെ ദേശത്തുവന്നു തന്റെ കുടുംബപരദേവതയായിക്കുടിയിരിക്കണമെന്ന് അപേക്ഷിക്കുകയും അതിനു മറുപടിയായി ഭഗവതി, "നിങ്ങൾ മുമ്പെപൊയ്ക്കൊള്ളണം. ഞാൻ എന്റെ അച്ഛന്റെ അടുക്കൽ വന്നുകൊള്ളാം. ഞാനവിടെ വരുന്നസമയം എന്തെങ്കിലും അടയാളം കാണും. അപ്പോൾ എന്നെ അവിടെ യഥാവിധി കുടിയിരുത്തിക്കൊള്ളണം" എന്നരുളിച്ചെയ്യുകയും ചെയ്തു.

കടപ്രദേശത്തു മേൽപറഞ്ഞ ചിറവായിൽക്കോവിലകമിരിക്കുന്ന സ്ഥലത്തിന്റെ കിഴക്കുവശം നദിയാണ്. ആ നദിയുടെ കിഴക്കേക്കരയിൽ നാലുവശവും നദിയായിട്ടുള്ള ഒരു തുരുത്തും അതിന്റെ പടിഞ്ഞാറെ അറ്റത്തു നദീതീരത്തുതന്നെ പശ്ചിമാഭിമുഖമായി പരശുരാമനാൽ പ്രതിഷ്ഠിക്കപ്പെട്ട ശിവന്റെ ഒരു ക്ഷേത്രവുമുണ്ട്. ഭദ്രകാളിയുടെ

പിതൃസ്ഥാനം വഹിക്കുന്നത് ശിവനാകയാൽ ദേവി അരുളിച്ചെയ്തതിന്റെ സാരം താനീക്ഷേത്രസന്നിധിയിൽ വന്നുകൊള്ളാമെന്നാണെന്നു മനസ്സിലാക്കിക്കൊണ്ടു തമ്പുരാൻ തിരിച്ചുപോരികയും ശിവന്റെ ക്ഷേത്രത്തിൽ ചുറ്റമ്പലത്തിനകത്തുതന്നെ ദേവിയെ പ്രതിഷ്ഠിക്കുന്നതിനു വേണ്ടുന്ന സ്ഥലങ്ങളൊക്കെ ഉണ്ടാക്കിച്ചുകൊണ്ടു കാത്തിരിക്കുകയും ചെയ്തു.

അങ്ങനെയിരുന്നപ്പോൾ ഒരു വെള്ളിയാഴ്ചനാൾ അർദ്ധരാത്രി സമയത്തു കിഴക്കുനിന്ന് ഏറ്റവും വലിയതായ ഒരഗ്നിഗോളം ആകാശമാർഗ്ഗേണ പടിഞ്ഞാട്ടു മേൽപ്പറഞ്ഞ ശിവക്ഷേത്രത്തിന്റെ അടുക്കൽനിന്നിരുന്ന ഒരു കരിമ്പനയുടെ അഗ്രഭാഗംവരെ വരുന്നതും അവിടെ അത് സ്വൽപനേരം ജ്വലിച്ചുകൊണ്ടിരിക്കുന്നതും പലരും കണ്ടു. അതു ഭഗവതിയുടെ വരവാണെന്നു വിശ്വസിച്ചു തമ്പുരാൻ അടുത്ത ഒരു ദിവസം ശുഭമുഹൂർത്തത്തിൽ ഭഗവതിയെ സപരിവാരം പ്രതിഷ്ഠിപ്പിച്ചു. ഭഗവതിയെ ആ ക്ഷേത്രത്തിൽ ഒരു സ്ഥലത്തുമാത്രമല്ല പ്രതിഷ്ഠിച്ചത്. പടിഞ്ഞാട്ട് ദർശനമായി അവിടെ പരശുരാമൻ ഒരു ശിവലിംഗം പ്രതിഷ്ഠിച്ചിട്ടുണ്ടെന്നു മുമ്പു പറഞ്ഞിട്ടുണ്ടല്ലോ. ആ ശിവന്റെ ശ്രീകോവിലിനു തെക്കുവശത്തു തിടപ്പള്ളിസ്ഥാനത്ത് മാതൃശാലയോടു ചേർത്തുതന്നെ കിഴക്കോട്ട് ദർശനമായിട്ടാണ് ദേവിയെ ആദ്യം പ്രതിഷ്ഠിച്ചത്. ആ പ്രതിഷ്ഠ ഭഗവതി ദാരുകവധോദ്യുക്തയായി ഏറ്റവും കോപത്തോടുകൂടി യുദ്ധഭൂമിയിൽ നിന്നിരുന്ന ആ ധ്യാനത്തോടുകൂടിയായിരുന്നതിനാൽ ദേവി അവിടെ അത്യുഗ്രമൂർത്തിയായിത്തീർന്നു. പിന്നെ ഭഗവതിയുടെ പ്രതിഷ്ഠ വടക്കോട്ട് ദർശനമായി ഒന്നുകൂടി നടത്തിച്ചു. അതു ദാരുകവധാനന്തരം ദേവി രക്താഭിഷിക്തശരീരയായി, കോപവേപിതഗാത്രിയായി യുദ്ധഭൂമിയിൽ നിന്നിരുന്ന ആ ധ്യാനത്തോടുകൂടിയായിരുന്നു. അതിനാൽ അവിടെയും ദേവി ഏറ്റവും ഭയങ്കരിയായിത്തന്നെയാണ് പരിണമിച്ചത്. ഈ പ്രതിഷ്ഠ പ്രതിഷ്ഠാമാതൃക്കളുടെ കൂട്ടത്തിൽ വീരഭദ്രൻ, ഗണപതി എന്നീ മൂർത്തികളോടുകൂടിയാണ്. ഈ ബിംബത്തിങ്കലാണ് ഭഗവതിക്കു ചാന്താട്ടം മുതലായവ നടത്തുന്നത്.

ഇത്രയും പറഞ്ഞതുകൊണ്ട് ഈ ക്ഷേത്രത്തിന്റെ ഏകദേശമായ ഒരു സ്വരൂപജ്ഞാനം വായനക്കാർക്കു സിദ്ധിക്കുമെന്നു വിശ്വസിക്കുന്നു. തിരുമാന്ധാംകുന്നിലോ കൊടുങ്ങല്ലൂർക്കാവിലോ പോയിട്ടുള്ളവർക്ക് ആ രണ്ടു സ്ഥലങ്ങളിലെ ക്ഷേത്രവും ഈ ക്ഷേത്രവും തമ്മിലുള്ള പ്രധാന വ്യത്യാസം ആ രണ്ടു സ്ഥലത്തും ശിവന്റെ പ്രതിഷ്ഠ കിഴക്കോട്ട് ദർശനമായിട്ടും ഇവിടെ പടിഞ്ഞാട്ടു ദർശനമായിട്ടുമാണെന്നുള്ളതുമാത്രമാണെന്ന് ഊഹിക്കാവുന്നതാണ്. ഇവിടെ ശിവന്റെ ശ്രീകോവിലിനുനേരെ പടിഞ്ഞാറുവശത്ത് ഒരു ബലിക്കൽപുരയുള്ളതു

കൂടാതെ ഭഗവതിയുടെ നടയ്ക്കുനേരെ വടക്കുവശത്തും ഒരു ബലിക്കൽപുരയുണ്ട്. വടക്കുവശത്തുകൂടി ബലിക്കൽപുര ഇവിടെ വിശേഷിച്ചുള്ളതാണ്.

വിധിപ്രകാരം പ്രതിഷ്ഠ നടത്തുകയും ക്രമപ്രകാരം പതിവായി പൂജാദികൾ നടത്തിത്തുടങ്ങുകയും ചെയ്യുകയാൽ ഇവിടെ ഭഗവതിയുടെ സാന്നിദ്ധ്യവും ശക്തിയും ക്രമത്തിലധികം വർദ്ധിക്കുകയാൽ പകൽ സമയത്തുപോലും കാവിൽപ്പോകുവാൻ ജനങ്ങൾക്കു ഭയമായിത്തുടങ്ങി. എന്നുമാത്രമല്ല 'പനയന്നാർ കാവ്' എന്നു കേട്ടാൽത്തന്നെ ഒന്നു നടുങ്ങാത്തവർ ഭൂലോകത്തിലെങ്ങുമില്ലെന്നായിത്തീർന്നു. അവിടുത്തെ സ്ഥിതി വിചാരിച്ചാൽ ഇതൊരദ്ഭുതമല്ലതാനും. വെള്ളിയാഴ്ച, ചൊവ്വാഴ്ച മുതലായ ദിവസങ്ങളിൽ അർദ്ധരാത്രി സമയത്തും മറ്റും അവിടെ ചില ഭയങ്കര ശബ്ദങ്ങളും മറ്റും കേൾക്കുക കാലക്രമേണ സാധാരണമായിത്തീർന്നു. ദാരുകനുമായിട്ടുണ്ടായ യുദ്ധസമയത്തു ദേവി യുദ്ധഭൂമിയിങ്കൽ ക്ഷോഭിച്ചതിനെ മാർക്കണ്ഡേയ മഹർഷി വർണ്ണിച്ചിരിക്കുന്നത്:

"വേതാളീമുഖകന്ദരാദ്വിഗളിതൈ-
രുച്ചണ്ഡഹൂഹൂരവൈർ-
ഭൂതപ്രേതപിശാചികാകിലുകിലാ-
രാവൈർമ്മഹാഭൈരവൈഃ
കോദണ്ഡോത്കടശിഞ്ജിനീഝണഝണ-
പ്രധ്വാനകോലാഹലൈ-
ഭേരീദുന്ദുഭിതൈശ്ച സന്ധുതജഗ-
ച്ചക്രം ബഭൗ ചണ്ഡികാ."

എന്നാണല്ലോ. ഈ സ്ഥിതിയിലാണു ദേവി അവിടെ വിളയാടിത്തുടങ്ങിയത്. പിന്നെ മനുഷ്യർ ഭയപ്പെടാതെയിരിക്കുന്നതെങ്ങനെയാണ്?

പനയന്നാർ കാവിലെ സ്ഥിതി ഇപ്രകാരമെല്ലാമായിത്തീർന്നപ്പോഴേക്കും ദൈവഗത്യാ അവിടെ ഒരു വെളിച്ചപ്പാടുമുണ്ടായിത്തീർന്നു. അതു ജനങ്ങൾക്ക് ഏറ്റവും ആശ്വാസകാരണമായിത്തന്നെ ഭവിച്ചു. വെളിച്ചപ്പാടുണ്ടായതായി അറിഞ്ഞ് ജനങ്ങൾ തങ്ങളുടെ സങ്കടമറിയിക്കുന്നതിനും കല്പന കേൾക്കുന്നതിനുമായി നടയിൽകൂടി മുട്ടുപാടിരുന്നു. ഈ ജനങ്ങളുടെ കൂട്ടത്തിൽ അഗ്രേസരനായിരുന്നത് ചിറവായിൽക്കോവിലകത്തു തമ്പുരാനായിരുന്നുവെന്നുള്ളതു വിശേഷിച്ചു പറയണമെന്നില്ലല്ലോ.

ജനങ്ങൾ സ്വൽപനേരം മുട്ടുപാടിരുന്നപ്പോൾ വെളിച്ചപ്പാടു തുള്ളിവന്നു. ഉടനെ തമ്പുരാൻ, "ഈ ദേശത്തുള്ള ജനങ്ങളെ രക്ഷിക്കാനായിട്ടാണ് ദേവിയെ സേവിച്ചു സന്തോഷിപ്പിച്ച് ഇവിടെക്കൊണ്ടുവന്നു

മുറയ്ക്കു പ്രതിഷ്ഠ മുതലായവ നടത്തിച്ചു പൂജിച്ചു സേവിച്ചുകൊണ്ടിരിക്കുന്നത്. എന്നാലിപ്പോൾ ഈ ദിക്കിലുള്ള ജനങ്ങൾക്കു പേടിച്ചിട്ടു പുറത്തിറങ്ങിസ്സഞ്ചരിക്കാനെന്നല്ല, രാത്രികാലങ്ങളിൽ അവരവരുടെ ഗൃഹങ്ങളിൽ കിടന്നുറങ്ങാൻപോലും നിവൃത്തിയില്ലാതെയായിരിക്കുന്നു. ഇതിലേക്ക് എന്തെങ്കിലും സമാധാനമുണ്ടാക്കിത്തന്ന് ഈ ജനങ്ങളെ രക്ഷിക്കണമെന്ന് വിനയപൂർവ്വം അപേക്ഷിച്ചുകൊള്ളുന്നു" എന്നറിയിച്ചു. അതിനു മറുപടിയായി വെളിച്ചപ്പാട് (*ഭഗവതിയുടെ നിലയിൽ*), "ഇവിടെ നടത്തിച്ച പ്രതിഷ്ഠ, കലശം മുതലായവകൊണ്ടും പതിവായി നടത്തിവരുന്ന പൂജകൾകൊണ്ടും ഞാനത്യന്തം സന്തുഷ്ടയായിരിക്കുന്നു. ഞാനിവിടെ ജനങ്ങളെ ഉപദ്രവിക്കുകയോ ഭയപ്പെടുത്തുകയോ ചെയ്യുന്നില്ല. ഒരിക്കലും അങ്ങനെയൊന്നും ഞാൻ ചെയ്യുകയുമില്ല. എന്നാൽ ഞാൻ ഇങ്ങോട്ടു പോന്നപ്പോൾ എന്റെ പരിവാരങ്ങളും ഇങ്ങോട്ടു പോന്നു. അവരിവിടെ വന്നിട്ട് ഇതുവരെ അവർക്കു യാതൊന്നും ആരും കൊടുത്തില്ല. അതിനാലവർ ക്ഷുൽപ്പിപാസാദികൾകൊണ്ട് ഏറ്റവും പരവശരായിയിരിക്കുന്നു. വിശപ്പും ദാഹവും സഹിക്കവയ്യാതെയായിട്ട് അവർ കിടന്നു നിലവിളിക്കുന്ന ശബ്ദമാണ് ഇവിടെ ജനങ്ങൾക്ക് ഭീതികരമായിരിക്കുന്നത്. അവർ മനുഷ്യരെ ഭയപ്പെടുത്തുകയല്ലാതെ മറ്റുവിധത്തിൽ ഉപദ്രവിക്കാതെ ഇതുവരെ അടങ്ങിപ്പാർത്തിട്ടുള്ളത് ഞാൻ പിടിച്ചുനിർത്തീട്ടാണ്. ഇനി അവർ ഞാൻ തടുത്താലും നിൽക്കുമെന്നു തോന്നുന്നില്ല. അവർ അവരുടെ വിശപ്പും ദാഹവും തീർക്കുന്നതിനായി ഇവിടെനിന്ന് ഇറങ്ങിപ്പോയാൽ പിന്നെ ഈ ദിക്കിലെങ്ങും ഒരുത്തരേയും വെച്ചേക്കുകയില്ല. അതിനാൽ അവരെ തൃപ്തിപ്പെടുത്താനായി എന്തെങ്കിലും ഉടനെ ചെയ്തുകൊള്ളണം. ഇനിയും അതിനു താമസിക്കുന്ന പക്ഷം പിന്നെ എന്നോടു സങ്കടം പറഞ്ഞാലും യാതൊരുഫലവുമുണ്ടാകുന്നതല്ല" എന്നു കല്പിച്ചു. അപ്പോൾ തമ്പുരാനും ജനങ്ങളും പരിവാരങ്ങളെ തൃപ്തിപ്പെടുത്താനായി ഇവിടെ എന്താണു ചെയ്യേണ്ടതെന്നുകൂടി കല്പിക്കണം എന്നപേക്ഷിച്ചു. അതിനു മറുപടിയായി വെളിച്ചപ്പാട് കല്പിച്ചത് "ഇവിടെ ആന, ആട്, കോഴി മുതലായവയെ വെട്ടി നാല്പത്തൊന്നുദിവസം കുരുതി നടത്തണം. ഒടുവിൽ പന്ത്രണ്ടുദിവസം നരബലികൂടി വേണം. നരബലിക്കു കന്യകമാരായിരിക്കുന്ന സ്ത്രീകളെയാണ് വെട്ടേണ്ടത്. ഇങ്ങനെ ആണ്ടുതോറും നാല്പത്തൊന്നുദിവസം ചെയ്തുകൊണ്ടാൽ എന്റെ പരിവാരങ്ങളായ ഭൂതപ്രേതപിശാചാദികളെല്ലാം തൃപ്തിപ്പെട്ടുകൊള്ളും. പിന്നെ അവർ ആരേയും ഭയപ്പെടുത്തുകയും ഉപദ്രവിക്കുകയും ഒന്നും ചെയ്യുകയില്ല" എന്നാണ്. അതിന് തമ്പുരാനും ജനങ്ങളും സമ്മതിക്കുകയും അധികം താമസിയാതെ മേൽപറഞ്ഞ പ്രകാരം നാല്പത്തൊന്നുദിവസത്തെ കുരുതി നടത്തുകയും അങ്ങനെ

ആണ്ടുതോറും നടത്തിക്കൊണ്ടിരിക്കുകയും ചെയ്തു. അതിനാൽ മുമ്പു കേട്ടിരുന്ന ഭയങ്കര ശബ്ദങ്ങൾ കേൾക്കാതെയാവുകയും ജനങ്ങളുടെ ഭയം ഒരുവിധം ശമിക്കുകയും ചെയ്തു. അക്കാലം മുതൽ ബാധോപ ദ്രവമുള്ളവരും രോഗബാധിതന്മാരും സന്താനാർത്ഥികളും മറ്റുമായ ജന ങ്ങൾ പനയന്നാർകാവിൽച്ചെന്നു ഭജിക്കുകയും വഴിപാടുകൾ കഴിക്കു കയും സകലാഭീഷ്ടങ്ങളും സാധിക്കുകയും ചെയ്തുതുടങ്ങി. പനയ ന്നാർകാവിൽച്ചെന്നു ഭജിച്ചാൽ സകലകാര്യങ്ങളും സാധിക്കുമെന്ന് ഒരു വിശ്വാസം ജനങ്ങളുടെ ഇടയിൽ ഉണ്ടായിത്തിരുകയും അത് ലോക പ്രസിദ്ധമായിത്തീരുകയും ചെയ്തു.

ഇങ്ങനെയിരുന്ന കാലത്ത് ഒരിക്കൽ ഒരു വലിയ കൊമ്പനാന അമ്പലപ്പുഴ ശ്രീകൃഷ്ണസ്വാമിയുടെ ക്ഷേത്രത്തിന്റെ മതിൽക്കകത്തു വെച്ചു ചരിഞ്ഞു (*മരിച്ചു*). ആനകൾ ചരിഞ്ഞാൽ ചരിയുന്ന സ്ഥലത്തു തന്നെ കുഴിച്ചുമൂടുകയല്ലാതെ അതിനെ മറ്റൊരുസ്ഥലത്തുകൊണ്ടു പോയി മറവുചെയ്യുക പതിവില്ലല്ലോ. ആനകളുടെ മൃതശരീരം വെട്ടി മുറിച്ചു ഖണ്ഡങ്ങളാക്കാതെ ഒന്നായി മറ്റൊരു സ്ഥലത്തേക്കു കൊണ്ടു പോകാൻ സാധിക്കുകയുമില്ല. എന്നാൽ ചെമ്പകശ്ശേരി രാജാവിന് ആനയെ ക്ഷേത്രത്തിന്റെ മതിൽക്കകത്തുതന്നെ മറവുചെയ്യുന്നതിനും അതിനെ അവിടെ ഇട്ടു വെട്ടിമുറിക്കുന്നതിനും സമ്മതമില്ലായിരുന്നു. അതിനാൽ ആനയുടെ മൃതശരീരം അവിടെനിന്നു മാറ്റുന്നതിന് എന്താണ് വേണ്ടതെന്ന് അവിടെ ആലോചനയായി. അപ്പോൾ ഒരാൾ "പനയന്നാർക്കാവിൽച്ചെന്നു മുട്ടുപാടിരുന്നാൽ വെളിച്ചപ്പാടു തുള്ളു കയും ഇതിലേക്കെന്തെങ്കിലും നിവൃത്തിമാർഗ്ഗം ഉണ്ടാക്കിത്തരികയും ചെയ്യും" എന്നു രാജസന്നിദ്ധിയിലറിയിച്ചു. ഉടനേ രാജാവിന്റെ ആളു കൾ കല്പനപ്രകാരം പനയന്നാർക്കാവിൽച്ചെന്നു മുട്ടുപാടിരിക്കുകയും വെളിച്ചപ്പാട് തുള്ളിവന്നപ്പോൾ സങ്കടമറിയിക്കുകയും ചെയ്തു. അപ്പോൾ വെളിച്ചപ്പാട്, "ജനങ്ങൾ എന്നെ പരീക്ഷിച്ചു തുടങ്ങിയിരി ക്കുന്നു. ആട്ടെ, ഇതും എനിക്കു സന്തോഷംതന്നെ. എന്നാൽ പോകാം" എന്നു കല്പിക്കുകയും അമ്പലപ്പുഴെനിന്ന് വരുന്നവരോടൊരുമിച്ച് ആ സ്ഥലത്തുചെന്ന് ആനയെ വിളിച്ച് എണീപ്പിച്ച് നടത്തി വാടത്തോ ട്ടിനപ്പുറത്താക്കുകയും ചെയ്തു. ദേവസങ്കേത സ്ഥലത്തിന്റെ അതിർത്തി യായ വാടത്തോടു കടന്നുകഴിഞ്ഞപ്പോൾ ആന അവിടെ വീഴുകയും ചെയ്തു. വെളിച്ചപ്പാടിന്റെ ഈ അദ്ഭുതപ്രവൃത്തി കണ്ടു രാജാവും ജനങ്ങളും വിസ്മയപരവശന്മാരായിത്തീരുകയും പനയന്നാർകാവിൽ ഭഗവതിയെക്കുറിച്ച് അവർക്ക് അളവില്ലാതെ ഭക്തിയും വിശ്വാസവു മുണ്ടായിത്തീരുകയും ചെയ്തു. അതിനാൽ ചെമ്പകശ്ശേരി രാജാവു പനയന്നാർകാവു ദേവസ്വംവകയ്ക്കു മുന്നൂറ്റിയറുപത്തിയഞ്ചുപറ പുഞ്ചനിലം കരമൊഴിവായി പതിച്ചു കൊടുക്കയും സ്വർണ്ണരചിതങ്ങളും

രത്നഖചിതങ്ങളുമായ അനേകം തിരുവാഭരണങ്ങൾ നടയ്ക്കുവെയ്ക്കുകയും ചെയ്തു. ആ തിരുവാഭരണങ്ങളിലെല്ലാം 'ചെമ്പകശ്ശേരി വക' എന്നു പേരുവെട്ടിയിട്ടുള്ളത് ഇന്നും കാണുന്നുണ്ട്. പുഞ്ചക്കണ്ടം ഇന്നു ദേവസ്വംവക കൈവശാനുഭവത്തിൽത്തന്നെയിരിക്കുന്നുണ്ട്.

അമ്പലപ്പുഴ നാടു പിടിച്ചടക്കി തിരുവിതാംകൂറിനോടു ചേർത്തതിന്റെ ശേഷം ചെമ്പകശ്ശേരിവക എന്നു പേരു വെട്ടിയ ചില തിരുവാഭരണങ്ങൾ പനയന്നാർകാവിലുണ്ടെന്നു മനസ്സിലാവുകയാൽ രാമയ്യർ ദളവ അവകൂടി കൈവശപ്പെടുത്തി തിരുവിതാകൂർ മഹാരാജാവിന്റെ ഭണ്ഡാരത്തിലാക്കണമെന്നു വിചാരിച്ച് അതിലേക്ക് ചില ശ്രമങ്ങൾ ചെയ്തു തുടങ്ങി. ആ ശ്രമം തുടങ്ങിയപ്പോൾത്തന്നെ രാമയ്യനു പനിയാരംഭിക്കുകയും അത് അതികഠിനമായ വസൂരിദീനമായിപ്പരിണമിക്കുകയും ചെയ്തു. ദീനമുള്ള ദിക്കുകളിൽ സഞ്ചരിക്കുകയോ ദീനക്കാരെ കാണുകയോ യാതൊന്നും ചെയ്യാതെ തനിക്കു ഈ ദീനം വരാൻ കാരണമെന്തെന്ന് രാമയ്യൻ പ്രശ്നംവെപ്പിച്ചുനോക്കിയപ്പോൾ പനയന്നാർ കാവിൽ ഭഗവതിയുടെ മുതലെന്തോ അപഹരിക്കണമെന്ന് വിചാരിക്കുകയാൽ ഭഗവതിക്ക് വിരോധം ഉണ്ടായിരിക്കുന്നുവെന്നും അതിനാലാണ് ഈ രോഗമുണ്ടായിരിക്കുന്നതെന്നും ആ ദേവിയുടെ സന്നിദ്ധിയിൽത്തന്നെ അപേക്ഷിച്ചാൽ സമാധാനമുണ്ടാക്കിത്തരുമെന്നും പ്രശ്നക്കാരൻ വിധിച്ചു. അതിനാൽ രാമയ്യൻദളവ തന്റെ തെറ്റിന് ചില പ്രായശ്ചിത്തങ്ങൾ മനസ്സുകൊണ്ടു നിശ്ചയിച്ചിട്ട് പനയന്നാർ കാവിലേക്കു ചില ആളുകളെ അയച്ചു. രാമയ്യന്റെ ആളുകൾ ചെന്നപേക്ഷിക്കുയാൽ പനയന്നാർ കാവിലെ വെളിച്ചപ്പാടു തുള്ളി മാവേലിക്കര രാമയ്യൻ കിടന്നിരുന്ന സ്ഥലത്തുചെന്ന് അദ്ദേഹത്തിന്റെ ദേഹത്തിൽ ഭസ്മമിട്ടു. രാമയ്യന്റെ ദേഹത്തിൽ ആപാദചൂഡം ഒരുപോലെ പുറപ്പെട്ടിരുന്ന കുരുക്കൾ തൽക്ഷണം മാഞ്ഞുപോവുകയും രണ്ടുമൂന്നു ദിവസംകൊണ്ട് അദ്ദേഹത്തിന് പൂർണ്ണസുഖം സിദ്ധിക്കുകയും അദ്ദേഹം കുളിച്ചു പനയന്നാർകാവിൽച്ചെന്നു തൊഴുത് താൻ നിശ്ചയിച്ചിരുന്ന പ്രായശ്ചിത്തവും വഴിപാടുകളുമെല്ലാം നടത്തുകയും ചെയ്തു. മാർത്താണ്ഡവർമ്മ മഹാരാജാവു തിരുമനസ്സുകൊണ്ട് ഈ വിവരമറിഞ്ഞു പനയന്നാർ കാവു ദേവസ്വത്തിലേക്കു നിലവും പുരയിടങ്ങളുമായ ഏതാനും സ്ഥലം (ഇപ്പോഴത്തെ അളവുപ്രകാരം ആറേക്കർ) കരമൊഴിവായി പതിച്ചുകൊടുക്കുന്നതിന് കല്പിച്ചു ചട്ടംകെട്ടുകയും ചെയ്തു. ഇതിലേക്ക് എഴുതിയ നീട്ടുതുല്യംചാർത്തിയത് കൊല്ലം 926-ാമാണ്ടു മീനമാസം 11-ാം തീയതിയാണെന്നു കാണുന്നു.

തദനന്തരം പാർവ്വതീമഹാരാജ്ഞി നാടുവാണിരുന്നപ്പോൾ ദിവാനായിരുന്ന മൺറോ സായ്പ്പവർകൾ പനയന്നാർ കാവിലെ തിരുവാഭരണങ്ങളെല്ലാമൊന്നു കാണണമെന്നു നിശ്ചയിച്ചു. അത് അനാവശ്യമാണെന്നും

അതിനുപോയാൽ വല്ലതും ആപത്തുണ്ടായേക്കാമെന്നും മറ്റും പലർ പറഞ്ഞിട്ടും സമ്മതിക്കാതെ സായ്പ്പവർകൾ സർക്കീട്ടായി മാവേലിക്കര ചെന്നിരുന്നപ്പോൾ തിരുവാഭരണങ്ങളെല്ലാം അവിടെ കൊണ്ടുചെല്ലുന്നതിന് പനയന്നാർ കാവിലെ ദേവസ്വകാര്യാന്വേഷണക്കാരുടെപേർക്ക് എഴുതിയയച്ചു. ദിവന്റെ ഉത്തരവിനെ വകവെയ്ക്കാതെയിരിക്കുന്നതു യുക്തമല്ലല്ലോ എന്നു വിചാരിച്ചു ദേവസ്വക്കാർ തിരുവാഭരണങ്ങളെല്ലാം പെട്ടികളിലാക്കി എടുപ്പിച്ചുകൊണ്ട് മാവേലിക്കര സായ്പ്പവർകൾ താമസിച്ചിരുന്ന സ്ഥലത്തു ചെന്നു. ഉടനെ സായ്പ്പവർകൾ പെട്ടികളൊക്കെ തുറക്കാൻ ആജ്ഞാപിച്ചു. ഒരു പെട്ടി തുറക്കുകയും സായ്പ്പവർകൾ അതിനകത്തേക്ക് നോക്കുകയും അദ്ദേഹം ബോധംകെട്ടു നിലത്തുവീഴുകയും ഒരുമിച്ചു കഴിഞ്ഞു. പിന്നെ മൂന്നേമുക്കാൽനാഴിക കഴിഞ്ഞതിനുശേഷമാണ് സായ്പ്പവർകൾക്ക് ബോധം വീണത്. ബോധക്ഷയം നീങ്ങി എണീറ്റയുടനെ സായ്പ്പവർകൾ താൻ ചെയ്ത തെറ്റിന് പ്രായശ്ചിത്തമായി ആയിരംപണം കൊടുത്തിട്ട് പെട്ടികളെല്ലാം പൂട്ടി ഉടനെ മടക്കിക്കൊണ്ടുപൊയ്ക്കൊള്ളുന്നതിന് അനുവദിക്കുകയും ദേവസ്വക്കാർ ഉടനെ അപ്രകാരം ചെയ്യുകയും ചെയ്തു.

ഒരാണ്ടിൽ പതിവുപോലെ കാളിയൂട്ടു (*കുരുതി*) നടത്തി നാല്പത്തൊന്നാംദിവസം നരബലിക്കായി കൊണ്ടുചെന്നിരുന്ന കന്യകയെ വെട്ടാനായി ആയുധമെടുത്ത് ഓങ്ങിയ സമയം അവൾ സന്തോഷഭാവത്തോടുകൂടി ചിരിച്ചു. ഉടനെ വെളിച്ചപ്പാട് തുള്ളിവന്ന് "അവളെ കൊല്ലണ്ട; അവൾ എന്റെ പരിചാരകയായി പാർത്തുകൊള്ളട്ടെ. അവളിൽനിന്നുണ്ടാകുന്ന സന്താനപരമ്പരകളും എന്റെ പരിചാരകവൃത്തിയിൽത്തന്നെ ജീവിച്ചുകൊള്ളട്ടെ. ഇനി ഇവിടെ ആൾവെട്ടിക്കുരുതി ഒരിക്കലും വേണ്ട. എന്റെ കിഴക്കേനട ഉടനെ അടച്ചുകൊള്ളണം. ആൾവെട്ടിക്കുരുതി അവസാനിപ്പിച്ചതിന്റെ അടയാളമായി അടയ്ക്കുന്ന ആ വാതിലിൽ തുറക്കണമെങ്കിൽ ആനവെട്ടിക്കുരുതി കഴിക്കണം. അല്ലാതെ ആ നട തുറന്നാൽ അത്യാപത്തുണ്ടാകും" എന്നു കല്പിച്ചു. അന്നടച്ച ആ കിഴക്കേനട ഇപ്പോഴും അടച്ചുതന്നെ കിടക്കുന്നു. നരബലിക്കായി കൊണ്ടുവരികയും ദേവിയുടെ കല്പനപ്രകാരം വിട്ടയയ്ക്കുകയും ചെയ്ത കന്യകയിൽനിന്നുണ്ടായി വർദ്ധിച്ച കുടുംബക്കാർ ആദ്യം ദേവിയുടെ പരിചാരികമാരായിരുന്നുവെങ്കിലും ഇപ്പോൾ അവർ ദേവസ്വത്തിൽ സർവ്വസ്വാതന്ത്ര്യമുള്ള അധികാരികളായിട്ടാണ് വർത്തിക്കുന്നത്. ദേവസ്വത്തിന്റെ ഉടമസ്ഥന്മാരായിരുന്ന സ്രായിക്കൂർ (*ചിറവായിക്കൽ*) കോവിലകത്തുകാരും അവരുടെ ശാഖാകുടുംബങ്ങളായ വാക്ക, മടിപ്പറമ്പ്, തുളുശാല, ഇലഞ്ഞിമന്ത്ര എന്നീ കോവിലകങ്ങളിലുള്ളവരുംകൂടി ദേവസ്വത്തിലെ സകല അധികാരങ്ങളും ആ കുടുംബക്കാർക്ക് ഒഴിഞ്ഞുകൊടുത്തതിനാലാണ് അവർക്കവിടെ സർവ്വ

സ്വാതന്ത്ര്യം സിദ്ധിച്ചത്. ഈ കുടുംബക്കാർ മേല്പ്പറഞ്ഞ കോവിലകങ്ങളിലുള്ളവർക്കു ദേശാധിപത്യവും നാടുവാഴ്ച്ചയുമുണ്ടായിരുന്ന കാലത്ത് അവരുടെ സേനാനായകന്മാരായിരുന്നതിനാൽ അവരുടെ ഉപജീവനത്തിനായിട്ടാണ് ദേവസ്വം അവർക്കു വിട്ടുകൊടുത്തതെന്നാണ് പറയുന്നത്, അന്യാധീനപ്പെടുത്തപ്പെട്ട സ്ഥലത്തു തങ്ങൾ പ്രവേശിക്കുന്നതു യുക്തമല്ലെന്നോ കുറച്ചിലാണെന്നോ മറ്റോ വിചാരിച്ചിട്ടോ എന്തോ, ഇപ്പോൾ മേല്പറഞ്ഞ കോവിലകങ്ങളിലുള്ളവർ ആ ക്ഷേത്രത്തിന്റെ ബലിവട്ടത്തിനകത്തുകടക്കാറില്ല. ഇപ്പോൾ ദേവസ്വം കാര്യങ്ങൾ സർവ്വസ്വാതന്ത്ര്യത്തോടുംകൂടി അന്വേഷിച്ചുവരുന്ന കുടുംബക്കാരെ 'ആദിശ്ശന്മാർ' എന്നാണ് പറഞ്ഞുവരുന്നത്. ഇത് 'ആൾവെട്ടിശ്ശേഷിച്ചവർ' എന്നുള്ളതിന്റെ ലോപമാണെന്നും അവർ പറയുന്നുണ്ട്. മറ്റുചിലരുടെ അഭിപ്രായം 'ആദേശ്യന്മാർ' എന്നുള്ളത് ലോപിച്ച് ആദിശ്ശന്മാരായിത്തീർന്നെന്നാണ്. ഈ രണ്ടാമത്തെ അഭിപ്രായമാണ് കുറച്ചുകൂടി യുക്തിയുക്തമായിരിക്കുന്നതെന്ന് തോന്നുന്നു.

ഇവിടെ സാക്ഷാൽ ബ്രാഹ്മണർ പൂജാദികൾ നടത്തിയാൽ ഭഗവതിയുടെ ചൈതന്യം അധികം വർദ്ധിക്കുകയും അത് ജനങ്ങൾക്ക് ഉപദ്രവകരമായിത്തീരുകയും ചെയ്തേക്കുമെന്ന് വിചാരിച്ച് ശാന്തിക്കു നിയമിച്ചിരിക്കുന്നത് വാസിഷ്ഠംബ്രാഹ്മണർ (*അടികൾ*) എന്നൊരു ജാതിക്കാരെയാണ്. കൊടുങ്ങല്ലൂരും അടികളുടെ പൂജയോ പുഷ്പാഞ്ജലിയോ ഏതാണ്ടൊക്കെ പതിവായിട്ടുണ്ടല്ലോ.

ഇവിടെ അടികളുടെ പൂജ കൂടാതെ പതിവായി ആദിശ്ശന്മാരുടെ പൂജയുമുണ്ട്. പക്ഷേ, അത് ക്ഷേത്രത്തിനുപുറത്ത് പള്ളിയറ എന്ന സ്ഥലത്തുവെച്ചും ശാക്തേയരീതിയിൽ മദ്യനിവേദ്യത്തോടുകൂടിയുമാണ് നടത്തിവരുന്നത്.

ഇവിടെ ആൾവെട്ടിക്കുരുതി വേണ്ടെന്നുവെച്ചുവെങ്കിലും കോഴിവെട്ടിക്കുരുതി ഇപ്പോഴും* പതിവായി നടന്നുവരുന്നുണ്ട്. അതു നടത്തുന്നതും ആദിശ്ശന്മാർതന്നെയാണ്. ഈ കുടുംബക്കാർ വലിയ മന്ത്രവാദികളുമാണ്. ഇവർ മന്ത്രവാദം സംബന്ധിച്ചു പല അദ്ഭുതകർമ്മങ്ങൾ പ്രവർത്തിച്ചിട്ടുള്ളതായി കേൾവിയുണ്ട്. വിസ്താരഭയത്താൽ അവയിലൊന്നും ഇവിടെ വിവരിക്കുന്നില്ല. കാവിലെ വെളിച്ചപ്പാടായിരിക്കുന്നതും ഇവരുടെ കുടുംബത്തിൽ അന്നന്നു മൂപ്പായിരിക്കുന്നവരാണത്രേ.

ഭഗവതിയുടെ ശക്തി വർദ്ധിക്കാതെയിരിക്കാനായി ഇവിടെ പല ഏർപ്പാടുകളും ചെയ്തിട്ടുണ്ടെങ്കിലും അതു ദിവസംപ്രതി വർദ്ധിച്ചുവരുന്നതല്ലാതെ ഒട്ടും കുറയുന്നില്ല. കേരളത്തിലെ 64 ഗ്രാമങ്ങളിൽ 63-ാമത്തേതായ 'ഇളിഭ്യം' ഗ്രാമം പനയന്നാർകാവ് ക്ഷേത്രത്തിൽനിന്ന്

* കൊല്ലവർഷം 1104-ൽ

ഏകദേശം ഒരു ഫർലോങ്ങു നേരെ വടക്കാണ്. ഭഗവതിയുടെ വടക്കോട്ടുള്ള പ്രതിഷ്ഠയ്ക്കുനേരെ ആയതുകൊണ്ട് ആ ഗ്രാമം ക്രമേണ ക്ഷയിച്ച് ഇപ്പോൾ 'ഗ്രമോനഷ്ടഃ' എന്നുതന്നെയായിരിക്കുന്നു. അവിടെയുള്ളവർ യഥാർത്ഥത്തിൽ 'ഇളിഭ്യ'ന്മാരുമായിട്ടുണ്ട്. പണ്ടു ധനപുഷ്ടി കൊണ്ടും ജനപുഷ്ടികൊണ്ടും പ്രബലപ്പെട്ടിരുന്ന ആ ഗ്രാമം ഇങ്ങനെയായിത്തീർന്നത് ദേവിയുടെ ദൃഷ്ടിപാതം കൊണ്ടാണെന്നാണു ജനങ്ങളുടെ വിശ്വാസം.

കാവിന്റെ കിഴക്കെനടയും ഇങ്ങനെതന്നെ ആയിത്തീർന്നിരിക്കുകയാണ്. അവിടെയിപ്പോൾ അര ഫർലോങ്ങു വീതിയിൽ ഏകദേശം രണ്ടുമൂന്നു നാഴികദൂരംവരെ കിഴക്കോട്ട് ആൾപ്പാർപ്പും കൃഷിയും യാതൊന്നുമില്ലാതെ വെറും തരിശായിട്ടാണ് കിടക്കുന്നത്. ദേവിയുടെ ദൃഷ്ടിക്ക്, നേരെ പാർത്താലും കൃഷിചെയ്താലും ഒന്നും ഗുണമാവുകയില്ലെന്നും എല്ലാം ദോഷമായിട്ടേ പരിണമിക്കയുള്ളൂ എന്നുമാണ് ജനങ്ങളുടെ വിശ്വാസം.

ബാധോപദ്രവങ്ങൾ നീങ്ങുന്നതിനായിട്ടും രോഗങ്ങൾ ശമിക്കുന്നതിനായിട്ടും സന്താനാർത്ഥമായിട്ടും മറ്റും ഇപ്പോഴും പനയന്നാർകാവിൽച്ചെന്ന് അനേകമാളുകൾ ഭജിക്കുകയും അഭീഷ്ടം സാധിക്കുകയും ചെയ്തുപൊരുന്നുണ്ട്. ഭജനക്കാരും വഴിപാടുകാരും ആരുമില്ലാതെ അവിടെ ഒരുദിവസംപോലും ഇപ്പോഴുമുണ്ടായിരിക്കുന്നില്ല. ആകപ്പാടെ വിചാരിച്ചാൽ പനയന്നാർകാവിൽ ഭഗവതിയുടെ മാഹാത്മ്യം അചിന്തനീയവും വാചാമഗോചരവുമാണെന്നുതന്നെ പറയേണ്ടിയിരിക്കുന്നു.

പനിമതിയണിയും ശ്രീപാർവ്വതീശന്റെ നെറ്റി-
ക്കനൽമിഴിയിലുദിച്ചോരീശ്വരി! വിശ്വനാഥേ!
അനിശവുമയീ!യുഷ്മൽതൃപ്പദം കൂപ്പുമെന്നിൽ-
ക്കനിയുക പനയന്നാർക്കാവെഴും ദേവീ! മായേ!

9. ഉത്രംതിരുനാൾ തിരുമനസ്സുകൊണ്ടും കഥകളിയോഗവും

ഗംഭീരാശയനും സംഗീതസാഹിത്യകുശലനെന്നല്ല, സകലകലാവല്ലഭനുമായിരുന്ന സ്വാതിതിരുനാൾ രാമവർമ്മമഹാരാജാവു തിരുമനസ്സിലെ കനിഷ്ഠഭ്രാതാവായ ഉത്രം തിരുനാൾ മാർത്താണ്ഡവർമ്മമഹാരാജാവു തിരുമനസ്സുകൊണ്ട് തിരുവവതാരം ചെയ്തരുളിയത് കൊല്ലം 990-മാണ്ടു ചിങ്ങമാസത്തിലായിരുന്നു. ഈ തിരുമനസ്സുകൊണ്ട് അവിടുത്തെ ജ്യേഷ്ഠഭ്രാതാവിനെപ്പോലെയായിതന്നെ ഗാംഭീര്യവും പല ഭാഷകളിൽ പാണ്ഡിത്യവും സംഗീതസാഹിത്യങ്ങളിൽ അനന്യസാധരണമായ നൈപുണ്യം സമ്പാദിച്ചിരുന്നില്ലെങ്കിലും മലയാളം, സംസ്കൃതം, ഇംഗ്ലീഷ് എന്നീ ഭാഷകളിൽ സാമാന്യജ്ഞാനവും ഒരുവിധം കവിതാവാസനയും അവിടേക്കുമുണ്ടായിരുന്നു. അവിടേക്കു സംസ്കൃതഭാഷാജ്ഞാനവും ഒരുവിധം കവിതാവാസനയുമുണ്ടായിരുന്നു എന്നുള്ളത് അവിടുന്ന് കല്പിച്ചുണ്ടാക്കിയ 'സിംഹധ്വജചരിതം' ആട്ടക്കഥകൊണ്ടു തന്നെ സ്പഷ്ടമാകുന്നുണ്ട്.

സ്വാതിതിരുനാൾ രാമവർമ്മമഹാരാജാവു തിരുമനസ്സിലേക്ക് കൊല്ലം 1004-മാണ്ടു തിരുമൂപ്പു സിദ്ധിച്ചതിനോടുകൂടി മാർത്താണ്ഡവർമ്മ മഹാരാജാവു തിരുമനസ്സുകൊണ്ട് ഇളംകൂർസ്ഥാനത്തെ പ്രാപിച്ചു. അക്കാലം മുതൽ അവിടുന്നു പൂജപ്പുര കൊട്ടാരത്തിലാണ് എഴുന്നള്ളിത്താമസിച്ചിരുന്നത്.

മാർത്താണ്ഡവർമ്മ മഹാരാജാവു തിരുമനസ്സിലേക്കു കഥകളിയിൽ അസാമാന്യമായ ഭ്രമവും നല്ല ജ്ഞാനവുമുണ്ടായിരുന്നു. അതിനാൽ തിരുമനസ്സുകൊണ്ടു യോഗ്യന്മാരായ ചില ആട്ടക്കാരെ തിരുവനന്തപുരത്തു വരുത്തിത്താമസിപ്പിച്ചും അവരെക്കൊണ്ടു മറ്റു ചില കുട്ടികളെക്കൂടി കഥകളിക്കു കച്ചകെട്ടിച്ച് അഭ്യസിപ്പിച്ചു ചേർത്തും സ്വന്തമായി ഒരു കഥകളിയോഗമുണ്ടാക്കി. അതിന് അന്നു പറഞ്ഞിരുന്ന പേര് പൂജപ്പുര കൊട്ടാരംവക കഥകളിയോഗമെന്നായിരുന്നു. കഥകളിയുടെ രീതിയും സമ്പ്രദായവും കപ്ലിങ്ങാടൻ, കല്ലടിക്കോടൻ, വെട്ടത്തുനാടൻ

ഇങ്ങനെ മൂന്നു വിധമാണല്ലോ. അവയിൽ ഓരോന്നിനുമുള്ള പ്രാധാന്യവും വിശേഷവും ഓരോ വിഷയങ്ങളിലാണ്. ഒന്നിനു കാൽപ്രയോഗത്തിലും മറ്റൊന്നിനു മെയ്യിലും കയ്യിലും പിന്നെയൊന്നിനു മുഖത്തു രസം വരുത്തി തന്മയത്വസഹിതം നടിക്കുന്നതിലുമാണ് വിശേഷതയുള്ളത്. തിരുമനസ്സുകൊണ്ട് ആ വിശേഷഗുണങ്ങളെല്ലാമെടുത്തു ചേർത്താണു സ്വന്തം കഥകളിയോഗക്കാരെ അഭ്യസിപ്പിച്ചു ശീലിപ്പിച്ചത്. അതിനാൽ ആ കഥകളി യോഗത്തിന്റെ രീതി പ്രത്യേകമൊന്നായിരുന്നു. അത് ഏതു ദേശക്കാർക്കും രുചിക്കുന്നതുമായിരുന്നു.

സ്വാതിതിരുനാൾ മഹാരാജാവു തിരുമനസ്സുകൊണ്ട് കൊല്ലം 1022-ാമാണ്ടു നാടുനീങ്ങിയതിന്റെ ശേഷം മാർത്താണ്ഡവർമ്മ മഹാരാജാവു തിരുമനസ്സിലേക്കു തിരുമൂപ്പു സിദ്ധിക്കുകയും അക്കാലം മുതൽ അവിടുന്നു കോട്ടയ്ക്കകത്തു വലിയ കൊട്ടാരത്തിൽത്തന്നെ എഴുന്നള്ളിത്താമസിച്ചുതുടങ്ങുകയും ചെയ്തു. തിരുമൂപ്പു സിദ്ധിച്ചതിനോടുകൂടി തിരുമനസ്സിലേക്കു രാജ്യഭരണം സംബന്ധിച്ച് അനേകം ജോലികൾക്കൂടി വന്നുകൂടിയെങ്കിലും കഥകളിയിൽ അവിടേക്കുണ്ടായിരുന്ന പ്രതിപത്തി പിന്നെയും കുറഞ്ഞില്ല. അപ്പോഴും അവിടുന്നു കഥകളിയോഗത്തിൽ ആവശ്യംപോലെ ആളുകളെ ചേർക്കുകയും അഭ്യസിപ്പിക്കുകയും കളി മുറയ്ക്കു നടത്തുകയും ചെയ്തുകൊണ്ടിരുന്നു. തിരുമനസ്സിലേക്കു തിരുമൂപ്പു സിദ്ധിക്കുകയും എഴുന്നള്ളിത്താമസം വലിയ കൊട്ടാരത്തിലാവുകയും ചെയ്തതോടുകൂടി കഥകളിയോഗത്തിന്റെ പേര് 'വലിയകൊട്ടാരംവക കഥകളിയോഗം' എന്നായി. അക്കാലത്തു വലിയ കൊട്ടാരത്തിൽ കഥകളിയില്ലാത്ത ദിവസം വളരെ ചുരുക്കമായിരുന്നു. എന്നാലതു മറ്റുള്ള സ്ഥലങ്ങളിലെപ്പോലെ നേരം വെളുക്കുന്നതുവരെ പതിവില്ല. രാത്രി എട്ടുമണിക്കു കളി ആരംഭിക്കുകയും പന്ത്രണ്ടുമണിക്ക് അവസാനിപ്പിക്കുകയും ചെയ്യും. അങ്ങനെയായിരുന്നു അവിടുത്തെ പതിവ്.

കഥകളിയോഗത്തിൽ ആളുകളെ ചേർക്കുന്നതിനും പുതിയതായി ചേർക്കുന്നവരെ അഭ്യസിപ്പിക്കുന്നതിനും പുത്തൻപുത്തനായി ആട്ടക്കഥകൾ നിർമ്മിക്കുന്നതിനു കവികളെ പ്രോത്സാഹിപ്പിക്കുന്നതിനും കഥകൾ ശേഖരിച്ചു കഥകളിയോഗത്തിലെ പാട്ടുകാരെ ഏല്പിച്ചു തോന്നിപ്പിക്കുന്നതിനും അങ്ങേയറ്റം കഴിപ്പിക്കുന്നതിനും കഥകളിയോഗക്കാർക്ക് ആവശ്യമുള്ളതെല്ലാം ചട്ടംകെട്ടിക്കൊടുക്കുന്നതിനും മറ്റും കൽപ്പിച്ചു ചുമതലപ്പെടുത്തിയിരുന്നത് വിളായിക്കോട്ടു നമ്പൂരിയെ ആയിരുന്നു. ആ നമ്പൂരിയുടെ ഇല്ലം കോട്ടയത്തിനു സമീപം കുടമാളൂർ ദേശത്തായിരുന്നുവെങ്കിലും അദ്ദേഹം കഥകളിയിൽ നല്ല ജ്ഞാനമുള്ള ആളും സംഗീതജ്ഞനുമായിരുന്നതിനാൽ തിരുമനസ്സിലെ പ്രീതിക്കു പ്രത്യേകം പാത്രീഭവിക്കുകയാൽ അദ്ദേഹത്തിന്റെ സ്ഥിരതാമസം മിക്കവാറും തിരുവനന്തപുരത്തുതന്നെ ആയിത്തീർന്നിരുന്നു.

അദ്ദേഹത്തിന് അവിടെ താമസിക്കുന്നതിന് ശ്രീകണ്ഠേശ്വരത്തു ക്ഷേത്രത്തിനു സമീപം കൽപ്പിച്ച് ഒരു മഠം പണിയിച്ചുകൊടുക്കുകയും ചെയ്തിരുന്നു.

കഥകളിയോഗത്തിൽച്ചേരാൻ മനസ്സും സമ്മതവുമുള്ള കുട്ടികളെ അന്വേഷിച്ചുപിടിച്ചു നമ്പൂരി തിരുമുമ്പാകെ കൊണ്ടുചെന്നാലുടനെ അവരെ മുഖത്തു തേപ്പിച്ചു ചുട്ടികുത്തിച്ചു കൊണ്ടുചെല്ലാൻ കല്പിക്കും. അങ്ങനെ കൊണ്ടുചെന്നാൽ തിരുമനസ്സുകൊണ്ടു തൃക്കൺപാർത്തിട്ടു മുഖശ്രീയും വേഷത്തിനും ഭംഗിയുള്ളവരെ യോഗത്തിൽ ചേർത്തു കച്ചകെട്ടിച്ച് അഭ്യസിപ്പിക്കുന്നതിനും അവ (മുഖശ്രീയും, വേഷഭംഗിയും) ഇല്ലാത്തവരെ സ്വല്പം വല്ലതും കൊടുത്തു മടക്കിയയയ്ക്കാനും കല്പന കൊടുക്കും. അങ്ങനെയായിരുന്നു പതിവ്. ഇങ്ങനെ കുറച്ചുകാലം കഴിഞ്ഞപ്പോൾ കൊട്ടാരംവക കളിയോഗത്തിലെ പ്രധാന വേഷക്കാർ ഈശ്വരപിള്ള, പുത്തൻകൊച്ചുകൃഷ്ണപിള്ള, പഴയ കൊച്ചുകൃഷ്ണപിള്ള, പഴവങ്ങാടി നാണുപിള്ള, കണ്ടപ്പപ്പണിക്കർ, കൊച്ചയ്യപ്പപ്പണിക്കർ, വലിയ കൊച്ചയ്യപ്പപ്പണിക്കർ, ശേഖരവാര്യർ, നളനുണ്ണി, കിട്ടുണ്ണിപ്പണിക്കർ മുതലായവരായിത്തീർന്നു. ഇവരിൽച്ചിലർ ചെറുപ്പത്തിൽത്തന്നെ കൊട്ടാരംവക കളിയോഗത്തിൽ ചേർന്ന് അഭ്യസിച്ചിട്ടുള്ളവരും ഏതാനുപേർ ഒരുവിധം പ്രസിദ്ധന്മാരായതിന്റെ ശേഷം ഈ യോഗത്തിൽ വന്നു ചേർന്നവരുമായിരുന്നു. ഈ യോഗത്തിലെ വേഷക്കാരെല്ലാവരും എല്ലാ വേഷങ്ങളും കെട്ടിയാടാവുന്നരായിരുന്നു. എങ്കിലും ചിലരുടെ വേഷങ്ങൾക്ക് ചില പ്രത്യേക ഗുണങ്ങളുണ്ടായിരുന്നു. ഇതിനെക്കുറിച്ചു കല്പിച്ചുണ്ടാക്കിയ ഒരു ശ്ലോകം കേട്ടിട്ടുണ്ട്. അതിന്റെ പൂർവ്വാർദ്ധം താഴെച്ചേർക്കുന്നു.

"കൊച്ചയ്യപ്പനു കത്തിയും കരിയുമാം പച്ചയ്ക്കിടിച്ചേന്നേനും
മെച്ചത്തിൽസ്സരസം പതിഞ്ഞ പദമങ്ങാടീടുവാനുണ്ണിയും"

ഇവിടെ 'ഉണ്ണി' എന്നു പറഞ്ഞിരിക്കുന്നതു നളനുണ്ണിയെ ഉദ്ദേശിച്ചാണ്. നളനുണ്ണിയുടെ സാക്ഷാൽ പേരു വേറെ എന്തോ ആയിരുന്നു. അദ്ദേഹത്തിന്റെ നളവേഷത്തിന് അനന്യസാധാരണമായ തന്മയത്വവും ഗുണവുമുണ്ടായിരുന്നതിനാൽ അദ്ദേഹത്തിനു 'നളനുണ്ണി' എന്ന പേരു കല്പിച്ചുകൊടുത്തതാണ്.

കൊച്ചയ്യപ്പപ്പണിക്കരുടെ കത്തിയും കരിയും വളരെ പ്രസിദ്ധങ്ങളായിരുന്നു. അദ്ദേഹത്തിന്റെ കത്തിയാണ് അധികം നല്ലതെന്നും അതല്ല, കരിയാണ് അധികം നല്ലതെന്നും അക്കാലത്തു ജനങ്ങളുടെയിടയിൽ വലിയ വാദം നടന്നിരുന്നു. കൊച്ചയ്യപ്പപ്പണിക്കരുടെ അലർച്ച തന്നെ വളരെ കേമമായിരുന്നു. അതുപോലെ അലറുന്ന വേഷക്കാർ അക്കാലത്തു വേറെയില്ലായിരുന്നുവെന്നല്ല, അതിനുമുൻപാരുമുണ്ടായിരുന്നുമില്ല. പിന്നെയാരുമുണ്ടായിട്ടുമില്ല. കൊച്ചയ്യപ്പപ്പണിക്കർ ഒരിക്കൽ

തിരുമനസ്സറിയിച്ച് അനുവാദം വാങ്ങിക്കൊണ്ടു ഗംഗാസ്നാനത്തിനു പോയിരുന്നു. സ്നാനം കഴിഞ്ഞു മടങ്ങിവന്ന് തിരുവനന്തപുരത്തെത്തിയത് ഒരു ദിവസം സന്ധ്യകഴിഞ്ഞപ്പോളായിരുന്നു. അദ്ദേഹം അവിടെയെത്തിയ ഉടനെ അണിയറയിൽച്ചെന്നു. അന്നു കാർത്തവീര്യവിജയമായിരുന്നു കഥ നിശ്ചയിച്ചിരുന്നത്. രാവണന്റെ വേഷത്തിൽ ഒരാൾ മുഖത്തു തേയ്ക്കാൻ ഭാവിച്ചപ്പോളാണ് പണിക്കർ അണിയറയിൽ ചെന്നുചേർന്നത്. കൊച്ചയ്യപ്പപ്പണിക്കരുണ്ടെങ്കിൽപ്പിന്നെ രാവണന്റെ വേഷത്തിൽ ആരാണ് വേണ്ടതെന്ന് ആർക്കും സംശയമില്ലാതിരുന്നതിനാൽ മുഖത്തു തേയ്ക്കാൻ ഭാവിച്ചയാൾ പണിക്കരെക്കണ്ട ക്ഷണത്തിൽ വിളക്കത്തുനിന്നെണീറ്റ് അദ്ദേഹത്തെ വന്ദിച്ചിട്ട് മാറിനിന്നു. ഉടനെ പണിക്കർ "വേണ്ട, വേണ്ട, മാറേണ്ട, താൻതന്നെ തേയ്ക്കൂ. നിശ്ചയിച്ചതുപോലെതന്നെ നടക്കട്ടെ. ഇന്നത്തെക്കു ഇതിനു തന്നെയല്ലേ കല്പിച്ചു നിശ്ചയിച്ചിരിക്കുന്നത്?" എന്നു പറഞ്ഞു. അപ്പോൾ മറ്റേയാൾ, "എനിക്കു തല്ക്കാലത്തേക്കു മാത്രമുള്ള കല്പനയാണല്ലോ. താങ്കൾക്കു മുമ്പേതന്നെയുള്ള കല്പനയല്ലേ?" പതിവുശാന്തിക്കാരൻ വന്നാൽ മുട്ടുശാന്തിക്കാരനു മാറിക്കൊടുക്കാൻ പ്രത്യേകമനുവാദം വേണ്ടല്ലോ. എന്നു മാത്രമല്ല, പതിവുശാന്തിക്കാരൻ ഹാജരുള്ളപ്പോൾ മുട്ടുശാന്തിക്കാരൻ പൂജകഴിച്ചാലതു ദേവനു സന്തോഷകരമാകുമെന്നു തോന്നുന്നില്ല. അതുകൊണ്ടു ഞാനിതാ ഒഴിഞ്ഞിരിക്കുന്നു" എന്നു പറഞ്ഞ് അയാൾ അണിയറയിൽ നിന്ന് ഇറങ്ങിപ്പോയി. ഉടനെ കൊച്ചയ്യപ്പപ്പണിക്കർ മുഖത്തു തേച്ചു ചുട്ടിക്കു കിടക്കുകയും, ക്ഷണത്തിൽ വേഷം തീർത്ത് അരങ്ങത്തെത്തുകയും രാവണന്റെ പ്രവേശനത്തിനുള്ള "ഇത്ഥം കൃത്വാ നരേന്ദ്രം" ഇത്യാദി ശ്ലോകം ചൊല്ലിത്തീർത്തപ്പോൾ പതിവുപോലെ അലറുകയും ചെയ്തു. പണിക്കർ മടങ്ങിവന്ന വിവരം തിരുമനസ്സുകൊണ്ടറിഞ്ഞിരുന്നില്ല. അതിനാൽ അലർച്ച കേട്ടപ്പോൾ അടുക്കൽ നിന്നിരുന്ന വിളായിക്കോട്ടു നമ്പൂരിയോട് "ഹേ! കൊച്ചയ്യപ്പൻ വന്നുവല്ലോ? ഈ അലർച്ച അവന്റേതുതന്നെയാണ്, സംശയമില്ല. ഇങ്ങനെ അലറുന്ന ഒരാട്ടക്കാരൻ ഇപ്പോൾ വേറെയുണ്ടെന്നു തോന്നുന്നില്ല! ശ്ലോകം ചൊല്ലിയവസാനിപ്പിക്കുന്ന ആ ഉച്ചസ്വരത്തിൽത്തന്നെയാണ് അവൻ അലറുക പതിവ്. അതു മറ്റാരായാലും ഇത്രയും ശരിയാവുകയില്ല. ശൃംഗാരപദം കഴിഞ്ഞാലുടനെ തുംബുരുനാരദന്മാർ വരുന്നതിനുമുമ്പു വേഷത്തോടുകൂടിത്തന്നെ അവൻ നമ്മുടെ അടുക്കൽ വരാൻ ചട്ടംകെട്ടണം" എന്നു കല്പിച്ചു. ഇങ്ങനെ ആ യോഗത്തിലുണ്ടായിരുന്ന ഓരോ വേഷക്കാരെക്കുറിച്ചും പല കഥകൾ കേട്ടിട്ടുണ്ട്. ലേഖനദൈർഘ്യഭയത്താൽ അവയൊന്നും ഇവിടെ വിസ്തരിക്കുന്നില്ല.

കഥകളിയോഗത്തിലുണ്ടായിരുന്ന എല്ലാവരേയും കുറിച്ചു തിരുമനസ്സിലേക്കു വളരെ വാത്സല്യവും കരുണയുമുണ്ടായിരുന്നു. വിശേഷിച്ച്

അവരിൽ പുത്തൻ കൊച്ചുകൃഷ്ണപിള്ള, പഴയ കൊച്ചുകൃഷ്ണപിള്ള, പഴവങ്ങാടി നാണുപിള്ള, ഈശ്വരപിള്ള ഇവർ തിരുമനസ്സിലെ സേവകന്മാരുമായിരുന്നു. അവരിൽ പ്രധാനൻ ഈശ്വരപിള്ളയുമായിരുന്നു. തിരുമനസ്സിലേക്കു വാസ്തവത്തിൽ മറ്റുള്ള സേവകന്മാരെക്കുറിച്ചുണ്ടായിരുന്നതിൽ വളരെയധികം കൃപയും വാത്സല്യവും ഈശ്വരപിള്ളയെക്കുറിച്ചുണ്ടായിരുന്നു. അതിന്റെ കാരണങ്ങൾ അദ്ദേഹത്തിന്റെ വിനയാദിസത്ഗുണങ്ങളും ആട്ടത്തിനും വേഷത്തിനുമുണ്ടായിരുന്ന ഭംഗിയും അനന്യശരണത്വവുമായിരുന്നു. ഈ കാരണങ്ങളാൽ തിരുമനസ്സുകൊണ്ട് അദ്ദേഹത്തെ പള്ളിയറ വിചാരിപ്പുകാരായി നിയമിക്കുക കൂടി ചെയ്തു. അക്കാലം മുതൽ അദ്ദേഹത്തിന്റെ പേര് "ഈശ്വരപിള്ള വിചാരിപ്പുകാരെ'ന്ന് പ്രസിദ്ധമായിത്തീർന്നു.

ഈശ്വരപിള്ള വിചാരിപ്പുകാർക്കു തിരുമനസ്സിലെ കരുണയല്ലാതെ മറ്റൊരു ശരണവുമുണ്ടായിരുന്നില്ല. അദ്ദേഹത്തിന്റെ വീട് വിളവംകോടു താലൂക്കിലെവിടെയോ ആയിരുന്നുവത്രേ. ആ വീട്ടിൽ അദ്ദേഹവും അദ്ദേഹത്തിന്റെ അമ്മയുമല്ലാതെ വേറെ ആരുമുണ്ടായിരുന്നില്ല. അവർക്കു ദാരിദ്ര്യം സാമാന്യത്തിലധികമുണ്ടായിരുന്നു. അദ്ദേഹത്തിന്റെ അമ്മയ്ക്ക് അവിടെയൊരു ധനവാന്റെ വീട്ടിൽ അടിച്ചുതളിയായിരുന്നു തൊഴിൽ. അതിനു കിട്ടുന്ന ശമ്പളംകൊണ്ട് അമ്മയ്ക്കും മകനുംകൂടി നിത്യവൃത്തിക്കു മതിയാവുകയില്ലായിരുന്നു. താൻനിമിത്തം അമ്മയും കൂടി മുറിപ്പട്ടിണി കിടക്കാനിടയാകേണ്ടെന്നു വിചാരിച്ച് ഈശ്വരപിള്ള സ്വദേശം വിട്ടുപോയി. അങ്ങനെ പല സ്ഥലങ്ങളിൽ സഞ്ചരിച്ച് ഒടുക്കം തിരുവനന്തപുരത്തു ചെന്നു ചേർന്നു. അന്ന് അദ്ദേഹത്തിന് പത്തു പന്ത്രണ്ടുവയസ്സുമാത്രമേ പ്രായമുണ്ടായിരുന്നുള്ളൂ. അദ്ദേഹം അവിടെ യഥാശക്തി കൂലിവേലകൾ ചെയ്തു നിത്യവൃത്തി കഴിച്ചുകൊണ്ട് അങ്ങനെ താമസിച്ചു. അന്ന് അദ്ദേഹത്തെ എല്ലാവരും ഈച്ചരൻ എന്നാണു വിളിച്ചിരുന്നത്.

അങ്ങനെ താമസിച്ചിരുന്ന കാലത്ത് ഒരു ദിവസം ദൈവഗത്യാ വിളായിക്കോട്ടു നമ്പൂരി ഈ ബാലനെ കാണുന്നതിനിടയായി. ആ കൊച്ചന്റെ മുഖശ്രീ കണ്ടപ്പോൾ 'ഇവനെ കഥകളിക്ക് അഭ്യസിപ്പിച്ചാൽ ഇവനൊരു നല്ല വേഷക്കാരനായിത്തീരും" എന്നു തോന്നുകയാൽ നമ്പൂരി അവനെ അടുക്കൽ വിളിച്ച് അവന്റെ സ്ഥിതികളെല്ലാം ചോദിച്ചറിഞ്ഞതിന്റെ ശേഷം അവനെ വിളിച്ചുകൊണ്ടുപോയി മുഖത്തു പച്ചമനയോല തേപ്പിച്ചു ചുട്ടി കുത്തിച്ചു തിരുമുൻപാകെ കൊണ്ടുചെന്നു. അവന്റെ മുഖശ്രീയും വേഷഭംഗിയും കണ്ടു തിരുമനസ്സുകൊണ്ടു വളരെ സന്തോഷിക്കുകയും അവനെ യോഗത്തിൽചേർത്തു. കച്ചകെട്ടിച്ച് അഭ്യസിച്ചുകൊള്ളുന്നതിനു കല്പിച്ചനുവദിക്കകയും ചെയ്തു. അഞ്ചാറുമാസം കഴിഞ്ഞപ്പോൾ ഈച്ചരന്റെ അരങ്ങേറ്റം കഴിപ്പിച്ചു കുട്ടിത്തരം വേഷങ്ങൾ കെട്ടിച്ചുതുടങ്ങി. അക്കാലത്തുതന്നെ ഈച്ചരന്റെ രസവാസനയും

ആട്ടത്തിന്റെ തന്മയത്വും ഭംഗിയും വേഷത്തിന്റെ മനോഹരത്വവും കണ്ടു ജനങ്ങൾ ഈച്ചരനെ പ്രശംസിച്ചുതുടങ്ങുകയും തിരുമനസ്സുകൊണ്ടു വളരെ സന്തോഷിക്കുകയും ചെയ്തു. അന്നുതന്നെ ഈച്ചരനു ഉണ്ണാനു മുടുക്കാനും തേച്ചുകുളിക്കാനും മറ്റും കൊടുത്തുവന്നിരുന്നതു കൂടാതെ പ്രതിമാസം മുന്നൂരൂപ ശമ്പളം കൊടുത്തുകൊള്ളുന്നതിനും കല്പിച്ച നുവദിച്ചു. തിരുമനസ്സിലേക്ക് ഈച്ചരന്റെ പേരിലുള്ള കാരുണ്യവും വാത്സല്യവും ക്രമേണ വർദ്ധിച്ചു സീമാതീതങ്ങളായിത്തീരുകയാൽ അവന്റെ ആട്ടത്തിന് അനന്യസാധാരണമായ ഗുണപൗഷ്ക്കല്യമു ണ്ടാക്കിത്തീർക്കണമെന്ന് നിശ്ചയിച്ച് അക്കാലത്തുണ്ടായിരുന്ന നടവര്യ ന്മാരിൽ പ്രസിദ്ധനും പ്രഥമഗണനീയനുമായിരുന്ന അമ്മന്നൂർ പരമേ ശ്വരച്ചാക്യാരെ കല്പിച്ചു തിരുവനന്തപുരത്തു വരുത്തിത്താമസിപ്പിച്ചു. അദ്ദേഹത്തെക്കൊണ്ടുംകുടി കുറച്ചുകാലം ഈച്ചരനെ ആട്ടം അഭ്യസി പ്പിച്ചു. അതുകൊണ്ട് വളരെ ഗുണം സിദ്ധിക്കുകയും ചെയ്തു. ഈശ്വര പിള്ളയുടെ ആട്ടത്തിന് അനന്യസാധാരണമായ ഒരു വിശേഷമുണ്ടെ ന്നുള്ള സർവ്വസമ്മതിയും പ്രസിദ്ധിയും സിദ്ധിക്കുന്നതിനുള്ള പ്രധാന കാരണം ഇതുതന്നെയാണ്. ഈശ്വരപിള്ളയുടെ കൈലാസോദ്ധാരണം, സ്വർഗ്ഗവർണ്ണന, വനവർണ്ണന, സമുദ്രവർണ്ണന മുതലായ ആട്ടങ്ങൾക്ക് അനന്യസാധാരണമായ ഒരു വിശേഷമുണ്ടെന്ന് എല്ലാവരും സമ്മതി ക്കുകയും അതു പ്രസിദ്ധമായിത്തീരുകയും ചെയ്തിരുന്നുവല്ലോ. ഇത്ര യുമായതിന്റെ ശേഷം അദ്ദേഹത്തെ തിരുമനസ്സുകൊണ്ടല്ലാതെ പിന്നെ യാരും ഈച്ചരൻ എന്നു വിളിച്ചിരുന്നില്ല. എല്ലാവരും അദ്ദേഹത്തെ ഈശ്വരപിള്ള എന്നും പിന്നീട് ഈശ്വരപിള്ള വിചാരിപ്പുകാരെന്നുമാണ് പറഞ്ഞിരുന്നത്. ഇതിനിടയ്ക്ക് ഈശ്വരപിള്ള അക്ഷരാഭ്യാസം ചെയ്ത് ഒരുവിധം ലോകവ്യുൽപത്തിയും സമ്പാദിച്ചു.

തിരുമനസ്സുകൊണ്ടു ക്രമേണ ഈശ്വരപിള്ളയുടെ കുടുംബസ്ഥിതി കളെല്ലാം മനസ്സിലാക്കുകയും കോട്ടയ്ക്കകത്തുതന്നെ ഒരു പുരയിടം ഒഴിപ്പിച്ചെടുത്ത് അതിൽ ഒരു പുരയും പണികഴിപ്പിച്ച് അദ്ദേഹത്തിനു കൽപ്പിച്ചുകൊടുക്കുകയും ചെയ്തു. അനന്തരം ഈശ്വരപിള്ള കൽപന പ്രകാരം തന്റെ മാതാവിനെയും തിരുവനന്തപുരത്തുവരുത്തി ആ സ്ഥലത്തു താമസിപ്പിച്ചു. അവർക്കു നിത്യവൃത്തിക്കുവേണ്ടതെല്ലാം കല്പ്പിച്ചുകൊടുത്തിരുന്നു. കുറച്ചുകാലം കഴിഞ്ഞപ്പോൾ ആ അമ്മ കാല ധർമ്മത്തെ പ്രാപിക്കുകയാൽ ഈശ്വരപിള്ള ഏകാകിയായിത്തീർന്നു. അപ്പോൾ ഈശ്വരപിള്ള ഒരു കുടുംബക്കാരെ കല്പനപ്രകാരം തന്റെ അനന്തരവരാക്കി ദത്തെടുത്തു. ഇപ്പോൾ തിരുവനന്തപുരത്തു കോട്ടയ്ക്കകത്തുള്ള 'പുന്നയ്ക്കൽ' കുടുംബക്കാർ ഈശ്വരപിള്ളയുടെ ആ ദത്തവകാശികളുടെ സന്താനപരമ്പരയുൾപ്പെട്ടവരാണ്. അവർ താമ സിക്കുന്ന ഗൃഹം മുമ്പ് ഈശ്വരപിള്ള താമസിച്ചിരുന്നതുമാണ്.

ഈശ്വരപിള്ളയ്ക്കു പ്രതിമാസം ശമ്പളമായി ആദ്യം മൂന്നും, പിന്നെ ഏഴും, ഒടുവിൽ പതിന്നാലും രൂപാവീതം മാത്രമേ കല്പ്പിച്ചുകൊടുത്തിരുന്നുള്ളൂ. എങ്കിലും ആവശ്യംപോലെ ധാരാളം പണം കൽപിച്ചുകൊടുത്തിരുന്നതുകൂടാതെ ഒട്ടുവളരെ വസ്തുക്കൾ പതിച്ചുകൊടുക്കുകയും ചെയ്തിരുന്നു.

ഈശ്വരപിള്ള ഒരു സ്ത്രീയെ സംബന്ധംചെയ്തു ഭാര്യയാക്കിയിരുന്നു. അവർക്കും കല്പനപ്രകാരം കോട്ടയ്ക്കകത്തുതന്നെ ഒരു പുരയിടം വാങ്ങി അതിൽ ഒന്നാന്തരത്തിൽ ഒരു പുരയും പണിയിച്ചുകൊടുത്തിരുന്നതുകൂടാതെ അവരുടെ പേരിൽ ധാരാളം വസ്തുക്കൾ പതിച്ചുകൊടുക്കുകയും ചെയ്തിരുന്നു. ആ സ്ത്രീയിൽ ഈശ്വരപിള്ളയ്ക്ക് ആണായും പെണ്ണായും ചില സന്താനങ്ങളുണ്ടാവുകയും ചെയ്തു. ഈശ്വരപിള്ള തന്റെ ഒരു മകനെ കച്ചകെട്ടിച്ച് കഥകളി അഭ്യസിപ്പിച്ചു. അദ്ദേഹവും ഒരു നല്ല ആട്ടക്കാരൻതന്നെയായിത്തീർന്നു. ആ മനുഷ്യന്റെ പേരു വേലായുധൻ എന്നായിരുന്നു. അദ്ദേഹത്തെ തിരുമനസ്സുകൊണ്ടും ഈശ്വരപിള്ളയും കൊച്ചുവേലു എന്നും മറ്റുള്ളവർ കൊച്ചുവേലായുധപ്പിള്ളയെന്നുമാണ് പറഞ്ഞുവന്നിരുന്നത്. ഒടുക്കം കമ്മട്ടം സൂപ്രണ്ടായിരുന്ന അദ്ദേഹം പരലോകപ്രാപ്തനായിട്ട് ഇപ്പോൾ പത്തു പതിനഞ്ചു കൊല്ലത്തിലധികം കാലമായിട്ടുണ്ടെന്നു തോന്നുന്നില്ല.

വിചാരിപ്പുകാരദ്ദേഹത്തിന് ഗൗരിക്കുട്ടി എന്നു പേരായിട്ട് ഒരു പുത്രിയുണ്ടായിരുന്നു. ആ സ്ത്രീ അസാമാന്യരൂപലാവണ്യവും വൈദൂഷ്യവുമുള്ള കൂട്ടത്തിലായിരുന്നു. ഈശ്വരപിള്ളയദ്ദേഹം ആ പുത്രിയ്ക്ക് തിരുമനസ്സിലെ കല്പനപ്രകാരം പഴവങ്ങാടി നാണുപിള്ളയെക്കൊണ്ടു സംബന്ധം ചെയ്യിപ്പിച്ചു. ആ പുരുഷനെ വിദുഷിക്ക് ഒട്ടുംതന്നെ ബോധിച്ചില്ല.

"യസ്യ ഷഷ്ഠീ ചതുർത്ഥീ ച വിഹസ്യ ച വിവായ ച
അഹം കഥം ദ്വിതീയാ സ്യാദ്ദ്വിതീയ സ്യാമഹം കഥം?"

എന്ന് മനോരമത്തമ്പുരാട്ടി പറഞ്ഞതുപോലെയായിരുന്നു ആ വിദുഷിയുടെ വിചാരം. ആ സ്ത്രീ നാണുപിള്ളയുടെ സംബന്ധം വേണ്ടെന്നു വെയ്പ്പിക്കണമെന്ന് നിർബന്ധപൂർവ്വം പലരോടും പറഞ്ഞ് ഈശ്വരപിള്ളയുടെ അടുക്കൽ പറയിച്ചു. ഈശ്വരപിള്ള ഇക്കാര്യത്തിൽ വളരെ വിഷമിച്ചു. തന്റെ വാത്സല്യഭാജനമായ പ്രിയപുത്രി മനസ്സിണങ്ങാത്ത ഭർത്താവോടുകൂടി കാലയാപനം ചെയ്തുകൊള്ളണമെന്ന് നിർബന്ധിക്കുന്നതു കഷ്ടമാണല്ലോ. കല്പനപ്രകാരം ചെയ്യിച്ച സംബന്ധം വേണ്ടെന്നുവെച്ചാൽ തിരുമനസ്സിലേക്കു രസമാകുമോ? "ആട്ടെ എന്തെങ്കിലും സമാധാനമുണ്ടാക്കാ"മെന്നു മനസ്സിൽ കരുതിക്കൊണ്ട് അദ്ദേഹം പുത്രിയുടെ സങ്കടം തന്നോടുവന്നു പറഞ്ഞവരോട്, "ഇതിനെന്തെങ്കിലും കൗശലമുണ്ടാക്കാം, കുറച്ചുദിവസംകൂടി ക്ഷമിക്കട്ടെ" എന്നു

മറുപടി പറഞ്ഞു. അങ്ങനെയിരുന്നപ്പോൾ ഒരുദിവസം കൊട്ടാരത്തിൽ കളിക്ക് ദക്ഷയാഗം കഥ കല്പിച്ചു നിശ്ചയിച്ചു. അന്ന് ദക്ഷൻ ഈശ്വരപിള്ളയും ശിവൻ നാണുപിള്ളയുമായിരുന്നു. ഈശ്വരപിള്ള, "അറിയാതെ മമ പുത്രിയെ നൽകിയതനുചിതമായിതഹോ! പരിപാകവുമഭിമാനവും ലൗകികപദവിയുമില്ലാത്ത ഭർഗ്ഗന്റെ ശീലത്തെ-അറിയാതെ മമ പുത്രിയെ നൽകിയതനുചിതമായിതഹോ" എന്നുള്ള പദം തന്മയത്തോടുകൂടി ഭംഗിയായിട്ടാടി. ആട്ടമെല്ലാം തിരുമനസ്സിലെ നേരെ ആയിരുന്നു. തിരുമനസ്സിലേക്ക് ഈ ആട്ടത്തിന്റെ അന്തരാർത്ഥം മനസ്സിലാവുകയും പിറ്റേ ദിവസംതന്നെ നാണുപിള്ളയെ തിരുമുമ്പിൽ വരുത്തി "ഇനി സംബന്ധമുറയ്ക്കു ഗൗരിക്കുട്ടിയുടെ വീട്ടിൽ പോകേണ്ട" എന്നു കല്പ്പിക്കുകയും ചെയ്തു. അക്കാര്യം ഈശ്വരപിള്ള വാക്കാൽ തിരുമനസ്സറിയിക്കാതെ ആട്ടംകൊണ്ടു സാധിച്ചു.

കൊട്ടാരത്തിൽ കഥകളിയുള്ള ദിവസങ്ങളിൽ കഥ ഇന്നതെന്നും ഇന്നിന്നവർക്ക് ഇന്നിന്ന വേഷങ്ങളെന്നും കല്പിച്ചു നിശ്ചയിച്ച് അപ്രകാരം ഒരു പട്ടിക തയ്യാറാക്കി പകലേ കൊട്ടാരത്തിൽനിന്നു കഥകളിയോഗത്തിലേക്കു കല്പിച്ചയച്ചുകൊടുക്കുകയും അതുപ്രകാരം എല്ലാവരും വേഷംകെട്ടി കളി നടത്തുകയുമായിരുന്നു പതിവ്. കഥയേതായാലും പ്രധാനമായ ആദ്യാവസാനവേഷം ഈശ്വരപിള്ളയ്ക്കായിരിക്കും. ഈശ്വരപിള്ളയ്ക്ക് അതിനു തക്ക യോഗ്യത ഉണ്ടായിരുന്നിട്ടായിരുന്നു അങ്ങനെ കല്പിച്ചു നിശ്ചയിച്ചിരുന്നത്. എങ്കിലും അതു നിമിത്തം മറ്റുള്ള വേഷക്കാർക്കെല്ലാം വളരെ കുണ്ഠിതവും ഈശ്വരപിള്ളയെക്കുറിച്ച് അസൂയയുമുണ്ടായിത്തീർന്നു. ഇതു തിരുമനസ്സിലേക്കു മനസ്സിലായി. ഇതിനൊരു സമാധാനമുണ്ടാക്കണമെന്നു കല്പിച്ചു നിശ്ചയിച്ച് ഒരു ദിവസം കളിക്ക് കഥ രാവണോത്ഭവമെന്നും വിദ്യുജ്ജിഹ്വന്റെ വേഷം ഈശ്വരപിള്ളയ്ക്കും കല്പിച്ച് നിശ്ചയിച്ചു പട്ടിക തയ്യാറാക്കിയയച്ചു. ഇതു കണ്ടപ്പോൾ സ്പർദ്ധാലുക്കളായിരുന്നവർക്കെല്ലാം വളരെ സന്തോഷമായി. "എല്ലാ ദിവസവും ആദ്യാവസാനവേഷം അയാൾക്കുതന്നെ കല്പിച്ചു നിശ്ചയിക്കുന്നതുകൊണ്ട് അയാൾക്ക് അഹംഭാവം കലശലായിട്ടുണ്ട്. അതു കുറയണമെങ്കിൽ ചിലപ്പോൾ ഇങ്ങനെയും വേണം" എന്നും മറ്റും സ്വകാര്യമായിപ്പറഞ്ഞ് അവരെല്ലാവരും രസിച്ചു. എന്നാൽ ഈശ്വരപിള്ളയ്ക്ക് ഇതു കണ്ടിട്ട് ഒട്ടും കുണ്ഠിതമുണ്ടായില്ല. കല്പിച്ചാൽ ഏതു വേഷം കെട്ടാനും അദ്ദേഹം സന്നദ്ധനായിരുന്നു. പിന്നെ കുണ്ഠിതം തോന്നാനൊന്നുമില്ലല്ലോ.

ഈ കഥയിൽ വിദ്യുജ്ജിഹ്വൻ വരുന്നത് ശൂർപ്പണഖയെ വിവാഹം കഴിക്കാനായിട്ടാണല്ലോ. അതിനുള്ള എഴുത്തു വായിച്ചു രസിച്ചുകൊണ്ട് കുറച്ചു ദൂരത്തു നിന്നാണല്ലോ വിദ്യുജ്ജിഹ്വൻ അരങ്ങത്തേക്കു വരിക പതിവ്. അന്നു വിദ്യുജ്ജിഹ്വന്റെ വരവു കിഴക്കേക്കോട്ടവാതിൽക്കൽ

നിന്നായിരുന്നു. വിദ്യുജ്ജിഹ്വന്റെ വരവായപ്പോഴേക്കും അവിടെ പട്ടാളക്കാർ, ബാന്റുവാദ്യക്കാർ, നാഗസ്വരക്കാർ, പന്തക്കുഴകൾ, തീവെട്ടികൾ മുതലായവ നിരക്കുകയും കുടച്ചക്രം, കുഴിപ്പൂവ്, വാണം, കതിനവെടി മുതലായവ തുടങ്ങുകയും ചെയ്തു. രാക്ഷസചക്രവർത്തിയായ രാവണന്റെ സഹോദരിയുടെ വിവാഹത്തിനുള്ള മാപ്പിളപ്പുറപ്പാടിന് ആഡംബരങ്ങൾ എത്രതന്നെയായാലും അത് അധികം അസംബന്ധവുമായിപ്പോയി എന്നു വരികയില്ലല്ലോ. വിചാരിക്കാതെയുള്ള ഘോഷങ്ങൾ കോട്ടവാതിൽക്കൽ കേട്ടുതുടങ്ങിയപ്പോഴേക്കും അരങ്ങത്തുണ്ടായിരുന്ന കാഴ്ച്ചക്കാരെല്ലാമെണീറ്റ് അങ്ങോട്ടോടി. ആ സമയത്തു അരങ്ങത്തു രാവണന്റെ "തരുണാരുണസാരസനയനേ! തരുണീജനമകുടമണേ! കേൾ" ഇത്യാദി പാടിപ്പദം ആരംഭിച്ചിരിക്കുകയായിരുന്നു. രാവണന്റെ വേഷം ധരിച്ചിരുന്നത് തിരുമനസ്സിലെ സേവകന്മാരിൽത്തന്ന ഒരാളായിരുന്നു. അയാൾ ഒരു നല്ല ആട്ടക്കാരനുമായിരുന്നു. എങ്കിലും അയാളുടെ ആട്ടം കാണാൻ മണ്ഡോദരിയും മേളക്കാരും പാട്ടുകാരും മാത്രമേ അവിടെയുണ്ടായിരുന്നുള്ളൂ. അതിനാൽ രാവണന്റെ വേഷംകെട്ടിയ ആൾ സാമാന്യത്തിലധികം ഇളിഭ്യനായി എന്നുള്ളതു പറയണമെന്നില്ലല്ലോ. അന്നു മുതൽ ഈശ്വരപിള്ളയോടു അസൂയയും മത്സരവും ആട്ടക്കാരെല്ലാം വേണ്ടെന്നു വെച്ചു.

അക്കാലത്ത് അമ്പലപ്പുഴ നാരായണപ്പണിക്കരെന്നു പ്രസിദ്ധനായിട്ട് ഒരാട്ടക്കാരനുണ്ടായിരുന്നു. അയാൾക്ക് എല്ലാ വേഷങ്ങളും കെട്ടാമായിരുന്നുവെങ്കിലും ബ്രാഹ്മണർ, മഹർഷി മുതലായ മിനുക്കുവേഷങ്ങളായിരുന്നു അധികം നല്ലത്. അയാളും ഒരിടയ്ക്ക് തിരുവനന്തപുരത്തു വന്ന് കൊട്ടാരം വക കളിയോഗത്തിൽച്ചേർന്നിരുന്നു. ഈശ്വരപിള്ളയ്ക്കും എല്ലാ വേഷങ്ങളും കെട്ടാമെന്നും എല്ലാം ഒന്നാന്തരമാണെന്നും പ്രസിദ്ധമായിരുന്നുവല്ലോ. എങ്കിലും മിനുക്കുവേഷങ്ങൾ പണിക്കരുടേതുതന്നെയാണ് അധികം നല്ലതെന്ന് ചിലർക്ക് അഭിപ്രായമുണ്ടായിരുന്നു. എന്നു മാത്രമല്ല, മിനുക്കുവേഷങ്ങൾക്കു തന്നെക്കഴിഞ്ഞല്ലാതെ ലോകത്തിലാരുമില്ലെന്നൊരു വിചാരം പണിക്കർക്കുമുണ്ടായിരുന്നു.

അങ്ങനെയിരുന്നപ്പോൾ ഒരു ദിവസം കളിക്ക് കഥ സന്താനഗോപാലമെന്നും അർജ്ജുനൻ ഈശ്വരപിള്ളയെന്നും ബ്രാഹ്മണൻ നാരായണപ്പണിക്കരെന്നും കല്പിച്ചു നിശ്ചയിച്ചു. അന്നു ബ്രാഹ്മണൻ, "മൂഢാ! അതിപ്രൗഢമാം നിന്നുടെ പാടവം കുത്ര ഗതം" എന്നുള്ള പദം ആടിക്കഴിഞ്ഞതിന്റെ ശേഷം ഇളകിയാട്ടത്തിൽ, അല്ലയോ അർജ്ജുനാ! നിന്റെ അഹംഭാവം ഒട്ടും ചില്ലറയല്ല. നിന്റെ അഹമ്മതികൊണ്ടാണ് നീ ചിലപ്പോൾ ഇങ്ങനെ ഇളിഭ്യനായിത്തീരുന്നത്" എന്നുകൂടി ആടി. ഇതിനു മറുപടിയായി അർജ്ജുനൻ (ഈശ്വരപിള്ള) ഒന്നും ആടിയുമില്ല. "നിശ്ശമ്യഭൂദേവഗിരം സ പാണ്ഡവസ്തമുത്തരം കിഞ്ചനനോക്ത

വാനസൗ" എന്നാണല്ലോ ശ്ലോകത്തിൽ പറഞ്ഞിരിക്കുന്നത്. അതുകൊണ്ട് അർജ്ജുനൻ വല്ലതും മറുപടി പറഞ്ഞാൽ അത് അസംബന്ധമായിത്തീരുകയും ചെയ്യുമല്ലോ. എന്നാൽ ഈശ്വരപിള്ള ഇതിന്റെ പകരംവീട്ടാതെ ഇരുന്നില്ല. ഒടുക്കം, "നമസ്തേ ഭൂസുരമൗലേ!" ഇത്യാദിപദത്തിൽ "അഗ്രജനിതു രണ്ടാമൻ" എന്നു തുടങ്ങി "ഭാഗ്യവാരിധേ! തവ പുത്രന്മാർ പത്തിനെയും വ്യഗ്രതതീർന്നു പരിഗ്രഹിച്ചാലും തന്നിടുന്നേൻ" എന്നുവരെ ആടി. ബ്രാഹ്മണന്റെ പുത്രന്മാരെയെല്ലാം കൊടുത്തുകഴിഞ്ഞതിന്റെ ശേഷം, അല്ലയോ ശുദ്ധാത്മാവായ ബ്രാഹ്മണാ! ഞാൻ വെറുതെ ആത്മപ്രശംസ ചെയ്യുന്നവനല്ലെന്നും ഞാൻ വിചാരിച്ചാൽ ഇതിനേക്കാൾ വലിയ കാര്യങ്ങൾ സാധിക്കാനും കഴിയുമെന്നും ഇനിയെങ്കിലും മനസ്സിലാക്കിക്കൊള്ളുക. എന്നാൽ ഇതൊന്നും എന്റെ വൈഭവംകൊണ്ടല്ലെന്നും എല്ലാം ഈ സ്വാമിയുടെ (ഇവിടെ കൈകൊണ്ടു കൃഷ്ണനെയും, കണ്ണുകൊണ്ടു മഹാരാജാവിനെയും കാണിച്ചുകൊണ്ടാണ് ആടിയത്) കൃപകൊണ്ടാണെന്നുംകൂടി മനസ്സിലാക്കണം. ഇദ്ദേഹം സേവിക്കുന്നവർക്കു കല്പവൃക്ഷമായിട്ടുള്ള ആളാണ്. ഈ സ്വാമിയിൽ അങ്ങേയ്ക്ക് ഭക്തിയില്ലാഞ്ഞിട്ടാണ് ഇങ്ങനെയുള്ള ആപത്തുകളൊക്കെയുണ്ടാകുന്നത്. ഇനിയെങ്കിലും ഈ സ്വാമിയിൽ ഭക്തിയോടുകൂടിയിരുന്നുകൊള്ളുക എന്നുകൂടി ആടി അവസാനിപ്പിച്ചു. ഈ ആട്ടം കണ്ടു കാഴ്ചക്കാരെല്ലാം ഏറ്റവും സന്തോഷിക്കുകയും "ഓഹോ! ധാരാളം മതി, പണിക്കർ കൊടുത്തത് ഇരട്ടിപ്പലിശയോടുകൂടി മടക്കിക്കൊടുത്തുവല്ലോ" എന്നു പതുക്കെപ്പറഞ്ഞു മന്ദമായി ചിരിച്ചു. തിരുമനസ്സിലെ തിരുമുഖത്തും സ്വല്പമായ ഒരു മന്ദഹാസം കാണപ്പെട്ടു. തിരുമനസ്സുകൊണ്ട് അരങ്ങത്ത് എഴുന്നള്ളിയിരിക്കുന്നില്ലായിരുന്നുവെങ്കിൽ ഈശ്വരപിള്ളയുടെ ഈ ആട്ടം കണ്ടപ്പോൾ ജനങ്ങൾ കൈകൊട്ടി ആർത്തുവിളിക്കുമായിരുന്നു. അതൊന്നുമുണ്ടായില്ലെങ്കിലും പണിക്കർ സാമാന്യത്തിലധികം ഇളിഭ്യനായി. അതിൽപ്പിന്നെ ഒരിക്കലും നാരായണപ്പണിക്കർ ഈശ്വരപിള്ളയോടു കൊമ്പുവെയ്ക്കാൻ പോയിരുന്നില്ല. ഇങ്ങനെ ആ കഥകളി യോഗത്തിലുൾപ്പെട്ട പ്രധാനവേഷക്കാരെയും വിശേഷിച്ച് ഈശ്വരപിള്ള വിചാരിപ്പുകാരദ്ദേഹത്തേയും കുറിച്ച് ഇനിയും പല സംഗതികൾ പറയാനുണ്ട്. എങ്കിലും ഇപ്പോൾ അതിനായിത്തുനിയുന്നില്ല.

ഈ മഹാരാജാവുതിരുമനസ്സിലെ കഥകളിഭ്രമം നിമിത്തം നമ്മുടെ മലയാളഭാഷായോഷയ്ക്ക് അനേകം കൃതിതല്ലജസമ്പാദ്യങ്ങളുണ്ടായിട്ടുണ്ടെന്നുള്ളത് ഒരിക്കലും വിസ്മരിക്കാവുന്നതല്ല. തിരുമനസ്സിലെ കല്പനപ്രകാരവും പ്രീതിക്കായിട്ടും പലരും അക്കാലത്തു പല നാട്യപ്രബന്ധങ്ങൾ (ആട്ടക്കഥകൾ) ഉണ്ടാക്കിത്തീർത്തു. അത് അവയിലെ ചില ശ്ലോകങ്ങൾക്കൊണ്ടുതന്നെ സ്പഷ്ടമാകുന്നുണ്ട്. ആ ശ്ലോകങ്ങളിൽ ചിലതു താഴെ ചേർക്കുന്നു.

"ശ്രീരാമവർമ്മകുലശേഖരസോദരസ്യ
മാർത്താണ്ഡവർമ്മയുവഭൂമിപതേർന്നിദേശാൽ
കേനാപി തൽപദജുഷാ കില ദക്ഷയാഗ-
നാട്യപ്രബന്ധമുദിതം സുധിയഃ പുനന്തു"

(*ഇരയിമ്മൻ തമ്പി*)

നൃപേന്ദ്രകുലശേഖരക്ഷിതിപസോദരസ്യോജ്ജ്വല-
പ്രശാന്തഗുണശാലിനോ യുവമഹീപതേരാജ്ഞയാ-
കൃതാം കിമപി കേനചിത്ത്വഭിനയോചിതാമുർവ്വശീ-
സ്വയംവരകഥാം ബുധാഃ ശ്രവണഗോചരീകുർവ്വതാം

(*ഹരിപ്പാട്ടു കൊച്ചുപിള്ളവാര്യർ*)

ഇങ്ങനെ വേറെ ചില കഥകളിലും കാണുന്നുണ്ട്. ഈ തിരുമനസ്സിലെ കല്പനപ്രകാരം കോട്ടയ്ക്കകത്തുതന്നെ ഒരച്ചുകൂടം സ്ഥാപിക്കുകയും അവിടെ ഈശ്വരപിള്ള വിചാരിപ്പുകാരദ്ദേഹം അൻപത്തിനാല് ആട്ടക്കഥകൾ ചേർത്ത് ഒരു പുസ്തകം അച്ചടിച്ചു പ്രസിദ്ധപ്പെടുത്തുകയും ചെയ്തു.

മാർത്താണ്ഡവർമ്മ മഹാരാജാവു തിരുമനസ്സുകൊണ്ടു കൊല്ലം 1036-ാമാണ്ടു നാടുനീങ്ങിയതിന്റെ ശേഷം രാജ്യം വാണിരുന്നത് ആയില്യം തിരുനാൾ രാമവർമ്മ മഹാരാജാവു തിരുമനസ്സുകൊണ്ടായിരുന്നുവല്ലോ. അവിടേക്കു കഥകളിയിലും മറ്റും അത്ര ഭ്രമമില്ലാതിരുന്നതിനാൽ കഥകളിയോഗം പിരിച്ചുവിട്ടു. എങ്കിലും ആ യോഗത്തിലെ വേഷക്കാർക്കും മറ്റും നാടുനീങ്ങിപ്പോയ തിരുമനസ്സുകൊണ്ടു കല്പിച്ചു കൊടുത്തിരുന്ന ശമ്പളം ഈ തിരുമനസ്സുകൊണ്ടും ആജീവനാന്തം അവർക്കെല്ലാവർക്കും കൊടുത്തിരുന്നു.

മാർത്താണ്ഡവർമ്മ മഹാരാജാവു തിരുമനസ്സുകൊണ്ടു നാടു നീങ്ങിയതിന്റെ ശേഷം ഈശ്വരപിള്ള വിചാരിപ്പുകാരദ്ദേഹം മാടത്താനിക്കുഞ്ചുപിള്ള മുതലായ ചില മഹാന്മാരുടെ കഥകളിയോഗത്തിൽച്ചേർന്നു നടന്നിരുന്നു. തിരുമനസ്സുകൊണ്ടു നാടുനീങ്ങിപ്പോയിട്ടും ഈശ്വരപിള്ളയദ്ദേഹത്തിന് മാന്യതയ്ക്ക് ഒരു കുറവും വന്നിരുന്നില്ല. ചെല്ലുന്ന സ്ഥലങ്ങളിലെല്ലാം അദ്ദേഹത്തെ യഥാപൂർവ്വം എല്ലാവരും മാനിച്ചിരുന്നു.

ഈശ്വരപിള്ള വിചാരിപ്പുകാരദ്ദേഹം ഏതു യോഗത്തിൽച്ചേർന്നു വേഷം കെട്ടിയാലും അന്യന്മാരുടെ കോപ്പുകൾ ഉപയോഗിച്ചിരുന്നില്ല. അദ്ദേഹത്തിനു പ്രത്യേക കിരീടവും മെയ്ക്കോപ്പുകളുമെല്ലാം കല്പിച്ചുണ്ടാക്കിച്ചുക്കൊടുത്തിരുന്നു. അദ്ദേഹം ആജീവനാന്തം ആ കോപ്പുകൾതന്നെയാണ് ഉപയോഗിച്ചിരുന്നത്. എവിടെപ്പോകുമ്പോഴും അദ്ദേഹം ആ കോപ്പുകൾകൂടി കൊണ്ടുപോവുക പതിവായിരുന്നു.

വിചാരിപ്പുകാരദ്ദേഹം കുമാരനെല്ലൂർ കാർത്തികയ്ക്കും ഗുരുവായൂരേകാദശിക്കും വൈക്കത്തഷ്ടമിക്കും അവിടെയെല്ലാം ചെന്നു

ദർശനം കഴിക്കുക പതിവായിരുന്നു. അദ്ദേഹം ആ സ്ഥലങ്ങളിൽ ചെല്ലുമ്പോൾ അവിടെയെല്ലാം ആരുടെയെങ്കിലും കഥകളിയോഗവും എത്തീട്ടുണ്ടായിരിക്കും. ആ യോഗത്തിൽച്ചേർന്ന് അവിടെയെല്ലാം ഓരോ വേഷം കെട്ടുകയും പതിവായിരുന്നു. അതു സേവയായിട്ടാണ്. അല്ലാതെ പ്രതിഫലേച്ഛയോടുകൂടിയല്ലായിരുന്നു. എങ്കിലും അദ്ദേഹത്തിന് എല്ലാ സ്ഥലങ്ങളിലും ഓരോരുത്തർ കൊടുത്തിട്ട് അൻപതും അറുപതും ചിലപ്പോൾ അതിലധികവും *മുണ്ടുവീതം കിട്ടാറുണ്ട്.

വിചാരിപ്പുകാരദ്ദേഹത്തിനു കൊട്ടാരം വക കഥകളിയോഗത്തിൽച്ചേരുന്നതിനും മഹാരാജാവു തിരുമനസ്സിലെ പ്രീതി സമ്പാദിക്കുന്നതിനു കാരണഭൂതൻ വിളായിക്കോട്ടു നമ്പൂരിയായിരുന്നുവല്ലോ. ആ നമ്പൂരി കഴിഞ്ഞുപോയിട്ടും വിചാരിപ്പുകാരദ്ദേഹം ആ സ്മരണ വിട്ടുകളഞ്ഞില്ല. ആ ഇല്ലക്കാരെക്കുറിച്ച് അദ്ദേഹത്തിന് ആജീവനാന്തം വളരെ സ്നേഹവും ഭക്തിയുമുണ്ടായിരുന്നു. കുമാരനല്ലൂർ കാർത്തിക കഴിഞ്ഞാൽ വിചാരിപ്പുകാരദ്ദേഹം ഏതെങ്കിലും കഥകളിയോഗക്കാരെ കൂട്ടിക്കൊണ്ടു വിളായിക്കോട്ടില്ലത്തു ചെന്ന് അവിടെ ഒരരങ്ങു കളിക്കുകയും അദ്ദേഹം ഒരു വേഷംകെട്ടുകയും പതിവായിരുന്നു. കളിയോഗം ഏതായാലും വിചാരിപ്പുകാരദ്ദേഹം കൂടെയുണ്ടെങ്കിൽ ആ ഇല്ലക്കാർ ഒരരങ്ങു കളിപ്പിക്കുകയും ചെയ്തിരുന്നു. എന്നാൽ അവിടെ വേഷം കെട്ടുന്നതിന് വിചാരിപ്പുകാരദ്ദേഹം പ്രതിഫലമൊന്നും വാങ്ങാറില്ല. എങ്കിലും ആ ഇല്ലക്കാർ അദ്ദേഹത്തിനു നാലു മുണ്ടു കൊടുക്കുക പതിവായിരുന്നു. അവിടെയുള്ള അന്തർജ്ജനങ്ങൾക്കും കിടാങ്ങൾക്കും മറ്റും വിചാരിപ്പുകാരദ്ദേഹം അങ്ങോട്ടും ഓണപ്പുടവ കൊടുക്കാറുണ്ടായിരുന്നു. "നഹി കൃതമുപകാരം സാധവോ വിസ്മരന്തി" എന്നുണ്ടല്ലോ.

വിചാരിപ്പുകാരദ്ദേഹത്തിനു മറ്റുള്ള ആട്ടക്കാരെപ്പോലെ പകലുറക്കം പതിവില്ലായിരുന്നു. കഥകളിയുള്ള ദിവസങ്ങളിൽ വേഷമഴിച്ചു മുഖത്തേതു തുടച്ചുകഴിഞ്ഞാലുടനെ അദ്ദേഹം പോയി മുങ്ങിക്കുളിക്കും. കുളി കഴിഞ്ഞു വരുമ്പോഴേക്കും ഭൃത്യന്മാർ ഒരു കോസടി വിരിച്ചു തയ്യാറാക്കിയിരിക്കും. അദ്ദേഹം വന്ന് ഈറൻ വിഴുത്തുകഴിഞ്ഞാലുടനെ നനച്ചു കുളിച്ച് ആ ഈറൻതോർത്തുമുണ്ടുകൂടി കോസടിയുടെ മീതെ വിരിച്ചു കിടക്കുകയും ഉടനെ ഉറങ്ങിത്തുടങ്ങുകയും ചെയ്യും. ആ ഉറക്കം നാലഞ്ചുനാഴികയിലധികം നേരമുണ്ടായിരിക്കയില്ല. പിന്നെ പകലുറങ്ങാറുമില്ല. "ആസാത്മ്യജാഗരാദ്ധം പ്രാതസ്സുപ്യാദഭുക്തവാൻ" എന്നുള്ള പ്രമാണമനുസരിച്ചാണ് അദ്ദേഹം പ്രവർത്തിച്ചിരുന്നത്. ആജീവനാന്തം അതിനെ ഭേദപ്പെടുത്തിയിരുന്നുമില്ല.

---

* മുമ്പൊക്കെ മുണ്ടുകളാണ് സമ്മാനം നൽകാൻ ഉപയോഗിച്ചിരുന്നത്

10. കല്ലിങ്ങാട്ടു നമ്പൂരിയും ദേശമംഗലത്തു വാരിയരും

കല്ലിങ്ങാട്ടു നമ്പൂരിയുടെ ഇല്ലം കൊച്ചീരാജ്യത്തു തലപ്പിള്ളിത്താലൂക്കിൽ ചെറുതുരുത്തി തീവണ്ടിസ്റ്റേഷനു സമീപത്താണ്. പണ്ടൊരിക്കൽ ആ ഇല്ലത്തെ ഒരന്തർജ്ജനം ഗർഭിണിയായിരുന്ന കാലത്ത് പ്രസിദ്ധനായ 'കരിപ്പാലസ്വാമിയാർ' അവിടെയുള്ള ക്ഷേത്രത്തിൽ ഏതാനും ദിവസം എഴുന്നള്ളിത്താമസിച്ചിരുന്നു. ആ വിവരമറിഞ്ഞ് ഈ അന്തർജ്ജനത്തിന്റെ ഭർത്താവായ നമ്പൂരി അമ്പലത്തിൽച്ചെന്നു സ്വാമിയാരെക്കണ്ടു ഗർഭിണിയായിരിക്കുന്ന തന്റെ അന്തർജ്ജനത്തിനു സൽസന്താനലബ്ധിക്കായിട്ടു നാല്പതു ദിവസം പതിവായി കുറേശ്ശെ വെണ്ണ ജപിച്ചുകൊടുത്താൽകൊള്ളാമെന്ന് അപേക്ഷിക്കുകയും അടുത്ത ദിവസം മുതൽക്കുതന്നെ തുടങ്ങിയാൽകൊള്ളാമെന്നഭ്യർത്ഥിക്കുകയും അപ്രകാരം ചെയ്യാമെന്നു സ്വാമിയാർ സമ്മതിക്കുകയും അടുത്ത ദിവസം മുതൽക്കുതന്നെ വെണ്ണജപിച്ചു കൊടുത്തു തുടങ്ങുകയും ചെയ്തു. അക്കാലത്ത് ആ ക്ഷേത്രത്തിൽ കഴകം 'മണിക്കൂറ്റിൽ' വാര്യത്തേക്കായിരുന്നു. അന്ന് ആ വാര്യത്തെ ഒരു വാരസ്യാരും ഗർഭം ധരിച്ചിരുന്നു. കല്ലിങ്ങാട്ടില്ലത്തെ അന്തർജ്ജനം സ്വാമിയാരെക്കൊണ്ടു വെണ്ണ ജപിപ്പിച്ചു സേവിക്കുന്നുണ്ടെന്നറിഞ്ഞപ്പോൾ തനിക്കും അങ്ങനെ ചെയ്താൽക്കൊള്ളാമെന്നൊരു മോഹം വാരസ്യാർക്കുണ്ടാവുകയും അവർ അവരുടെ ഭർത്താവും ക്ഷേത്രത്തിൽ ശാന്തിക്കാരനുമായ നമ്പൂരി മുഖാന്തരം ആ വിവരം സ്വാമിയാരെ ഗ്രഹിപ്പിക്കുകയും സ്വാമിയാർ സമ്മതിച്ച് അവർക്കും പതിവായി വെണ്ണ ജപിച്ചുകൊടുത്തു തുടങ്ങുകയും ചെയ്തു.

സ്വാമിയാർ വെണ്ണ പ്രത്യേകം പ്രത്യേകം ജപിച്ചു രണ്ടു പൊതിയായി കെട്ടി, 'ഇത് അന്തർജ്ജനത്തിന്', 'ഇത് വാരസ്യാർക്ക്' എന്നു പറഞ്ഞു ശാന്തിക്കാരനെ ഏല്പിക്കുകയും ശാന്തിക്കാരൻ രണ്ടു പൊതികളുമെടുത്തു സൂക്ഷിച്ചുവെച്ച്, അന്തർജ്ജനവും വാരസ്യാരും ക്ഷേത്രത്തിൽ തൊഴാൻ ചെല്ലുമ്പോൾ ഓരോ പൊതിവീതം കൊടുക്കുകയുമാണ്

പതിവ്. സ്വാമിയാർ വെണ്ണ പ്രത്യേകം പ്രത്യേകം ജപിക്കുന്നതുകൊണ്ട് അന്തർജ്ജനത്തിനുള്ളതിൽ വല്ല വിശേഷവുമുണ്ടായിരിക്കുമെന്നും ആ വിശേഷം തന്റെ ഭാര്യയ്ക്കു സിദ്ധിക്കണമെന്നും കരുതി ശാന്തിക്കാരൻ അന്തർജ്ജനത്തിനുള്ള പൊതി വാരസ്യാർക്കും വാരസ്യാർക്കുള്ള പൊതി അന്തർജ്ജനത്തിനുമാണ് കൊടുത്തുവന്നത്.

ഇങ്ങനെ അന്തർജ്ജനവും വാരസ്യാരും വെണ്ണ സേവിക്കുകയും യഥാകാലം രണ്ടുപേരും പ്രസവിക്കുകയും ചെയ്തു. രണ്ടുപേർക്കു ണ്ടായതും പുരുഷപ്രജകളായിരുന്നു. എന്നാൽ ആ ശിശുക്കൾക്കു മാതാ പിതാക്കളുടെ അനുരൂപ്യം ഒട്ടുംതന്നെ ഉണ്ടായിരുന്നില്ല. കപ്ലിങ്ങാട്ടു നമ്പൂരി നല്ല സുന്ദരനും അന്തർജ്ജനം എറ്റവും രൂപവതിയുമായിരുന്നു. അവർക്കുണ്ടായ പുത്രൻ അത്രതന്നെ തേജസ്വിയായിരുന്നില്ല. നേരെ മറിച്ചു ശാന്തിക്കാരൻ നമ്പൂരി ഒരു വിരൂപനും അദ്ദേഹത്തിന്റെ ഭാര്യയായ വാരസ്യാർ ഒരുവിധം വിരൂപിണിയുമായിരുന്നു. എങ്കിലും അവർക്കുണ്ടായ പുത്രൻ ഏറ്റവും തേജസ്വിയുമായിരുന്നു. ആ കുട്ടികൾ വളർന്നുവന്നപ്പോൾ അവരുടെ സ്വഭാവവും പ്രവൃത്തികളുമെല്ലാം ഇപ്ര കാരംതന്നെ ഭേദപ്പെട്ടിരുന്നു. ആരും പറയുകയും നിർബന്ധിക്കുകയും ചെയ്യാതെതന്നെ വാര്യരുകുട്ടി ഏഴര നാഴിക വെളുപ്പാനുള്ളപ്പോൾ ഉണർന്നെഴുന്നേറ്റു ദേഹശുദ്ധി വരുത്തി ഭസ്മക്കുറിയിട്ട് ഈശ്വര സ്തോത്രങ്ങളും നാമസങ്കീർത്തനങ്ങളും ജപിക്കുകയും നേരം വെളു ക്കുമ്പോൾ കുളിച്ച് അമ്പലത്തിൽപ്പോയി ദേവദർശനം കഴിക്കുകയും മറ്റും ചെയ്തുവന്നിരുന്നു. നേരെമറിച്ച് ബ്രാഹ്മണകുമാരൻ ആരെല്ലാം വിളിച്ചാലും നിർബന്ധിച്ചാലും അഞ്ചു നാഴിക പുലർന്നല്ലാതെ ഉണർന്നെണീക്കുകപോലും ചെയ്തിരുന്നില്ല. കാലത്തേ കുളിച്ച് അമ്പല ത്തിൽപ്പോയി തൊഴണമെന്നും സന്ധ്യയ്ക്കു കാലും മുഖവും കഴുകി ഭസ്മക്കുറിയിട്ട് നാമം ജപിക്കണമെന്നും പറഞ്ഞു മാതാപിതാക്കന്മാർ വളരെ നിർബന്ധിച്ചിരുന്നു. എങ്കിലും ആ ബ്രാഹ്മണകുമാരൻ അങ്ങനെ യൊന്നും ചെയ്തിരുന്നില്ല. ഈ കുമാരന്മാർ ഇപ്രകാരം ഭിന്നബുദ്ധി കളായിത്തീർന്നതു കരിപ്പാലസ്വാമിയാരുടെ മന്ത്രശക്തികൊണ്ടാണെ ന്നുള്ളതു പറയണമെന്നില്ലല്ലോ. വാര്യരുകുട്ടിക്ക് ശുദ്ധവും വൃത്തിയും ശുചിത്വവുമെല്ലാം നല്ലപോലെയുണ്ടായിരുന്നു. ബ്രാഹ്മണകുമാരന് അവ യെല്ലാം വളരെ കുറവായിരുന്നു. യഥാകാലം ആ ബ്രാഹ്മണകുമാരന്റെ ഉപനയനം, സമാവർത്തനം, മുതലായവയെല്ലാം അദ്ദേഹത്തിന്റെ അച്ഛൻ നടത്തി. എങ്കിലും ആ ബ്രാഹ്മണകുമാരൻ കാലത്തേ കുളിക്കുകയോ നിത്യകർമ്മാദികൾ യഥാകാലം വേണ്ടതുപോലെ നടത്തുകയോ ചെയ്തിരുന്നില്ല.

ഈ രണ്ടു കുമാരന്മാരേയും യഥാകാലം വിദ്യാഭ്യാസത്തിന് ഒരു ഗുരുവിന്റെ അടുക്കൽത്തന്നെയാക്കി. കുശാഗ്രബുദ്ധിയായിരുന്ന വാര്യർ

ക്ഷണകാലംകൊണ്ട് കാവ്യനാടകാലങ്കാരാദികളിൽ അസാമാന്യമായ നൈപുണ്യം സമ്പാദിച്ചു. ആ ഗുരുനാഥനു തർക്കം, വ്യാകരണം മുതലായവ പഠിപ്പിക്കാൻ തക്കവണ്ണമുള്ള ശാസ്ത്രവ്യുൽപത്തിയില്ലായിരുന്നതിനാൽ ഇത്രയും കഴിഞ്ഞതിന്റെ ശേഷം വാര്യർ വിദ്യാഭ്യാസം മതിയാക്കി. ബ്രാഹ്മണകുമാരനും നല്ല ബുദ്ധിമാനായിരുന്നു. എങ്കിലും അദ്ദേഹത്തിന്റെ വാസന ഈ വിഷയത്തിലല്ലായിരുന്നതിനാൽ അദ്ദേഹത്തിനു സംസ്കൃതഭാഷയിൽ വാര്യരോളം തന്നെ വ്യുൽപത്തി സമ്പാദിക്കാൻ കഴിഞ്ഞില്ല. അദ്ദേഹത്തിന്റെ വാസന കൊട്ട്, പാട്ട്, മരപ്പണി മുതലായവയിലായിരുന്നു.

വാര്യരുടെ ബുദ്ധിസാമർത്ഥ്യത്തേയും ലോകവ്യുൽപത്തിയിലുള്ള ദൃഢതയേയും കുറിച്ച് കേട്ടറിഞ്ഞ് അക്കാലത്ത് ദേശമംഗലത്തു മനയ്ക്കൽ മൂപ്പനായിരുന്ന അച്ഛൻ നമ്പൂരിപ്പാട് വാര്യരെ മനയ്ക്കലേക്ക് ക്ഷണിച്ച് അവിടെയുണ്ടായിരുന്ന ബ്രാഹ്മണകുമാരന്മാരെ വിദ്യാഭ്യാസം ചെയ്യിക്കുന്നതിനു നിയമിച്ചു. വാര്യർക്ക് വ്യാകരണ വ്യുൽപത്തിയില്ലായിരുന്നതിനാൽ കാവ്യനാടകാലങ്കാരങ്ങൾ പഠിപ്പിക്കുന്നതിനുമാത്രമാണ് നിയമിച്ചത്. വ്യാകരണം പഠിപ്പിക്കുന്നതിന് വ്യാകരണവ്യുല്പന്നന്മാരായ ചില നമ്പൂരിമാരെയും അവിടെ നിയമിച്ചിരുന്നു. അവർ ചില ചെറിയ നമ്പൂരിപ്പാടന്മാരെ വ്യാകരണം പഠിപ്പിക്കുന്നതു കേട്ടു ധരിച്ചു വാര്യരും അചിരേണ ഒരു വൈയാകരണനായിത്തീർന്നു. പക്ഷേ അത് അവിടെയുണ്ടായിരുന്ന വിദ്വാന്മാരാരും മനസ്സിലാക്കിയില്ല. കുട്ടികളെ കാവ്യം മുതലായവ പഠിപ്പിച്ചുകൊണ്ടിരിക്കുന്നതിനിടയ്ക്കു വ്യാകരണം കേട്ടുധരിച്ചു മനസ്സിലുറപ്പിക്കുമെന്നു വിചാരിപ്പാൻ ന്യായമില്ലല്ലോ. താൻ വ്യാകരണം കേട്ടു മനസ്സിലാക്കി എന്ന് അവിടെ ആരും ധരിച്ചിട്ടില്ലാത്തതിനാൽ അത് അവിടെയുണ്ടായിരുന്ന വൈയാകരണന്മാരെ ഒന്നു മനസ്സിലാക്കണമെന്നു നിശ്ചയിച്ചു വാര്യർ അതിനു തരംനോക്കിക്കൊണ്ടിരുന്നു. അങ്ങനെയിരുന്നപ്പോൾ ഒരു ദിവസം ഉച്ചയ്ക്ക് വാര്യർക്ക് ഉണ്ണാൻ ചോറു വിളമ്പിയപ്പോൾ അതിൽ ഒരു കറുത്തവറ്റു കണ്ടിട്ട് വാര്യർ അതെടുത്തു മാറ്റിവെച്ചു. അതു കണ്ടിട്ട് വൈയാകരണനായ ഒരു നമ്പൂരി "എന്താ അത്?" എന്നു ചോദിച്ചു. അതിനുത്തരമായി വാര്യർ "കറുത്തരിശപ്പ്" എന്നു പറഞ്ഞു. ഇതു കേട്ടപ്പോൾ ബുദ്ധിമാനായ ആ നമ്പൂരി "വാര്യർ വ്യാകരണമെല്ലാം മനസ്സിലാക്കിയിരിക്കുന്നുവെന്നും 'കറുത്തരിശപ്പ്' എന്നുള്ള വ്യാകരണസൂത്രത്തെ ഇവിടെയും അർത്ഥം യോജിക്കത്തക്കവണ്ണം സ്വല്പം ഭേദപ്പെടുത്തി ഉച്ചരിച്ചുവെന്നേ ഉള്ളു എന്നു തീർച്ചപ്പെടുത്തിയിട്ട് അദ്ദേഹം അർത്ഥദ്വയത്തോടുകൂടി ഫലിതമായി "അതൊരു സൂത്രമല്ലേ പറഞ്ഞത്" എന്നു ചോദിച്ചു. അതിനു വാര്യരുടെ മറുപടി "സൂത്രമറിയാവുന്നവർക്ക് അങ്ങനേയും വിചാരിക്കാം" എന്നായിരുന്നു. ഈ സംഭാഷണം നിമിത്തം

വാര്യരും ഒരു വൈയാകരണനായിത്തീർന്നിരിക്കുന്നുവെന്ന് അവിടെയുണ്ടായിരുന്നവരെല്ലാം മനസ്സിലാക്കുകയും അതു പ്രസിദ്ധമായിത്തീരുകയും ചെയ്തു.

അനന്തരം ദേശമംഗലത്തു നമ്പൂരിപ്പാട് വാര്യർക്ക് അവിടെയൊരു ഭവനം പണിയിച്ചുകൊടുക്കുകയും വാര്യരുടെ കുടംബസഹിതമുള്ള സ്ഥിരവാസം അവിടെയാക്കുകയും ചെയ്തു. ഇപ്പോഴും ഏറ്റവും പ്രസിദ്ധിയോടുകൂടി പ്രശോഭിക്കുന്ന ദേശമംഗലത്തുവാര്യം ഉണ്ടായിത്തീർന്നത് ഇപ്രകാരമാണ്. ഇത്രയുമായപ്പോഴേയ്ക്കും ദേശമംഗലത്തു വാര്യരെന്നുള്ള പ്രസിദ്ധി സർവ്വത്ര പരന്നു. അതിനാൽ അന്നത്തെ സാമൂതിരിപ്പാടു തമ്പുരാൻ വാര്യരെ കോഴിക്കോട്ടേക്കു ക്ഷണിക്കുകയും അവിടെ കോവിലകത്തു കൊച്ചുതമ്പുരാക്കന്മാരെ വിദ്യാഭ്യാസം ചെയ്യിക്കുന്നതിന് നിയമിക്കുകയും അധികം താമസിയാതെ നെടുവിരിപ്പു സ്വരൂപത്തിലെ ഗുരുസ്ഥാനം ആ വാര്യരുടെ തറവാട്ടേക്കു കല്പിച്ചുകൊടുക്കുകയും ചെയ്തു. ഇപ്പോഴും ആ സ്ഥാനം ദേശമംഗലത്തു വാര്യത്തേക്കുതന്നെയാണിരിക്കുന്നത്. പ്രസിദ്ധനായ ആ വാര്യരുടെ കാലം മുതൽ അവരുടെ കുടുംബത്തിൽ യോഗ്യന്മാരും വിദ്വാന്മാരും പ്രസിദ്ധന്മാരുമായിട്ടുള്ളവരല്ലാതെ ഉണ്ടായിട്ടില്ല. ഇപ്പോഴും ആ കുടുംബത്തിൽ സംസ്കൃതം, ഇംഗ്ലീഷ് മുതലായ ഭാഷകളിലും രസതന്ത്രം മുതലായ ശാസ്ത്രങ്ങളിലും അതിനിപുണന്മാരും വലിയ വലിയ ഗവർമ്മെന്റുദ്യോഗങ്ങൾ വഹിക്കുന്നവരുമായി പലരുമുണ്ട്.

ദേശമംഗലത്തുവാര്യർ രാജഗുരുവായിത്തീർന്നപ്പോഴേക്കും അദ്ദേഹത്തിന്റെ സതീർത്ഥ്യനായ കപ്ലിങ്ങാട്ടു നമ്പൂരി ചെണ്ടകൊട്ട്, പാട്ട് മുതലായ വിഷയങ്ങളിൽ അതിനിപുണനും പ്രസിദ്ധനുമായിത്തീർന്നു. അദ്ദേഹത്തിന് അസാമാന്യമായ ഭ്രമം കഥകളിയിലായിരുന്നു. കൊട്ടാരക്കരത്തമ്പുരാൻ മുതലായ ചില മഹാന്മാർ ചില ആട്ടക്കഥകളുണ്ടാക്കുകയും കഥകളി നടപ്പാക്കുകയും ചെയ്തുവെങ്കിലും അതു കേവലം അപരിഷ്കൃതരീതിയിലായിരുന്നു. ആദ്യകാലത്തു വേഷങ്ങൾ തന്നെ എല്ലാം ഒരുപോലെയിരുന്നു. ഒരു വേഷത്തിനും മുഖത്തൊന്നും തേച്ചിരുന്നില്ല. അക്കാലത്ത് ഓരോ കഥാപാത്രങ്ങൾക്കും ആടാനുള്ള പദങ്ങളെല്ലാം (*നാടകങ്ങളിലെ ശ്ലോകങ്ങളും വാക്യങ്ങളും ചൊല്ലുന്നതുപോലെ*) അവരവർ തന്നെയാണ് പാടിയിരുന്നത്. കപ്ലിങ്ങാട്ട് നമ്പൂരി അതെല്ലാം ഭേദപ്പെടുത്തി പാട്ടിനു വേറെ ആളുകൾ തന്നെ വേണമെന്നും നിശ്ചയിച്ചു. വേഷങ്ങൾക്കു പച്ച, കത്തി, കരി, വെള്ളത്താടി, ചുവന്നതാടി, മിനുക്ക് (*ബ്രാഹ്മണൻ, മഹർഷി മുതലായവ*) ഇങ്ങനെ ഇപ്പോൾ കണ്ടുവരുന്ന വിധത്തിലുള്ള വ്യത്യാസങ്ങളും കല്പിച്ചു. ആട്ടത്തിന്റെ സമ്പ്രദായവും ആകപ്പാടെ മാറ്റി ഇപ്പോൾ കണ്ടുവരുന്ന വിധത്തിലുള്ള ചവിട്ടും ചാട്ടവും കലാശങ്ങളുമെല്ലാം ഏർപ്പെടുത്തി.

കിം ബഹുനാ, കഥകളിയുടെ രീതി ആകപ്പാടെ പരിഷ്ക്കരിച്ച് ഇപ്പോൾ കാണുന്നരീതിയിലാക്കിത്തീർത്തു. ഇതു നടപ്പാകേണ്ടതിലേക്കായി അദ്ദേഹം ഈ രീതി ചിലരെ അഭ്യസിപ്പിച്ച് ഒരു കഥകളിയോഗം കൂട്ടി അദ്ദേഹംതന്നെ കുറച്ചുകാലം കൊണ്ടുനടന്നിരുന്നു. വേഷങ്ങൾക്കു വേണ്ടുന്ന കിരീടം മുതലായ മരക്കോപ്പുകളെല്ലാം പണിതുണ്ടാക്കിയതും അവയ്ക്കു ചില്ലും ചകലാസും പതിച്ചു തകിടിട്ടു നന്നാക്കിയതുമെല്ലാം അദ്ദേഹംതന്നെയായിരുന്നു. കഥകളിയോഗത്തിൽ മേളത്തിനും പാട്ടിനും യോഗ്യന്മാരായ ആളുകളെ നിയമിച്ചിട്ടുണ്ടായിരുന്നുവെങ്കിലും പാട്ടിന്റെ പ്രധാനഭാഗം അദ്ദേഹംതന്നെയാണ് നിർവ്വഹിച്ചിരുന്നത്. അങ്ങനെയല്ലാഞ്ഞാൽ കളിക്കാർക്കും കളിപ്പിക്കുന്നവർക്കും മാത്രമല്ല, അദ്ദേഹത്തിനുതന്നെയും തൃപ്തിയാവുകയില്ലായിരുന്നു. ചൊല്ലിയാടിക്കുന്നതിനു കപ്ലിങ്ങാട്ടു നമ്പൂരിക്കുണ്ടായിരുന്ന സാമർത്ഥ്യം അനന്യസാധാരണം തന്നെയായിരുന്നു.

കപ്ലിങ്ങാട്ടു നമ്പൂരി കഥകളിയുടെ രീതി ആകപ്പാടെ പരിഷ്ക്കരിച്ചുവെന്നും അദ്ദേഹംതന്നെ ഒരു കഥകളിയോഗം ഏർപ്പെടുത്തി കൊണ്ടുനടന്നുതുടങ്ങിയിരിക്കുന്നുവെന്നും അദ്ദേഹത്തിന്റെ പാട്ട് ഏറ്റവും മനോഹരമാണെന്നും മറ്റും പലരും പറഞ്ഞറിയുകയാൽ പൂമുള്ളി മനയ്ക്കൽ അച്ഛൻ നമ്പൂതിരിപ്പാട് ആ പരിഷ്ക്കരിച്ച രീതിയിലുള്ള കഥകളി കാണുകയും കപ്ലിങ്ങാട്ടു നമ്പൂരിയുടെ പാട്ടു കേൾക്കുകയും ചെയ്യണമെന്നു നിശ്ചയിച്ച് കഥകളിക്കു ദിവസം തീർച്ചപ്പെടുത്തിക്കൊണ്ടു തലേദിവസംതന്നെ ഒരു കാര്യസ്ഥൻ മുഖാന്തരം വിവരം കപ്ലിങ്ങാട്ടു നമ്പൂരിയെ അറിയിച്ചു. അന്നും അടുക്കൽ ഒരു സ്ഥലത്ത് കളിയുണ്ടായിരുന്നു. അവിടെച്ചെന്നാണു കാര്യസ്ഥൻ വിവരം നമ്പൂരിയോടു പറഞ്ഞത്. അടുത്തദിവസം രാവിലെ യോഗത്തോടുകൂടി എത്തിക്കൊള്ളാമെന്നു നമ്പൂരി മറുപടി പറഞ്ഞയയ്ക്കുകയും ചെയ്തു. അന്നു കളിക്കു കൊട്ടിയപ്പോൾ ചെണ്ട പൊട്ടിപ്പോവുകയാൽ തല്ക്കാലം അവിടെ അടുക്കലുണ്ടായിരുന്ന ഒരു മാരാരുടെ ഗൃഹത്തിൽനിന്ന് ഒരു ചെണ്ട വരുത്തി കളി ഒരുവിധം കഴിച്ചുകൂട്ടി. പിറ്റേദിവസംകാലത്തു കപ്ലിങ്ങാട്ടു നമ്പൂരി "നിങ്ങൾ ഇപ്പോൾത്തന്നെ പൊയ്ക്കൊൾവിൻ. ചെണ്ടവട്ടമുണ്ടാക്കിക്കൊണ്ടു ഞാൻ പകലേ അവിടെ എത്തിക്കൊള്ളാം" എന്നു പറഞ്ഞു കഥകളിയോഗക്കാരെ പൂമുള്ളി മനയ്ക്കലേക്കയയ്ക്കുകയും അപ്രകാരം നമ്പൂരി ചെണ്ടവട്ടവുംകൊണ്ടു പകലേ അവിടെ എത്തുകയും ചെയ്തു.

അവിടെയെത്തിയ ഉടനെ അദ്ദേഹം ചെണ്ടവട്ടം ചെണ്ടക്കാരനെ ഏല്പിച്ചു ക്ഷണത്തിൽ അതു കോർത്തു ശരിയാക്കാൻ പറഞ്ഞിട്ടു കുളിക്കാനായി പുറപ്പെട്ടു. അപ്പോഴേക്കും നേരം വൈകിയിരുന്നതിനാൽ കുളിക്കാനും സന്ധ്യാവന്ദനത്തിനുമായി അച്ഛൻനമ്പൂരിപ്പാടു

പുറത്തുവന്നു. അപ്പോൾ അച്ഛൻ നമ്പൂരിപ്പാടു കപ്ലിങ്ങാട്ടു നമ്പൂരിയെ ക്കണ്ടിട്ട്, "ഹേ! കപ്ലിങ്ങാടു വന്നുവോ? സന്തോഷമായി! നമുക്കു കുളി ക്കാൻ പോകാം" എന്നു പറഞ്ഞു രണ്ടുപേരുംകൂടി കുളിക്കാൻ പോയി. കുളി കഴിഞ്ഞു കപ്ലിങ്ങാട്ടു നമ്പൂരി സന്ധ്യാവന്ദനത്തിനായി കിഴക്കോട്ടു തിരിഞ്ഞു നിന്നു വെള്ളം കോരിപ്പിടിച്ചു. അതു കണ്ടിട്ട് അച്ഛൻനമ്പൂ രിപ്പാട് "കപ്ലിങ്ങാട്! അതല്ല പടിഞ്ഞാറ്, അതു കിഴക്കാണ്. തിരിഞ്ഞു നിന്ന് അർഘ്യം കൊടുക്കൂ' എന്നു പറഞ്ഞു.

കപ്ലിങ്ങാട്ടു നമ്പൂരി: ഇതു പടിഞ്ഞാറാണെന്നു ഞാൻ വിചാരിച്ചില്ല. കിഴക്കാണെന്നുതന്നെയാണ് എന്റെ വിചാരം. കാലത്തേതു കഴിഞ്ഞിട്ടു വേണമല്ലോ വൈകുന്നേരത്തേത്, എന്നു വിചാരിച്ചാണ്.

അച്ഛൻനമ്പൂരിപ്പാട്: അപ്പോൾ ഇന്നു നേരത്തു സന്ധ്യാവന്ദനമുണ്ടാ യില്ലേന്നോ?

കപ്ലിങ്ങാട്: ഉണ്ടായില്ല. ചില ബദ്ധപ്പാടുകൾകൊണ്ട് ഇന്ന് ഇതു വരെ കുളിക്കാനും സന്ധ്യാവന്ദനം കഴിക്കാനും ഉണ്ണാനും ഒന്നും തര മായില്ല.

അച്ഛൻ: കഷ്ടം! സന്ധ്യാവന്ദനത്തിനു നേരനീക്കം വരുത്തുന്നതു കഷ്ടമല്ലേ?

കപ്ലിങ്ങാട്: അതെ. നിവൃത്തിയില്ലാതെ വന്നാൽ എന്തുചെയ്യും? ഇന്നത്തെ കഥതന്നെ ഞാൻ പറയാം. കളിയോഗം വകയായി ഒരു ചെണ്ടയുള്ളതിന്റെ ഇടന്തലവട്ടം ഇന്നലെത്തന്നെ പൊട്ടിപ്പൊളിഞ്ഞു. ഇന്ന് ഇവിടെയെത്തി കളി നടത്തിക്കൊള്ളാമെന്ന് ഇന്നലെത്തന്നെ സമ്മതിച്ചു പറഞ്ഞയയ്ക്കുകയും ചെയ്തിട്ടുണ്ടല്ലോ. ചെണ്ടയില്ലാതെ കളി നടക്കുമോ? ചെണ്ടവട്ടവുംകൊണ്ടു ഞാൻ പകലേ ഇവിടെ എത്തി ക്കൊള്ളാമെന്ന് പറഞ്ഞാണ് യോഗക്കാരെ രാവിലെ ഇങ്ങോട്ടയച്ചത്. യോഗക്കാരെ ഇങ്ങോട്ടു പറഞ്ഞയച്ചതിന്റെ ശേഷം ചെണ്ടവട്ടമുണ്ടാ ക്കാനുള്ള ശ്രമമായി. അവിടെനിന്നു നാലുനാഴിക ദൂരെ ഒരു പറയൻ താമസിക്കുന്നുണ്ട്. അവന്റെ കൈവശം എല്ലായ്പ്പോഴും തുകലുണ്ടാ യിരിക്കുക പതിവാണ്. അവന്റെ അടുക്കൽ ചെന്ന് ഒരു തുകൽ വിലയ്ക്കു വാങ്ങാമെന്നു വിചാരിച്ച് അങ്ങോട്ടുപോയി. അവിടെ ചെന്ന പ്പോൾ അവനെ അവിടെ കണ്ടില്ലെന്നു മാത്രമല്ലാ, അവന്റെ മാടത്തിൽ ആരുമുണ്ടായിരുന്നുമില്ല. പിന്നെ ആ മാടത്തിനകത്തു കടന്ന് അവിടെ യൊക്കെ നോക്കി. അവിടെയെങ്ങും ഒരു തുകലും കണ്ടില്ല. "കാര്യം വളരെ ദുർഘടമായല്ലോ! ഇനി എന്താ നിവൃത്തി?" എന്നു വിചാരിച്ചു ഞാൻ ഏറ്റവും വിഷാദത്തോടുകൂടി അവിടെ നിന്നു മടങ്ങി. വഴിയിൽ വന്നപ്പോൾ അവിടെ ഒരു പശു നിൽക്കുന്നതു കണ്ടു. അതു പ്രായാധിക്യം നിമിത്തം വളരെ ക്ഷീണിച്ചതും പ്രസവം മാറിയതുമാ യിരുന്നു. ഉപയോഗമില്ലാതെയായതുകൊണ്ടു അതിന്റെ ഉടമസ്ഥൻ

ഉപേക്ഷിച്ചതായിരിക്കുമെന്നു വിചാരിച്ചു ഞാൻ ആ പശുവിനെ പിടിച്ചുകെട്ടി അതിന്റെ തുകൽ ഉരിച്ചെടുത്തു.

അച്ഛൻ: (*ചെവിപോത്തിക്കൊണ്ട്*) മതി! മതി! എന്റെ കപ്ലിങ്ങാട്! എനിക്ക് ഇനി ഒന്നും കേൾക്കണ്ട. ഗോഹത്യ. ശിവ! ശിവ!

കപ്ലിങ്ങാട്: മുഴുവനും കേൾക്കാതെ ഒരു കാര്യം മനസ്സിലാവുകയില്ലല്ലോ. പിന്നെ ആ തുകൽ കുറ്റിക്കിട്ട് ഉണക്കി ചേറി നന്നാക്കി ഒരു ചെണ്ടവട്ടം മാടിയുണ്ടാക്കി. അപ്പോഴേക്കും നേരം വൈകിത്തുടങ്ങി. ഉടനെ ഇങ്ങോട്ടു പോരികയും ചെയ്തു. ഈ ജോലികൊണ്ടാണ് ഇന്നു കുളിക്കാനും നിത്യകർമ്മം കഴിക്കാനും ഉണ്ണാനും ഒന്നും തരമാകാഞ്ഞത്.

കുളിയും നിത്യകർമ്മാനുഷ്ഠാനവും കഴിഞ്ഞതിന്റെ ശേഷം കപ്ലിങ്ങാട്ടു നമ്പൂരി അച്ഛൻനമ്പൂരിപ്പാടിനോട് "നേരനീക്കം വന്നാലും ഞാൻ തേവാരമൊന്നും മുടക്കാറില്ല. എനിക്കു സാളഗ്രാമപൂജ പതിവുണ്ട്. അതിന് ഒരു വിളക്കും കുറച്ചു ചന്ദനവും പൂവും മറ്റും വേണം" എന്നു പറഞ്ഞു. ഉടനെ അച്ഛൻ നമ്പൂരിപ്പാട് ഒരു നമ്പൂരിയെ വിളിച്ച് ഒരു "സാളഗ്രാമവും, പൂജയ്ക്കു വേണ്ടുന്ന സാധനങ്ങളും കൊണ്ടുവന്നു കൊടുക്കാൻ" പറഞ്ഞു. അപ്പോൾ കപ്ലിങ്ങാട്ടു നമ്പൂരി "സാളഗ്രാമം വേണ്ടാ. അത് എന്റെ കൈവശമുണ്ട്" എന്നു പറഞ്ഞു. അതുകേട്ട് അച്ഛൻ നമ്പൂരിപ്പാട്, "സാളഗ്രാമം എവിടെ വെച്ചിരിക്കുന്നു?" എന്നു ചോദിച്ചു. അതിനുത്തരമായി കപ്ലിങ്ങാട്ടു നമ്പൂരി, "സാളഗ്രാമം മുഴുവനോടെ കൊണ്ടുനടക്കുന്നത് ബുദ്ധിമുട്ടാണെന്നു വിചാരിച്ചു അതുടച്ചു ചെറുതാക്കി മോതിരത്തിന്മേൽ വെച്ചുകെട്ടി കൈവിരലിന്മേലിട്ടുകൊണ്ടാണ് ഞാൻ നടക്കുന്നത്" എന്നു പറഞ്ഞു. അതു കേട്ടപ്പോൾ അച്ഛൻ നമ്പൂരിപ്പാട്, "സാളഗ്രാമം ഉടയ്ക്കുകയോ? ശിവ! ശിവ! അതും മഹാകഷ്ടം!" എന്നു പറഞ്ഞ് അകത്തേക്കു പോയി.

കപ്ലിങ്ങാട്ടു നമ്പൂരി സാളഗ്രാമപൂജയും അത്താഴവും കഴിച്ച് അണിയറയിൽചെന്നു കളിയോഗക്കാരോട് "വിളക്കുവെച്ചാൽ കളി മുറയ്ക്കു നടത്തിക്കൊള്ളണം. ഇന്നലെ രാത്രിയിൽ ഞാനൊട്ടും ഉറങ്ങിയിട്ടില്ല. അതിനാൽ ഞാനൊന്നു കിടക്കാൻ പോവുകയാണ്. എന്നെ ഉറക്കത്തിൽ വിളിച്ച് ആരും ഉപദ്രവിക്കരുത്. ഉറക്കം മതിയാകുമ്പോൾ ഞാനുണർന്ന് എണീറ്റു വന്നുകൊള്ളാം" എന്നു പറഞ്ഞിട്ട് അദ്ദേഹം ഒരു മുറിക്കകത്തു കടന്നു വാതിൽ ചാരിയിട്ടു കിടന്നുറങ്ങിത്തുടങ്ങി. കളി തുടങ്ങി കുറച്ചുനേരം കഴിഞ്ഞിട്ടും പാടാൻ കപ്ലിങ്ങാട്ടു നമ്പൂരിയെ കാണാഞ്ഞിട്ട് അച്ഛൻ നമ്പൂരിപ്പാട് അതെന്താണെന്നന്വേഷിച്ചു. അപ്പോൾ ചിലർ അദ്ദേഹം കിടന്നുറങ്ങുകയാണെന്നു പറയുകയാൽ അച്ഛൻ നമ്പൂരിപ്പാട് കളിയോഗത്തിലുള്ളവരിൽ ചിലരെ വിളിച്ചു കപ്ലിങ്ങാട്ടു നമ്പൂരിയെ വിളിക്കാൻ പറഞ്ഞു. അപ്പോൾ അവർ,

"വിളിക്കരുതെന്നാണ് കല്പിച്ചിരിക്കുന്നത്" എന്നറിയിച്ചു. ഉടനെ അച്ഛൻ നമ്പൂരിപ്പാട്, "കല്ലിങ്ങാടിനെ വിളിക്കാൻ നിങ്ങൾക്കൊക്കെ ഭയമാണെങ്കിൽ ഞാൻ തന്നെ വിളിക്കാം" എന്നു പറഞ്ഞു നമ്പൂരി കിടന്നിരുന്ന മുറിയുടെ വാതിൽക്കൽചെന്നു വാതിൽ തള്ളിത്തുറന്നു. അപ്പോൾ ദുർന്നിരീക്ഷ്യമായ ഒരു തേജസ്സാണ് അവിടെ കാണപ്പെട്ടത്. ദേഹം സ്തംഭിക്കുകയും കണ്ണു മഞ്ഞളിക്കുകയും ചെയ്യുകയാൽ ഇള കാൻപോലും ശക്തനല്ലാതെ അച്ഛൻ നമ്പൂരിപ്പാടു നിന്നനിലയിൽ ത്തന്നെ കുറച്ചുനേരം അവിടെ നിന്നു. അപ്പോൾ അദ്ദേഹത്തിന്റെ കണ്ണു കാണാറായി. ആ സമയം കല്ലിങ്ങാട്ടു നമ്പൂരിയെ അദ്ദേഹം കണ്ടത് ചതുർബാഹുവായ മഹാവിഷ്ണുവിന്റെ രൂപത്തിലാണ്. ഉടനെ അച്ഛൻ നമ്പൂരിപ്പാടു ഭയാദ്ഭുതഭക്തിവിഹ്വലനായി സാഷ്ടാംഗം വീണു നമ സ്ക്കരിച്ചിട്ട് ഒന്നും മിണ്ടാതെ യഥാപൂർവ്വം വാതിൽ ചാരിക്കൊണ്ടു മടങ്ങിപ്പോന്നു. താൻ കണ്ട അദ്ഭുതത്തെക്കുറിച്ച് അച്ഛൻ നമ്പൂരിപ്പാട് അന്ന് ആരോടും ഒന്നും പറഞ്ഞില്ല.

കഥകളി ഏകദേശം പകുതിയായപ്പോഴേക്കും കല്ലിങ്ങാട്ടു നമ്പൂരി ഉണർന്നെണീറ്റ് അരങ്ങത്തെത്തി പാടിത്തുടങ്ങി. അന്ന് അദ്ദേഹത്തിന്റെ പാട്ട് പതിവിലധികം നന്നായതിനാൽ എല്ലാവരും വളരെ സന്തോഷിച്ചു. അച്ഛൻ നമ്പൂരിപ്പാട്ടിലേയ്ക്കുണ്ടായ സന്തോഷം സീമാതീതമായിരുന്നു.

കഥകളി കഴിഞ്ഞു വേഷക്കാരെല്ലാവരും വേഷമൊക്കെയഴിച്ചു മുഖ ത്തേതു തുടച്ചുവന്നപ്പോഴേക്കും അച്ഛൻ നമ്പൂരിപ്പാടും കുളിയും നിത്യ കർമ്മാനുഷ്ഠാനങ്ങളും കഴിഞ്ഞുവന്നു. പ്രധാനവേഷക്കാർ മുതൽ പെട്ടി ക്കാർ വരെ എല്ലാവർക്കും യഥായോഗ്യം സമ്മാനങ്ങളും പതിവുള്ള പണവും കൊടുത്തതിന്റെ ശേഷം അച്ഛൻ നമ്പൂരിപ്പാടു കല്ലിങ്ങാട്ടു നമ്പൂരിയെ അടുക്കൽ വിളിച്ച്, "കല്ലിങ്ങാടിന്റെ പാട്ടിനെക്കുറിച്ച് പലരും പ്രശംസിച്ചു കേൾക്കാറുണ്ട്. പാട്ടുകേൾക്കാൻ എനിക്ക് ഇന്നലെ മാത്രമേ സംഗതിയായുള്ളൂ. പാട്ടു വളരെ കേമംതന്നെ. ഇത്രയും നന്നാ യിട്ടുള്ള കഥകളിപ്പാട്ടു ഞാൻ ഇതിനുമുമ്പു കേട്ടിട്ടില്ല. വളരെ സന്തോഷ മായി. കല്ലിങ്ങാട്ടു സന്ധ്യാവന്ദനത്തിനു നേരനീക്കം വരുത്തുന്നതിനെ ക്കുറിച്ചും മറ്റും ഇന്നലെ ഞാൻ ഏതാണ്ടൊക്കെ പറഞ്ഞുപോയി. അങ്ങ യുടെ യോഗ്യതയറിയാതെ അങ്ങനെയൊക്കെ ഞാൻ പറഞ്ഞതാണ്. അതുകൊണ്ടു മുഷിച്ചിൽ തോന്നരുത്. കല്ലിങ്ങാടിന്റെ യോഗ്യത വിചാ രിച്ചാൽ ഇങ്ങനെയൊന്നുമല്ല ബഹുമാനിക്കേണ്ടത്. എങ്കിലും ഒരു കഥ കളിയുടമസ്ഥന്റെ നിലയിലാണല്ലോ ഇപ്പോൾ വന്നിരിക്കുന്നത്. അതു കൊണ്ട് ഇപ്പോൾ ഇതിരിക്കട്ടെ" എന്നു പറഞ്ഞ് ഒരു കുത്തു പാവു മുണ്ടു സമ്മാനിച്ചു സന്തോഷിപ്പിച്ചയച്ചു.

കഥകളിയോഗക്കാർ അവിടെനിന്നു പോയതിന്റെ ശേഷം അച്ഛൻ നമ്പൂരിപ്പാട് അവിടെയുണ്ടായിരുന്നു ചില നമ്പൂരിമാരോട് താൻ തലേ

ദിവസം കണ്ട അദ്ഭുതത്തെക്കുറിച്ചു പറഞ്ഞു. കപ്ലിങ്ങാട്ടു നമ്പൂരി ബുദ്ധിമാനും സമർത്ഥനുമാണെങ്കിലും ബ്രഹ്മതേജസ്സും ബ്രാഹ്മണ വൃത്തിയുമില്ലാത്തയാളാണെന്നു പറഞ്ഞു പുച്ഛിച്ചുകൊണ്ടിരുന്ന നമ്പൂരിമാരും മറ്റും അക്കാലംമുതൽ അദ്ദേഹത്തെ കണ്ടാൽ സബഹുമാനം വന്ദിച്ചുതുടങ്ങി.

കപ്ലിങ്ങാട്ടു നമ്പൂരി വേഷം പരിഷ്ക്കരിച്ച് ഇന്നിന്നവർക്കു പച്ച, ഇന്നിന്നവർക്കു കത്തി എന്നും മറ്റും നിശ്ചയിച്ചപ്പോൾ വിദ്യുജ്ജിഹ്വനും ഒരു രാക്ഷസരാജാവായതുകൊണ്ട് കത്തി എന്നാണ് നിശ്ചയിച്ചിരുന്നത്. ഒരു സ്ഥലത്ത് ഒരു കഥകളിക്കു വിദ്യുജ്ജിഹ്വന്റെ വേഷകെട്ടുന്നയാൾ കത്തിക്കു തേച്ചു ചുട്ടിക്കു കിടന്നു. ചുട്ടി തീർന്നപ്പോൾ ആ വേഷക്കാരൻ നല്ല ഉറക്കമായിരുന്നു. അയാളെ ചുട്ടിക്കാരൻ വിളിച്ചുണർത്തി. വേഷക്കാരൻ ഉറക്കപ്പിച്ചയോടുകൂടി എണീറ്റിരുന്ന് ഓർമ്മ കൂടാതെ കൈകൊണ്ടു മുഖത്തു തേച്ചിരുന്നതും ചുട്ടിയുമെല്ലാം തൂത്തു വല്ലാതെയാക്കിത്തീർത്തു. വീണ്ടും കത്തി തേച്ചു ചുട്ടു കുത്തി വേഷം തീർക്കാൻ സമയമില്ലാതിരുന്നതുകൊണ്ടു കപ്ലിങ്ങാട്ടു നമ്പൂരി "ഇനി ആ വേഷം അങ്ങനെ മതി" എന്നു പറഞ്ഞു കണ്ണിൽക്കണ്ടതെല്ലാം അയാളുടെ തലയിലും ദേഹത്തിലുമെല്ലാം വെച്ചുകെട്ടി വേഷം തീർത്ത് അയാളെ അരങ്ങത്തേക്ക് തള്ളിയയച്ചു. അന്നുമുതൽ വിദ്യുജ്ജിഹ്വന്റെ വേഷം ഇപ്പോൾ കണ്ടുവരുന്ന വിധത്തിൽ വികൃതമായിട്ടുതന്നെ നടപ്പായി.

കപ്ലിങ്ങാട്ടു നമ്പൂരി കഥകളി പരിഷ്ക്കരിച്ചതിന്റെ ശേഷം വേറെ രണ്ടു നമ്പൂരിമാരും അല്പാല്പം ഭേദഗതികളോടുകൂടി കഥകളി പരിഷ്ക്കരിച്ചു. അതിനാൽ കഥകളിക്കു കപ്ലിങ്ങാടൻ, കല്ലടിക്കോടൻ, വെട്ടത്തുനാടൻ ഇങ്ങനെ മൂന്നു രീതി നടപ്പായിത്തീർന്നു. ഇവയിൽ വെട്ടത്തുനാടൻ രീതിക്ക് അധികം പ്രചാരം സിദ്ധിച്ചില്ല. അതു ഇപ്പോഴും വിരളപ്രചാരമായിത്തന്നെ ഇരിക്കുന്നേയുള്ളൂ. കപ്ലിങ്ങാടൻ, കല്ലടിക്കോടൻ എന്നീ രണ്ടു രീതികൾക്ക് ആദ്യംതന്നെ ധാരാളം പ്രചാരം സിദ്ധിച്ചു. അവ ഇപ്പോഴും പ്രചുരപ്രചാരത്തോടുകൂടി തന്നെയാണിരിക്കുന്നത്. ഈ മൂന്നു രീതികളും തമ്മിൽ ആട്ടത്തിനും ചാട്ടത്തിനും ചവിട്ടുകൾക്കും കലാശങ്ങൾക്കുമല്ലാതെ വേഷങ്ങൾക്കു വലിയ വ്യത്യാസമൊന്നുമില്ല. തിരുവിതാംകൂർ, കൊച്ചി എന്നീ രാജ്യങ്ങളിൽ ഇപ്പോഴും കപ്ലിങ്ങാടൻ രീതിതന്നെയാണ് അധികം പ്രചാരത്തിൽ ഇരിക്കുന്നത്. കല്ലടിക്കോടൻ രീതിക്ക് അധികം പ്രചാരം ബ്രിട്ടീഷ് മലബാറിലാണ്.

നമ്മുടെ കഥാനായകനായ കപ്ലിങ്ങാട്ടു നമ്പൂരിയുടെ കാലാനന്തരവും ആ ഇല്ലത്തുണ്ടായവരെല്ലാം ബുദ്ധിമാന്മാരും സമർത്ഥരുമായിരുന്നുവെന്നും ഇപ്പോഴും അവിടെ അങ്ങനെത്തന്നെയാണ് ഇരിക്കുന്നതെന്നുമാണ് പലരും പറഞ്ഞുകേട്ടിട്ടുള്ളത്.

11. വിജയാദ്രി മാഹാത്മ്യം

'വിജയാദ്രി'യെന്നും അതിന്റെ പരിഭാഷയായി 'വെന്നിമല' എന്നും പറഞ്ഞുവരുന്ന പുണ്യപർവ്വതം സ്ഥിതിചെയ്യുന്നത് തിരുവിതാംകൂർ സംസ്ഥാനത്ത് *ചങ്ങനാശ്ശേരിത്താലൂക്കിലുൾപ്പെട്ട പുതുപ്പള്ളിപ്പകുതി യിലാണ്. കോട്ടയം പട്ടണത്തിൽനിന്ന് ഈ സ്ഥലത്തേക്ക് ഏകദേശം ഏഴുനാഴിക മാത്രമേ ദൂരമുള്ളൂ. ഈ പുണ്യസ്ഥലത്തേയും ഇവിടെ യുള്ള 'ഇരവിപുരം' എന്ന ക്ഷേത്രത്തെയും കുറിച്ചു കേട്ടിട്ടില്ലാത്ത വരായി കേരളത്തിൽ അധികം പേരുണ്ടായിരിക്കുമെന്നു തോന്നുന്നില്ല. എങ്കിലും ഈ സ്ഥലത്തിന്റെ മാഹാത്മ്യത്തെയും ഈ ക്ഷേത്രത്തിന്റെ ആഗമത്തേയുംപറ്റി അറിഞ്ഞിട്ടുള്ളവർ ചുരുക്കമാകയാൽ അങ്ങനെ യുള്ള ജനങ്ങളുടെ അറിവിലേക്കായി എന്റെ അറിവിൽപ്പെട്ടിടത്തോളം സംഗതികൾ ചുരുക്കത്തിൽ താഴെ കുറിക്കുന്നു.

പണ്ട് പരദേശങ്ങളിൽനിന്നു ചില പെരുമാക്കന്മാർ വന്നു പന്ത്രണ്ടു കൊല്ലംവീതം കേരളരാജ്യത്തെ ഭരിച്ചിരുന്നുവെന്നുള്ളതു ചരിത്ര പ്രസിദ്ധമാണല്ലോ. അങ്ങനെവന്നു കേരളചക്രവർത്തികളായി വാണി രുന്ന പെരുമാക്കന്മാരിൽ ഒടുവിൽ വന്നയാളും പ്രജാവത്സലനും ഭരണ നിപുണനും വലിയ വിദ്വാനും മഹാകവിയും വിഷ്ണുഭക്തനും തന്റെ കാലാവധി (*പന്ത്രണ്ടുകൊല്ലം*) കഴിഞ്ഞിട്ടും, ജനങ്ങളുടെ അപേക്ഷ പ്രകാരം മുപ്പത്താറു സംവത്സരം കേരളം ഭരിച്ചുകൊണ്ടു കൊടുങ്ങ ല്ലൂർ തിരുവഞ്ചിക്കുളത്തെന്ന സ്ഥലത്തു താമസിച്ചിരുന്ന മഹാനും, 'കുലശേഖരവർമ്മാ' വെന്നു പ്രസിദ്ധനുമായിരുന്ന ചേരമാൻ പെരു മാൾ ഒരിക്കൽ തിരുവഞ്ചിക്കുളത്തുനിന്നു ജലമാർഗ്ഗമായി തെക്കൻ ദിക്കുകളിലേക്കു പുറപ്പെട്ടു കോട്ടയത്തിനു പടിഞ്ഞാറുവശം വേമ്പനാട്ടു കായലിൽ എത്തിയപ്പോൾ കിഴക്കുഭാഗത്തായി ഒരു സ്ഥലത്ത് ആകാശ ത്തിൽ നക്ഷത്രസ്വരൂപികളായ സപ്തർഷികൾ നൃത്തംചെയ്തുകൊണ്ട് പ്രദക്ഷിണം വയ്ക്കുന്നതായിക്കണ്ട് അവിടെ ഭൂഭാഗത്ത് എന്തെങ്കിലും ഒരു വിശേഷമുണ്ടായിരിക്കണമെന്നു വിചാരിച്ച് വഞ്ചി കൊടൂരാറു

* വെന്നിമല ഇപ്പോൾ കോട്ടയം താലൂക്കിലാണ്.

വഴി നേരെ കിഴക്കോട്ടു വയ്ക്കാൻ കൽപിക്കുകയും വഞ്ചിക്കാർ അപ്രകാരം ചെയ്യുകയും ചെയ്തു.

അങ്ങനെ ഏതാനും നാഴിക കിഴക്കോട്ടു ചെന്നപ്പോൾ വഞ്ചി പുതപ്പള്ളി ദേശത്തു പാലൂർപ്പണിക്കർ എന്നു പ്രസിദ്ധനായിരുന്ന നായരുടെ കടവിൽ ചെന്നടുത്തു. അവിടെ കൊടൂരാറ് അവസാനിക്കുകയും അവിടെനിന്നു കിഴക്കോട്ട് കരപ്രദേശമാകയാൽ വഞ്ചിയിൽപ്പോകുവാൻ നിവൃത്തിയില്ലാതെ വരികയും ചെയ്തതുകൊണ്ട് ചേരമാൻ പെരുമാളും അനുചരന്മാരും അവിടെ കരയ്ക്കിറങ്ങി. ആ വിവരമറിഞ്ഞു പാലൂർ മൂത്തപണിക്കർ വീട്ടിൽനിന്ന് ഇറങ്ങിച്ചെന്നു. പെരുമാളെക്കണ്ടു വന്ദിച്ച് അവിടെ എഴുന്നള്ളിയതിന്റെ ഉദ്ദേശ്യമെന്താണെന്നു ചോദിക്കുകയും പെരുമാൾ താൻ നക്ഷത്രങ്ങൾ പ്രദക്ഷിണം വെയ്ക്കുന്നതായിക്കണ്ട് ആ സ്ഥലത്ത് എന്തെങ്കിലും വിശേഷമുണ്ടായിരിക്കുമെന്നു വിചാരിച്ച് അവിടെപ്പോയി നോക്കാനായിട്ടു വന്നിരിക്കയാണെന്നുള്ള പരമാർത്ഥം പണിക്കരെ ഗ്രഹിപ്പിക്കുകയും ചെയ്തു. അപ്പോൾ വിദ്യാവൃദ്ധനും വയോവൃദ്ധനുമായിരുന്ന ആ പണിക്കർ പെരുമാളെ വീണ്ടും വന്ദിച്ചുകൊണ്ടു താഴെ വരുന്ന പ്രകാരം പറഞ്ഞു:

“അല്ലയോ എന്റെ തമ്പുരാനേ! ഇവിടെനിന്നു രണ്ടു മൂന്നു നാഴിക കിഴക്ക് ഒരു പുണ്യസ്ഥലമുണ്ട്. അതൊരു മലയാണ്. അതിനു സംസ്കൃതപണ്ഡിതന്മാർ ‘വിജയാദ്രി’ എന്നും സാധാരണ ജനങ്ങൾ ‘വെന്നിമല’ എന്നും പേർ പറഞ്ഞു വരുന്നു. ആ മലയിൽ പണ്ട് ‘കപിലൻ’ മുതലായി അനേകം മഹർഷിശ്രേഷ്ഠന്മാർ തപസ്സുചെയ്തു പാർത്തിരുന്നു. ആ മലയുടെ ഉപരിഭാഗത്തായി മഹാവിഷ്ണുവിന്റെ ഒരു ബിംബവുമുണ്ടായിരുന്നു. ആ ബിംബം അവിടെ ആരും പ്രതിഷ്ഠിച്ചതല്ലായിരുന്നു. സ്വയംഭൂവായിരുന്നു. ആ ബിംബത്തിങ്കൽ ദേവന്മാരും ഋഷീശ്വരന്മാരുമല്ലാതെ മറ്റാരും പൂജയും മറ്റും ചെയ്തിരുന്നില്ല. ആ വിഷ്ണുഭഗവാനെ സേവിച്ചുകൊണ്ടാണ് കപിലാദികൾ അവിടെത്താമസിച്ചിരുന്നത്.

അങ്ങനെ ആ താപസന്മാർ അവിടെത്താമസിച്ചിരുന്ന കാലത്ത് എവിടെനിന്നോ ഏതാനും രാക്ഷസന്മാർ അവിടെച്ചെന്നുചേരുകയും ഈ മഹർഷിമാരെ പലവിധത്തിൽ ഉപദ്രവിച്ചുതുടങ്ങുകയും ചെയ്തു. ദുഷ്ടന്മാരായ രാക്ഷസന്മാരുടെ ഉപദ്രവം ദുസ്സഹമായിത്തീരുകയാൽ ആ താപസശ്രേഷ്ഠന്മാർ ആ പുണ്യസ്ഥലം വിട്ടു പ്രാണഭീതിയോടുകൂടി കിഴക്കോട്ടോടി ശബര്യാശ്രമത്തിങ്കൽ ചെന്നെത്തി. അപ്പോൾ ദശരഥപുത്രനായ സാക്ഷാൽ ശ്രീരാമചന്ദ്രൻ അവിടെയെത്തി ശബരിക്ക് മോക്ഷം കൊടുത്തിട്ടു തന്റെ സഹോദരനായ ലക്ഷ്മണനോടുകൂടി പമ്പാതീരത്തിങ്കലെത്തിത്താമസിക്കുന്നതായിക്കേട്ട് ഈ മഹർഷിശ്രേഷ്ഠന്മാർ അവിടെച്ചെന്നു ശ്രീരാമനെ ശരണം പ്രാപിച്ചു തങ്ങളുടെ സങ്കടമറിയിച്ചു. അക്കാലത്തു സീതാവിരഹദുഃഖാക്രാന്തനായിരുന്നുവെങ്കിലും

കരുണാനിധിയും ആശ്രിതവത്സലനുമായ ശ്രീരാമചന്ദ്രൻ മഹർഷിമാരുടെ സങ്കടം കേട്ട ക്ഷണത്തിൽ അവരുടെ സങ്കടം തീർത്തുകൊടുക്കുന്നതിനു ലക്ഷ്മണനെ നിയോഗിച്ചു. ഉടനെ ലക്ഷ്മണൻ വില്ലുമമ്പും ധരിച്ച് തന്റെ ജ്യേഷ്ഠന്റെ ആജ്ഞാപുഷ്പത്തെ ശിരസാവഹിച്ചുകൊണ്ട് മഹർഷിമാരോടുകൂടിപ്പോയി ചെറുഞാണൊലിയിട്ടുകൊണ്ട് ആ മലയിൽച്ചെന്നു കയറി. ലക്ഷ്മണന്റെ ചെറുഞാണൊലി കേട്ടക്ഷണത്തിൽ കാലചോദിതന്മാരായ ആ രാക്ഷസന്മാർ ആയുധങ്ങൾ ധരിച്ചുകൊണ്ടു ലക്ഷ്മണനോട് നേരിട്ടു. ക്ഷണനേരംകൊണ്ട് ലക്ഷ്മണൻ ആ രാക്ഷസന്മാരെയെല്ലാം നിഗ്രഹിച്ചു മഹർഷിമാരുടെ സങ്കടം തീർത്തിട്ടു പൂർവ്വജസന്നിധിയിലേക്കുതന്നെ തിരിച്ചുപോവുകയും ചെയ്തു. ലക്ഷ്മണനു വിജയം സിദ്ധിച്ച സ്ഥലമായതിനാലാണ് ആ മലയ്ക്കു 'വിജയാദ്രി' എന്നു നാമം സിദ്ധിച്ചത്. അതിന്റെ പരിഭാഷയായിട്ടാണ് ജനങ്ങൾ 'വെന്നിമല' എന്നു പറയുന്നത്. 'വെന്നി' എന്ന വാക്കിനു ജയം എന്നും അർത്ഥമുണ്ടായിരിക്കാം. 'ജയഭേരി' എന്ന സംസ്കൃതവാക്കിന്റെ പരിഭാഷയായിട്ടു മലയാളത്തിൽ 'വെന്നിപ്പറ' എന്നു പറയാറുണ്ട്.

ആ മലയിൽ പണ്ടു തപസ്സുചെയ്തുകൊണ്ടു താമസിച്ചിരുന്ന മഹർഷിശ്രേഷ്ഠന്മാരെല്ലാം ഇപ്പോഴും അവിടെത്തന്നെ ഉണ്ടെന്നാണു ജനങ്ങൾ പറയുകയും വിശ്വസിക്കുകയും ചെയ്തുപോരുന്നത്. എന്നാലിപ്പോൾ കലിയുഗമായതുകൊണ്ട് അവരെ മനുഷ്യർക്കു പ്രത്യക്ഷമായി കാൺമാൻ കഴിയുന്നില്ല. എന്നുമാത്രമല്ല, മഹർഷിമാരിപ്പോൾ താമസിക്കുന്നത് അവിടെയുള്ള വലിയ ഗുഹകളിലാണ്. ഇപ്പോഴും അവരുടെ മനസ്സിൽ രാക്ഷസഭയവും ജനോപദ്രവമുണ്ടാകരുതെന്നുള്ള വിചാരവുമുള്ളതിനാൽ അവർ ഗുഹകളുടെ പ്രവേശനദ്വാരങ്ങൾ ആരും കണ്ടുപിടിക്കാതെയിരിക്കത്തക്കവണ്ണം ആച്ഛാദിച്ചുകൊണ്ടാണ് താമസിക്കുന്നത്. എന്നാലവർ പണ്ടു പർണ്ണശാലകൾ കെട്ടി അവിടെത്താമസിച്ചിരുന്ന സ്ഥലങ്ങൾ കണ്ടുപിടിക്കുന്നതിനു ചില ലക്ഷ്യങ്ങൾ ഇപ്പോഴും അവിടെ കാൺമാനുണ്ട്. ആ മലയിൽ ഏഴു വലിയ സരസ്സുകളും എഴുപത്തിരണ്ട് അപ്സരസ്സുകളുമുണ്ട്. ജനങ്ങൾ വലിയ സരസ്സുകളെ 'ചിറ'കളെന്നും അൽപസരസ്സുകളെ 'ഓലി'കളെന്നുമാണ് പറഞ്ഞുവരുന്നത്. അവയെല്ലാം പുണ്യതീർത്ഥങ്ങളാണ്. അവയിൽ വേനലെന്നും വർഷമെന്നുള്ള വ്യത്യാസം കൂടാതെ സദാ സ്ഫടികദൃശ്യമായ നിർമ്മല ജലം പരിപൂർണ്ണമായിരിക്കുന്നു. മലയിൽനിന്നു തീർത്ഥം ഒലിച്ചു വന്ന് സദാ ആ സരസ്സുകളെ നിറച്ചുകൊണ്ടാണിരിക്കുന്നത്. അതിനാൽ ഒരിക്കലുമവയിൽ ജലം കുറഞ്ഞുപോകുന്നില്ല. എന്നാൽ ഒരുകാലത്തും കര കവിഞ്ഞ് ഒഴുകുന്നുമില്ല. അവിടെച്ചെന്നു കണ്ടാൽ അവ ദിവ്യങ്ങളായിട്ടുള്ള പുണ്യസരസ്സുകളാണെന്ന് ആരും സമ്മതിക്കും. ആ പുണ്യതീർത്ഥങ്ങളിൽ സ്നാനതർപ്പണങ്ങളും പിതൃക്രിയയും

ചെയ്താൽ മോക്ഷവും പിതൃപ്രീതിയും സിദ്ധിക്കുമെന്നാണ് ജനങ്ങളുടെ വിശ്വാസം.

'വിജയാചലതീർത്ഥേഷു സ്നാത്വാ ഭക്ത്യാ പിതൃക്രിയാം
കരോതി മനേജോ യസ്തു ഗയാശ്രാദ്ധഫലം ലഭേൽ'

എന്നു സ്ഥലപുരാണത്തിൽപ്പറഞ്ഞിട്ടുമുണ്ട്. അതിനാൽ അർദ്ധോദയം, മഹോദയം, അമാവാസി മുതലായ പുണ്യദിവസങ്ങളിൽ അവിടെ സ്നാനതർപ്പണാദികൾക്കായി അസംഖ്യം ജനങ്ങൾ പല സ്ഥലങ്ങളിൽ നിന്നുമായി ഇപ്പോഴും അവിടെ വരുന്നുണ്ട്. പുണ്യദിവസങ്ങളിൽ ദേവന്മാരും അവിടെ വരുന്നുണ്ടെന്നാണ് ജനശ്രുതി. ഈ മലയുടെ അന്തർഭാഗത്തും തീർത്ഥങ്ങളുണ്ടെന്നും അവിടെയിരിക്കുന്ന താപസശ്രേഷ്ഠന്മാർ പുണ്യദിനങ്ങളിൽ അവയിൽ സ്നാനതർപ്പണാദികൾ ചെയ്യുന്നുണ്ടെന്നുമുള്ള കാര്യം തീർച്ചയാണ്. എന്തെന്നാൽ, പുണ്യദിനങ്ങളിൽ മലയിൽനിന്ന് ഒലിച്ചുവരുന്ന തീർത്ഥത്തോടുകൂടി ദർഭപുല്ലും പൂക്കളും അക്ഷതവും മറ്റും ഇപ്പോഴും പതിവായിക്കണ്ടുവരുന്നുണ്ട്. ഇവ ആ മഹർഷിമാരുടെ തർപ്പണത്തിന്റെ വകയായിരിക്കണമല്ലോ.

എന്നാൽ ആ മലയുടെ മുകളിൽ പണ്ടുണ്ടായിരുന്ന വിഷ്ണുവിഗ്രഹം ഇപ്പോൾ അവിടെ പ്രത്യക്ഷമായി കാൺമാനില്ല. അതു മണ്ണിനടിയിൽ മറഞ്ഞുപോയിരിക്കുന്നു. എങ്കിലും ആ ബിംബമുണ്ടായിരുന്ന സ്ഥലം കണ്ടുപിടിക്കാൻ മാർഗ്ഗമുണ്ട്. ആ മലയിൽ ഇപ്പോഴും ചില വേടന്മാർ കുടുംബസഹിതം താമസിക്കുന്നുണ്ട്. അവരിൽ പ്രധാനന്റെ പേർ 'ഇരവി' എന്നാണ്. അവൻ ഒരു ദിവസം പാരകൊണ്ട് കാട്ടുകിഴങ്ങുകൾ മാന്തിപ്പറിച്ചപ്പോൾ ഒരു സ്ഥലത്തുനിന്നു രക്തപ്രവാഹമുണ്ടായി. അവൻ അതുകണ്ടു പേടിക്കുകയും അവനു മോഹാത്സ്യമുണ്ടാവുകയും ചെയ്തു. പിന്നെ മുന്നേമുക്കാൽ നാഴിക കഴിഞ്ഞതിന്റെ ശേഷമാണ് അവന് ബോധം വീണത്. അവന്റെ പാര ആ വിഷ്ണുബിംബത്തിൽ കൊണ്ടതിനാലാണ് രക്തപ്രവാഹമുണ്ടായത്. ആ ഇരവിയോടു പറഞ്ഞാൽ അവൻ ആ സ്ഥലം കാണിച്ചുതരും. അവന്റെ കൂട്ടുകാരോ മറ്റോ ഇനിയും ആ സ്ഥലത്തു മാന്തുകയോ കുഴിക്കുകയോ ചെയ്യാനിടയാകാതെ സൂക്ഷിച്ചുകൊണ്ട് അവൻ ആ സ്ഥലത്തിനു സമീപിച്ചുതന്നെയാണ് കുടികെട്ടി താമസിച്ചുവരുന്നത്.

ചേരമാൻ പെരുമാൾ: എനിക്ക് ആ സ്ഥലംതന്നെയാണ് കാണേണ്ടത്. താഴെയിരിക്കുന്ന വിഷ്ണുവിഗ്രഹത്തെ ഉദ്ദേശിച്ചു സപ്തർഷികൾ ആ സ്ഥലത്തിന്റെ ഉപരിഭാഗത്തുതന്നെയായിരിക്കണം പ്രദക്ഷിണം വയ്ക്കുന്നതായി ഞാൻ കണ്ടത്. അതുകൊണ്ട് നമുക്ക് അങ്ങോട്ടു പോകാം. പണിക്കരും ഒരുമിച്ചുതന്നെ വരണം.

പണിക്കർ: എഴുന്നള്ളത്തോടുകൂടിവരുന്നതിന് അടിയനു വിരോധമൊന്നുമില്ല. സന്തോഷമാണ്. പക്ഷേ എഴുന്നള്ളുന്ന കാര്യമാണ് വലിയ

വിഷമമായിട്ടിരിക്കുന്നത്. ഒരൂടുവഴി മാത്രമേ ഉള്ളൂ. അതുതന്നെ വലിയ കാട്ടിൽക്കൂടിയാണ്. വാഹനങ്ങളിൽ പോകാനും നിവൃത്തിയില്ല. കാൽ നടയായിത്തന്നെ പോകേണ്ടിയിരിക്കുന്നു. അമാവാസി ദിവസങ്ങളിലും മറ്റും അടിയങ്ങൾ പോകുന്നതുതന്നെ വളരെ പ്രയാസപ്പെട്ടാണ്. പിന്നെ തിരുമേനി എഴുന്നള്ളുന്നതെങ്ങനെയാണെന്നാണ് അടിയൻ വിചാരിക്കുന്നത്.

പെരുമാൾ: അതിനെക്കുറിച്ചു വിചാരിക്കേണ്ട. ഞാൻ നടന്നുകൊള്ളാം. എനിക്ക് ഇതൊന്നും പ്രയാസമായി തോന്നുന്നില്ല. 'എന്നാൽ കല്പന പോലെ' എന്നു പറഞ്ഞു പണിക്കർ മാർഗ്ഗദർശിയായിട്ടു മുൻപേയും പെരുമാളും സഹചരന്മാരും പിന്നാലെയുമായിട്ട് അവിടെനിന്നു പുറപ്പെട്ടു.

ഇവർ മലയിലേക്കു പുറപ്പെട്ടതു ശരംകോച്ചുന്ന മഞ്ഞുള്ള മകര മാസത്തിലൊരു ദിവസം വെളുപ്പാൻകാലത്തായിരുന്നു. അപ്പോൾ മഞ്ഞിന്റെ തണുപ്പു സാമാന്യത്തിലധികമുണ്ടായിരുന്നതിനാൽ ചേരമാൻ പെരുമാൾ പാലൂർ പണിക്കരോട്, "ഇവിടെത്തന്നെ മഞ്ഞിന്റെ ശൈത്യം ദുസ്സഹമായിരിക്കുന്നു. മലയിൽ ചെല്ലുമ്പോൾ ഇത് ഇതില ധികമായിരിക്കുമല്ലോ" എന്നു പറഞ്ഞു. അപ്പോൾ പണിക്കർ, "മല കളിൽ മഞ്ഞ് മറ്റുള്ള സ്ഥലങ്ങളിലുള്ളതിൽ അധികമായിരിക്കുന്നതു സാധാരണമാണ്. എന്നാൽ ഈ മലയിലങ്ങനെയല്ല. ഇവിടെ മഞ്ഞും തണുപ്പും ലേശംപോലുമില്ല. അടിയൻ അറിയിച്ചതു പരമാർത്ഥമാ ണെന്ന് അവിടെച്ചെല്ലുമ്പോൾ തിരുമനസ്സിലേക്കു ബോദ്ധ്യപ്പെടും. അവിടെ മരങ്ങളുടെ ഇലകളിൽപോലും മഞ്ഞുവെള്ളം കാണുകയില്ല. മഹർഷിമാരുടെ അപേക്ഷപ്രകാരം രാക്ഷസനിഗ്രഹത്തിനായി വന്നിരുന്ന ലക്ഷ്മണസ്വാമിക്കു മഞ്ഞിന്റെ ശൈത്യം ദുസ്സഹമായിത്തീരുകയാൽ കപിലമഹർഷി 'ഈ മലയിൽ മഞ്ഞില്ലാതെയായിപ്പോകട്ടെ' എന്നു ശപിക്കുകയാലാണ് ഇവിടെ മഞ്ഞില്ലാതെയായിപ്പോയ തെന്നുമാണ് ഐതിഹ്യം. അതെങ്ങനെയായാലും ഇവിടെ മഞ്ഞില്ലെന്നുള്ള കാര്യം വാസ്തവം തന്നെ" എന്നു പറഞ്ഞു.

ഇങ്ങനെ ഓരോന്നു പറഞ്ഞുകൊണ്ട് നടന്ന് അവർ വിജയാദ്രിയുടെ ഉപരിഭാഗത്തെത്തി. ആ കാട്ടുവഴിയിൽക്കൂടി കാൽനടയായി കയറ്റം കയറി മലയുടെ മുകളിലെത്തുന്നതിനു ചേരമാൻ പെരുമാൾക്കു സഹ ചരന്മാരോളംതന്നെ പ്രയാസവും ക്ഷീണവുമുണ്ടായിരുന്നില്ല. അദ്ദേ ഹത്തിന്റെ ദേഹം അങ്ങനെയുള്ളതായിരുന്നുവല്ലോ.

"ഔന്നത്യം ചേർന്ന മൂക്കും പൃഥുഗളവുമുയർന്നുള്ളൊരംഗങ്ങൾതന്നിൽ-
ച്ചേർന്നീടും പൊന്മണീകർണ്ണിക വിലസിടുമാക്കർണ്ണപാശങ്ങൾ രണ്ടും
നന്നായ് മുട്ടോളവും തൂങ്ങിയ കരയുഗവും നല്ല പൊൻവർണ്ണവും പൂ-
ണ്ടന്യൂനായാമമേവന്നുടലതു ജനതയ്ക്കുള്ള ദുഃഖങ്ങൾ തീർക്കും"

എന്നാണല്ലോ 'സുഭദ്രാധനഞ്ജയം' നാടകത്തിൽ അദ്ദേഹത്തിന്റെ ആകാരത്തെ വർണ്ണിച്ചിരിക്കുന്നത്.

അവർ മലയുടെ ഉപരിഭാഗത്തെത്തിയതിന്റെ ശേഷം പാലൂർപ്പണിക്കർ ഇരവിയെ വിളിച്ച് അവൻ കാട്ടുകിഴങ്ങു മാന്തിയ സമയം രക്തപ്രവാഹമുണ്ടായ സ്ഥലം കാണിച്ചുകൊടുക്കുവാൻ പറയുകയും അവൻ കാണിച്ചുകൊടുക്കുകയും ചെയ്തു. ചേരമാൻ പെരുമാൾ ആ സ്ഥലത്തിനു മൂന്നു പ്രദക്ഷിണം വെച്ചു നമസ്ക്കരിച്ചതിന്റെ ശേഷം ഇരവിയെ വിളിച്ച് "ഈ സ്ഥലത്തിനു നാം 'കോട്ട' എന്നു പേരിട്ടിരിക്കുന്നു. അതിനാൽ മേലിൽ ഈ സ്ഥലത്തിനു 'വെന്നിമലക്കോട്ട' എന്നു നാമമായിരിക്കുന്നു. പണ്ടു സ്വയംഭൂവായ ബിംബമുണ്ടായിരുന്ന സ്ഥലത്ത് ഒരു ക്ഷേത്രം പണിയിച്ചു ദേവപ്രതിഷ്ഠ നടത്തിക്കണമെന്നും നാം വിചാരിക്കുന്നു. അതിനാൽ നീയും നിന്റെ ജാതിക്കാരായ വേടന്മാരിൽ ആരുംതന്നെ മേലാൽ ഈ മലയുടെ ഉപരിഭാഗത്ത് താമസിക്കരുത്. എന്നാൽ വളരെക്കാലമായി ഇവിടെ താമസിച്ചുവരുന്ന നിങ്ങൾ ഇവിടംവിട്ടു പോകണമെന്നു നാം ആജ്ഞാപിക്കുന്നില്ല. ഈ മലയുടെ നാലു വശങ്ങളിലും അടിവാരങ്ങളിൽ കുടിൽകെട്ടി ഈ കോട്ടയ്ക്കു കാവലായി നിങ്ങൾ താമസിച്ചുകൊള്ളണം. നിങ്ങളിലാരും ഈ കോട്ടയിലുള്ള പക്ഷിമൃഗാദികളെ ഹിംസിക്കുകയോ കാടുകളും മരങ്ങളും വെട്ടിയഴിക്കുകയോ ചെയ്തുപോകരുതെന്നു മാത്രമല്ല, അന്യന്മാർ വന്ന് അപ്രകാരമൊന്നും ചെയ്യാതെ നിങ്ങൾ സൂക്ഷിക്കുകയും വേണം. ഇതിലേക്ക് എന്തെങ്കിലും ചെറുതായ ഒരു പ്രതിഫലം നാം നിങ്ങൾക്ക് തരികയും ചെയ്യാം. ആ സ്ഥലം പണ്ട് മഹർഷിമാരുടെ തപോവനമായിരുന്നുവല്ലോ. ആ സ്ഥിതിയിൽത്തന്നെ മേലാൽ ഇവിടെ പ്രതിഷ്ഠിക്കപ്പെടുന്ന ദേവന്റെ സങ്കേതമായിരിക്കണമെന്നാണ് നാം ആഗ്രഹിക്കുന്നത്" എന്നു പറഞ്ഞു. ഇതു കേട്ട് ഇരവി താണുതൊഴുതുകൊണ്ട്, "പൊന്നുതമ്പുരാനേ! അടിയങ്ങൾ കല്പനയ്ക്ക് വിരോധമായി യാതൊന്നും പ്രവർത്തിക്കുന്നവരല്ല. കല്പനപോലെയെല്ലാം ഇവിടുത്തെ അടിമകളായി അടിയങ്ങൾ കോട്ടയുടെ നാലുവശത്തും അടിവാരങ്ങളിൽ മാടങ്ങൾ കെട്ടിപ്പാർത്തുകൊള്ളാം. ഈ മല തപോവനമായിരുന്നതുകൊണ്ട് ഇവിടെ ദുഷ്ടമൃഗങ്ങളൊന്നുംതന്നെ ഇല്ല. ഇവിടെ മൃഗങ്ങളെന്നു പറയാൻ മരഞ്ചാടികൾ മാത്രമേയുള്ളു. അവർ ശ്രീരാമഭക്തന്മാരാണെന്നുള്ള വിശ്വാസം നിമിത്തം അവരെ ആരും ഹിംസിക്കാറുമില്ല. പിന്നെ, ഇവിടെയുള്ള കാടും മരങ്ങളും ആരും വെട്ടി നശിപ്പിക്കാതെ അടിയങ്ങൾ പ്രത്യേകം സൂക്ഷിച്ചുകൊള്ളുകയും ചെയ്യാം" എന്നുണർത്തിച്ചു.

ഇത്രയും കഴിഞ്ഞപ്പോഴേക്കും ജനങ്ങൾ കേട്ടുകേൾപ്പിച്ചു ചേരമാൻ പെരുമാൾ എഴുന്നള്ളിയിരിക്കുന്ന വിവരമറിയുകയും അരിയും കറി

ക്കോപ്പുകളും മറ്റും ശേഖരിച്ച് ആ മലയുടെ മുകളിൽ എത്തിക്കുകയും സമീപസ്ഥന്മാരും 'മലമേൽക്കാവുസമൂഹ'ത്തിലുൾപ്പെട്ടവരുമായ ചോഴിയപ്പട്ടന്മാരെ വരുത്തി ചതുർവ്വിധവിഭവങ്ങളോടുകൂടി അമൃതേത്തിനെല്ലാം തയ്യാറാക്കിക്കുകയും ചെയ്തു. കേരളചക്രവർത്തിയായിരിക്കുന്ന മഹാരാജാവെഴുന്നള്ളിയിരിക്കുന്നതായി അറിഞ്ഞാൽ അമൃതേത്തും മറ്റും തയ്യാറാക്കുന്നതിന് എല്ലാവരും സന്നദ്ധരായിരിക്കുമല്ലോ. ഭക്ഷണത്തിന് വേണ്ടുന്നതെല്ലാം തയ്യാറായി എന്നറിഞ്ഞു ചേരമാൻ പെരുമാൾ മുതലായവർ ഓരോ ചിറകളിൽപ്പോയി സ്നാനം മുതലായവ കഴിച്ചുവന്നു പ്രത്യേകം മാറിയിരുന്ന് യഥാക്രമം ഊണുകഴിച്ചു. ആ വനഭോജനം അവർക്കെല്ലാവർക്കും ഏറ്റവും സന്തോഷപ്രദവും സുഖവുമായി എന്ന് അവരിൽ നിന്നുതന്നെ അന്യന്മാർക്കും അറിയാനിടയാവുകയും ചെയ്തു.

പിന്നെ ജനങ്ങൾ ചേരമാൻ പെരുമാളുടെ തത്കാലതാമസത്തിനായി ആ മലയുടെ പടിഞ്ഞാറെച്ചെരുവിൽ ഒരു പുര അന്നു വൈകുന്നേരത്തേക്കുതന്നെ കെട്ടിയുണ്ടാക്കി. അപ്പോൾ മുതൽ അദ്ദേഹത്തിന്റെ താമസം അവിടെയാക്കി. അവിടെ വേണ്ടുന്ന സകലസാധനങ്ങളും മുറയ്ക്ക് ഇടപ്രഭുക്കന്മാരും നാടുവാഴികളും മറ്റും ശേഖരിച്ച് കൊടുത്തുകൊണ്ടിരുന്നു. പാചകവൃത്തി മലമേൽക്കാവു സമൂഹക്കാർ തന്നെ നടത്തി. ഭൃത്യന്മാരും മറ്റും പെരുമാളുടെകൂടെത്തന്നെ ധാരാളമുണ്ടായിരുന്നു. പിന്നെ പാലൂർപ്പണിക്കർ മുതലായി മൂന്നുപേർ വിശേഷാൽ ചെന്നുകൂടുകയും ചെയ്തു.

ചേരമാൻ പെരുമാൾ ഇങ്ങനെ അവിടെത്താമസിച്ചുകൊണ്ടു മുറയ്ക്കു ക്ഷേത്രം പണി നടത്തിച്ചു. അമ്പലം ഒട്ടും മോശമില്ലായിരുന്നു. നാലമ്പലം, ബലിക്കൽപ്പുര, വാതിൽമാടം മുതലായവയോടുകൂടിത്തന്നെയാണ് പണിയിച്ചത്. പശ്ചിമാഭിമുഖമായ ആ ക്ഷേത്രത്തിന്റെ വടക്കേ വഴിയമ്പലം കൂത്തമ്പലമായിട്ടും ഉപയോഗിക്കുവാൻ തക്കവണ്ണം അതിൽ അരങ്ങും അണിയറയും കൂടി ഉണ്ടാക്കിച്ചു. ശ്രീകോവിൽ, മണ്ഡപം, തിടപ്പള്ളി, മളയറ മുതലായവയെല്ലാം പണിക്കുറതീർന്നപ്പോഴേക്കും കൃഷ്ണശിലകൊണ്ടു ചതുർബ്ബാഹുവായിട്ടുള്ള ഒരു വിഷ്ണുവിഗ്രഹമുണ്ടാക്കിച്ചു ജ്യോത്സ്യന്മാരെ വരുത്തി ആലോചിച്ചു പ്രതിഷ്ഠയ്ക്കു മുഹൂർത്തം നിശ്ചയിക്കുകയും മുഹൂർത്തച്ചാർത്ത് എഴുതിച്ചു വാങ്ങുകയും പ്രസിദ്ധ തന്ത്രിയായ താഴമൺപോറ്റിയുടെ അടുക്കൽ ആളയച്ചു വിവരം ഗ്രഹിപ്പിക്കുകയും, പ്രതിഷ്ഠ, കലശം, ഉത്സവം മുതലായവയ്ക്ക് അദ്ദേഹത്തിന്റെ ചാർത്തു വരുത്തുകയും സകല സാധനങ്ങളും ശേഖരിക്കുകയും ചെയ്തു. പ്രതിഷ്ഠയ്ക്കുള്ള ക്രിയകൾ തുടങ്ങുന്നതിനു രണ്ടു ദിവസം മുമ്പേതന്നെ തന്ത്രിയെയും, ശാന്തി, പരികർമ്മം, കഴകം, വാദ്യഘോഷം മുതലായവയ്ക്കു വേണ്ടുന്ന

ബ്രാഹ്മണരെയും വാരിയന്മാരെയും മാരാന്മാരെയും മറ്റും സ്ഥലത്തു വരുത്തി താമസിപ്പിക്കുകയും ചെയ്തു.

ഇങ്ങനെ വേണ്ടുന്ന സാധനങ്ങളെല്ലാം തയ്യാറാക്കിവെക്കുകയും വരേണ്ടുന്നവരെല്ലാം വന്നുചേരുകയും ചെയ്തതിന്റെ ശേഷം ക്രിയകളാരംഭിക്കുന്നതിന്റെ തലേദിവസം സന്ധ്യകഴിഞ്ഞപ്പോൾ ഒരാൾ അവിടെച്ചെന്നുചേർന്നു. ജടയും താടിയും വളർത്തിയും ദേഹമെല്ലാം ഭസ്മം പൂശിയും കഴുത്തിൽ രുദ്രാക്ഷമാലകളണിഞ്ഞും മരവുരിയുടുത്തുമിരുന്ന ആ ആളെ കണ്ടാൽത്തന്നെ ഒരു സന്യാസിയോ താപസനോ മറ്റോ ആണെന്നു തോന്നുമായിരുന്നു. അദ്ദേഹം അവിടെച്ചെന്ന് എന്തൊക്കെയോ സംസാരിച്ചു. അതെല്ലാം ഗീർവ്വാണഭാഷയിലായിരുന്നതിനാൽ അവിടെ നിന്നിരുന്നവർക്കു കാര്യമൊന്നും മനസ്സിലായില്ല. ഈ വിവരമറിഞ്ഞു ചേരമാൻ പെരുമാൾതന്നെ അവിടെച്ചെന്നു. ആ താപസനെ കണ്ടപ്പോൾത്തന്നെ അദ്ദേഹം ഒരു ദിവ്യനാണെന്നു തോന്നുകയാൽ ചേരമാൻ പെരുമാൾ അദ്ദേഹത്തിന്റെ പാദത്തിങ്കൽ വീണു നമസ്ക്കരിച്ചു. ചേരമാൻ പെരുമാളും ഗീർവ്വാണഭാഷാഭിജ്ഞനായിരുന്നതിനാൽ അവർ തമ്മിൽ സംഭാഷണമാരംഭിച്ചു. അതിന്റെ പരിഭാഷ താഴേച്ചേർക്കുന്നു.

താപസൻ: ഇവിടെ പ്രതിഷ്ഠിപ്പിക്കാനായി ഒരു ബിംബമുണ്ടാക്കിച്ചുവെച്ചിട്ടുണ്ടല്ലോ. അതു കേടുള്ളതാകയാൽ പ്രതിഷ്ഠിപ്പിക്കരുത്. അതു പ്രതിഷ്ഠിപ്പിച്ചാൽ രാജാവിനു ഗുണത്തിനു പകരം ദോഷമാണുണ്ടാകുന്നത്.

പെരുമാൾ: ആ ബിംബത്തിനു യാതൊരു കേടും ഞങ്ങളാരും കണ്ടില്ല. പിന്നെ അവിടുന്നു ഇങ്ങനെ പറയുന്നതെന്താണാവോ?

താപസൻ: ആ ബിംബം എന്നെ ഒന്നു കാണിച്ചുതന്നാൽ കേടെവിടെയാണെന്നു കാണിച്ചുതരാം.

ഇതു കേട്ടു ചേരമാൻ പെരുമാൾ താപസനെ വിളിച്ചുകൊണ്ടുപോയി ബിംബം കാണിച്ചുകൊടുത്തു. ഉടനെ താപസൻ അദ്ദേഹത്തിന്റെ കൈയിലിരുന്ന ഇരുമ്പുവടികൊണ്ട് ആ ബിംബത്തിന്റെ ഉദരമദ്ധ്യത്തിങ്കൽ ഒരു കുത്തു കൊടുത്തു. അപ്പോൾ ആ ഭാഗം പൊട്ടിത്തുറക്കുകയും അവിടെനിന്നു കൃമികളോടുകൂടിയ വെള്ളം ഒലിക്കുകയും ഒരു ചെറിയ തവള പുറത്തേക്കു ചാടുകയും ചെയ്തു. ഇതുകണ്ട് എല്ലാവരും അദ്ഭുതപരവശന്മാരായിത്തീർന്നു. ചേരമാൻ പെരുമാൾക്ക് അദ്ഭുതത്തേക്കാളധികം വ്യസനമാണുണ്ടായത്. വട്ടം കൂട്ടേണ്ടതെല്ലാം കൂട്ടിക്കഴിഞ്ഞു. വരേണ്ടുന്നവരെല്ലം വന്നുചേരുകയും ചെയ്തു. ഒന്നോ രണ്ടോ ദിവസംകൊണ്ട് ഒരു വിഷ്ണുവിഗ്രഹമുണ്ടാക്കിച്ച് നിശ്ചിത മുഹൂർത്തത്തിൽത്തന്നെ പ്രതിഷ്ഠ നടത്തിക്കാൻ സാധിക്കയില്ലല്ലോ. അതു വിചാരിച്ചിട്ടു പെരുമാൾക്കുണ്ടായ ഇച്ഛാഭംഗവും വ്യസനവും

സീമാതീതമായിരുന്നു. അദ്ദേഹം ആ താപസന്റെ പാദത്തിങ്കൽ വീണ്ടും വീണു നമസ്ക്കരിച്ചിട്ട്, "അല്ലയോ സ്വാമിൻ! കേടുള്ളതായ ഈ ബിംബം പ്രതിഷ്ഠിപ്പിക്കാനിടയാകാത്തതിനെക്കുറിച്ച് അപാരമായ സന്തോഷമുണ്ട്. എങ്കിലും നിശ്ചിതമുഹൂർത്തത്തിൽ പ്രതിഷ്ഠ നടത്തിക്കാൻ സാധിക്കയില്ലല്ലോ എന്നു വിചാരിച്ച് ഞങ്ങൾക്ക് അളവറ്റ വ്യസനവുമുണ്ട്. ഇനി ഒന്നോ രണ്ടോ ദിവസംകൊണ്ട് ഒരു വിഗ്രഹമുണ്ടാക്കിച്ചു പ്രതിഷ്ഠ നടത്തിക്കാൻ സാധിക്കയില്ലല്ലോ" എന്നു പറഞ്ഞു.

താപസൻ: അല്ലയോ രാജാവേ! അങ്ങ് ഇതിനെക്കുറിച്ച് ഒട്ടും വ്യസനിക്കേണ്ട. ഇതിലേക്ക് ഒരു നിവൃത്തിമാർഗ്ഗം ഞാൻ പറഞ്ഞുതരാം. ഈ മലയുടെ കിഴക്കേച്ചെരിവിലുള്ള ഒരു ചിറയിൽ മഹാവിഷ്ണുകലാസംഭൂതനായ ലക്ഷ്മണസ്വാമിയുടെ ഒരു വിഗ്രഹം കിടക്കുന്നുണ്ട്. അതു ബ്രാഹ്മണരെക്കൊണ്ടു മുങ്ങിയെടുപ്പിച്ചു കൊണ്ടുവന്നു നിശ്ചിത മുഹൂർത്തത്തിൽത്തന്നെ പ്രതിഷ്ഠ നടത്തിച്ചുകൊള്ളുക. അവിടെ ചിറകളും ഓലികളും പലതുണ്ടെങ്കിലും ബിംബം കിടക്കുന്ന ചിറയ്ക്ക് ഒരടയാളംകൂടി പറയാം. ബിംബം എടുക്കാനായി ചെല്ലുന്ന സമയം ഒരു ചിറയിൽ ഒരു താമരപ്പൂവു വികസിച്ചു നിൽക്കുന്നതായി കാണും. ആ സ്ഥലത്തു മുങ്ങിത്തപ്പിയാൽ ബിംബം കണ്ടുകിട്ടും. ആ ബിംബത്തിന് ഇനി ജലാധിവാസം മുതലായ ക്രിയകളൊന്നും ആവശ്യമില്ല. എടുത്തുകൊണ്ടുവന്ന് യഥാവിധി പ്രതിഷ്ഠയും കലശം മുതലായവയും നടത്തിയാൽ മതി.

ഇത്രയും പറഞ്ഞുകഴിഞ്ഞതിന്റെ ശേഷം ആ താപസൻ അവിടെ ക്കൂടിനിന്നിരുന്ന ജനങ്ങളുടെ ഇടയിലേക്കു മാറി മറഞ്ഞു. പിന്നെ അദ്ദേഹത്തെ അവിടെയെങ്ങും ആരും കണ്ടില്ല. ആ താപസൻ സാക്ഷാൽ കപിലമഹർഷിതന്നെയാണെന്നാണ് പിന്നീടെല്ലാവരും തീർച്ചപ്പെടുത്തിയത്. ആരായാലും ഒരു ദിവ്യനായിരുന്നു എന്നുള്ളതിനു സംശയമില്ല.

ആ താപസൻ പിരിഞ്ഞുപോയപ്പോഴേക്കും രാത്രി വളരെയധികമായിരുന്നതുകൊണ്ടും മലയുടെ കിഴക്കുഭാഗം വലിയ കാടായിരുന്നതിനാലും ബിംബം മുങ്ങിയെടുക്കാനും മറ്റും അന്ന് ആരും പോയില്ല. പിറ്റേദിവസം രാവിലെ ചേരമാൻ പെരുമാൾ പാലൂർപ്പണിക്കർ മുതലായ ചില നായന്മാരെ നാലഞ്ചു ബ്രാഹ്മണരോടുകൂടി കിഴക്കേകോട്ടയിലേക്കയച്ചു. അവർ കാടും മുള്ളുമൊന്നും വകവെയ്ക്കാതെ കിഴക്കേക്കോട്ടയിൽ വളരെനേരം ചുറ്റിനടന്നു നോക്കിയിട്ടും താമരപ്പൂവുള്ള ചിറ കണ്ടില്ല. അപ്പോൾ ഒരു കൃഷ്ണപ്പരുന്ത് ആകാശമാർഗ്ഗത്തിങ്കൽ ഒരു സ്ഥലത്തു പ്രദക്ഷിണമായി പറന്നുകൊണ്ടിരിക്കുന്നതു കണ്ടിട്ട് അതിന്റെ അധോഭാഗത്തായിരിക്കണം ബിംബം കിടക്കുന്നതെന്ന് അവർക്കൊരു ഭൂതോദയമുണ്ടായി. ഉടനെ അവർ ആ പരുന്തു പറന്നു

കൊണ്ടിരുന്ന സ്ഥലത്തിനു താഴെച്ചെന്നു. അപ്പോൾ അവിടെ ഒരു ചിറയും അതിന്റെ മദ്ധ്യഭാഗത്തു വികസിച്ചു നിൽക്കുന്ന ഒരു ചെന്താമരപ്പൂവും കണ്ടു. ഉടനെ രണ്ടുമൂന്നു ബ്രാഹ്മണർ ചിറയിൽ ഇറങ്ങി മുങ്ങാനായി അടുത്തുചെന്നു. ആ സമയം ചിറയുടെ കിഴക്കുഭാഗത്തുള്ള കൊടുംകാട്ടിൽ നിന്ന് അതിഭയങ്കരമായ ഒരട്ടഹാസവും "ചിറയിൽ ആരും ഇറങ്ങിക്കൂടാ" എന്ന് ആരോ വിളിച്ചുപറയുന്നതായും കേട്ടു. ഇതു കേട്ടപ്പോൾ പാലൂർപ്പണിക്കർ മുതലായവരെല്ലാവരും ഏറ്റവും ഭയവിഹ്വലന്മാരായിത്തീർന്നു. പിന്നെ ആ ചിറയിലിറങ്ങാൻ ആ കൂട്ടത്തിലുണ്ടായിരുന്ന ബ്രാഹ്മണക്കാർക്കും ധൈര്യമുണ്ടായില്ല. അതിനാൽ പാലൂർപ്പണിക്കർ ഉടനെ ഓടിച്ചെന്ന് ഈ സംഗതികളെല്ലാം ചേരമാൻ പെരുമാളുടെ അടുക്കൽ അറിയിച്ചു. ഇതു കേട്ടപ്പോൾ പെരുമാളും ഏറ്റവും വിഷണ്ണനായിത്തീർന്നു. ബിംബം കൊണ്ടുവരാതെയിരുന്നാൽ നിശ്ചിതമുഹൂർത്തത്തിൽ പ്രതിഷ്ഠ നടത്താൻ സാധിക്കയില്ലല്ലോ. അതിനാൽ ഏതുപ്രകാരമെങ്കിലും ആ ബ്രാഹ്മണന്മാരെക്കൊണ്ടുതന്നെ ബിംബം എടുപ്പിച്ചു കൊണ്ടുവരണമെന്ന് നിശ്ചയിച്ച് അദ്ദേഹവും ചിറയുടെ സമീപത്തെത്തി. അപ്പോൾ തലേദിവസം അദ്ദേഹത്തിന്റെ അടുക്കൽച്ചെന്നിരുന്ന താപസനും അവിടെച്ചെന്നുചേർന്നു. താപസനെക്കണ്ടയുടനെ പെരുമാൾ അദ്ദേഹത്തിന്റെ പാദത്തിങ്കൽ വീണു നമസ്ക്കരിച്ചിട്ടു ബിംബം എടുക്കുന്നതിൽ നേരിട്ടിരിക്കുന്ന പ്രതിബന്ധത്തെക്കുറിച്ചറിയിച്ചു. ഉടനെ താപസൻ, "അല്ലയോ രാജാവേ! ഒരു സംഗതി ഇന്നലെ പറയാൻ ഞാൻ മറന്നുപോയി. അതുംകൂടി ഇപ്പോൾ പറഞ്ഞേക്കാം. ഈ ബിംബം പണ്ടു ചില മഹർഷിമാർ ഇവിടെവെച്ചു പൂജിച്ചിരുന്നതാണ്. അവർ ഇവിടെ നിന്ന് അന്തർദ്ധാനം ചെയ്തസമയത്താണ് ഈ ബിംബം ഈ സരസ്സിൽ നിക്ഷേപിച്ചത്. ആ മഹർഷിമാർ ലക്ഷ്മണസ്വാമിയോടുകൂടി ഒരു ഭഗവതിയേയുംവെച്ചു പൂജിച്ചിരുന്നു. ആ ഭഗവതിയുടെ അട്ടഹാസവും കല്പനയുമാണ് മുമ്പേ ഇവിടെ കേൾക്കപ്പെട്ടത്. ആ ദേവി മഹർഷിമാരുടെ അപേക്ഷപ്രകാരം ഈ ബിംബം സൂക്ഷിച്ചുകൊണ്ട് ഈ സരോവരതീരവനങ്ങളിൽ സഞ്ചരിക്കുന്നുണ്ട്. ഈ ബിംബത്തിന്റെ സമീപത്തുനിന്ന് ഈ ദേവി വിട്ടുമാറുകയില്ല. ഈ ദേവിയെ കൂടാതെ ഈ ബിംബം കൊണ്ടുപോകാൻ സാധിക്കയുമില്ല. അതിനാൽ തന്ത്രിയെ ഇവിടെ വരുത്തി, ഈ ദേവിയേയും ഇവിടെനിന്ന് ആവാഹിച്ചു കൊണ്ടുപോകണം. ഈ ചിറയുടെ കിഴക്കുഭാഗത്തു സ്വൽപം തെക്കോട്ടുമാറി വേറെ ഒരു ചെറിയ ചിറയുണ്ട്. ആ ചിറയിൽ ഒര കണ്ണാടിബിംബം കിടക്കുന്നുണ്ട്. ആദ്യംതന്നെ ആ കണ്ണാടിബിംബമെടുപ്പിച്ച് ദേവിയെ ആ കണ്ണാടിബിംബത്തിന്മേലാവാഹിപ്പിക്കണം. പിന്നെ ബിംബം മുങ്ങിയെടുക്കുന്നതിന് ഒരു വിരോധവും കാണുകയില്ല. രണ്ടു ബിംബങ്ങളും ഒരുമിച്ചു കൊണ്ടുപോകണം.

ലക്ഷ്മണസ്വാമിയെ പ്രതിഷ്ഠിക്കുന്ന മുഹൂർത്തത്തിൽത്തന്നെ ദേവിയെ കിഴക്കേച്ചുറ്റമ്പലത്തിൽ തെക്കുഭാഗത്തായി കുടിയിരുത്തുകയും വേണം. മഹൂർത്തം തെറ്റാതെയിരിക്കുന്നതിന് ഞാനൊരു അടയാളംകൂടി പറയാം. മുഹൂർത്തസമയമാകുമ്പോൾ ഒരു കൃഷ്ണപ്പരുന്ത് ചുറ്റിപ്പറന്ന് ശ്രീകോവിലിന്റെ സ്തൂപാഗ്രത്തിൽ വന്നിരിക്കും. ഉടനെ പ്രതിഷ്ഠ നടത്തിക്കൊള്ളണം" ഇങ്ങനെ പറഞ്ഞിട്ട് ആ താപസൻ കാട്ടിൽക്കയറി മറഞ്ഞുപോവുകയും ചെയ്തു.

അനന്തരം ചേരമാൻ പെരുമാൾ ആദ്യംതന്നെ കണ്ണാടിബിംബം എടുപ്പിക്കുകയും തന്ത്രിയെ വരുത്തി ഭഗവതിയെ അതിന്മേൽ ആവാഹിപ്പിക്കുകയും ഉടനെതന്നെ മറ്റേ ബിംബവും എടുപ്പിക്കുകയും രണ്ടു ബിംബങ്ങളും ബ്രാഹ്മണരെക്കൊണ്ടെടുപ്പിച്ചു ക്ഷേത്രസന്നിദ്ധിയിൽ കൊണ്ടുവരികയും ചെയ്തു. അപ്പോഴേക്കും അവിടെ പ്രതിഷ്ഠയ്ക്കു വേണ്ടുന്ന ആളുകളും ഉപകരണങ്ങളുമെല്ലാം തയ്യാറായിരുന്നതിനാൽ ഉടനെതന്നെ ക്രിയകളാരംഭിച്ചു. മലമേൽക്കാവിൽ സമൂഹമെന്നുകൂടിപ്പേരുള്ള ചോഴിയസമൂഹത്തിലെ കിഴിക്കാരനായ പരദേശബ്രാഹ്മണനെ സമുദായമായി നിയമിച്ച് ചേരമാൻ പെരുമാൾ അദ്ദേഹത്തെക്കൊണ്ട് തന്ത്രിക്കു കൂറയും പവിത്രവും കൊടുപ്പിച്ചാണ് ക്രിയകൾ തുടങ്ങിയത്. പ്രതിഷ്ഠയ്ക്കു നിശ്ചയിച്ചിരുന്ന ദിവസമായപ്പോഴേക്കു അതിനു മുൻപുവേണ്ടുന്ന സകല ക്രിയകളും നടത്തി മുഹൂർത്തം വരാനായി എല്ലാവരും കാത്തുകൊണ്ടിരുന്നു. മുഹൂർത്തം നിശ്ചയിച്ച ജ്യോത്സ്യൻ മുൻകൂട്ടി അവിടെ എത്തുകയും മുഹൂർത്ത സമയം തെറ്റാതെ പറഞ്ഞുകൊടുക്കുന്നതിനായി കൂടക്കൂടെ അടിയളന്നുനോക്കിക്കൊണ്ടിരിക്കുകയും ചെയ്തു. മുഹൂർത്ത സമയം ഏകദേശം അടുത്തപ്പോഴേക്കും ഒരു കൃഷ്ണപ്പരുന്ത് വന്നു ശ്രീകോവിലിന്റെ ഉപരിഭാഗത്തു വട്ടത്തിൽ ചുറ്റിപ്പറന്നുകൊണ്ടിരുന്നു. അങ്ങനെയിരുന്നപ്പോൾ ജ്യോത്സ്യൻ അടിയളന്നുനോക്കീട്ട്, "ഓഹോ! മുഹൂർത്തമായിരിക്കുന്നു. ഇനി പ്രതിഷ്ഠ നടത്തണം. ഇനിയും താമസിച്ചാൽ മുഹൂർത്തം കഴിഞ്ഞുപോകും" എന്നു പറഞ്ഞു. അപ്പോൾ ചേരമാൻ പെരുമാൾ "ആ പരുന്തു സ്തൂപാഗ്രത്തിൽ വന്നിരുന്നില്ലല്ലോ. മുഹൂർത്തമാകുമ്പോൾ കൃഷ്ണപ്പരുന്തു സ്തൂപാഗ്രത്തിൽ വന്നിരിക്കുമെന്നും ആ സമയത്ത് പ്രതിഷ്ഠ നടത്തിക്കൊള്ളണമെന്നുമാണല്ലോ ആ താപസൻ പറഞ്ഞിരിക്കുന്നത്" എന്നു പറഞ്ഞു. "താപസൻ പറഞ്ഞത് നോക്കിയിരുന്നാൽ മുഹൂർത്തം കഴിഞ്ഞുപോകും" എന്നു ജ്യോത്സ്യനും "താപസന്മാരുടെ വാക്കും മറ്റും ഇക്കാലത്ത് ഏകദേശമൊക്കെ ഒക്കുമെന്നല്ലാതെ നല്ല ശരിയായിരിക്കുന്ന കാര്യം സംശയമാണ്. കൃഷ്ണപ്പരുന്ത് ഉപരിഭാഗത്തു വന്നുവല്ലോ. അതുകൊണ്ട് ഇനി പ്രതിഷ്ഠ നടത്തുകയാണ് വേണ്ടത്" എന്നു മറ്റു പലരും പറയുകയാൽ "എന്നാൽ എല്ലാവരുടെയും ഇഷ്ടംപോലെയാവട്ടെ"

എന്നു ചേരമാൻ പെരുമാൾ സമ്മതിക്കുകയും ഉടനെ തന്ത്രി പ്രതിഷ്ഠ നടത്തുകയും ചെയ്തു. കിഴക്കേച്ചുറ്റമ്പലത്തിൽ മുളയറയിൽ ആ രാശിക്കുതന്നെ ഭഗവതിയെ കുടിയിരുത്തുകയും കഴിച്ചു. ഇതു രണ്ടും കഴിഞ്ഞപ്പോൾ കൃഷ്ണപ്പരുന്ത് മന്ദം മന്ദം പറന്ന് സ്തൂപാഗ്രത്തിൽ വന്നിരുന്നു. അപ്പോൾ ചേരമാൻ പെരുമാൾക്കും മറ്റും വളരെ കുണ്ഠിതമുണ്ടായി. മുഹൂർത്തമാകുന്നതിനുമുൻപാണ് പ്രതിഷ്ഠ നടത്തിയതെന്ന് എല്ലാവർക്കും തോന്നി. "ഏതെങ്കിലും കാര്യം കഴിഞ്ഞുപോയ സ്ഥിതിക്ക് പിന്നെ വളരെ വിചാരിക്കുകയും വിഷാദിക്കുകയും ചെയ്തതുകൊണ്ട് പ്രയോജനമൊന്നുമില്ലല്ലോ" എന്നു വിചാരിച്ച് യോഗ്യന്മാരെല്ലാവരും കൂടിയാലോചിച്ച് ഇതിലേക്കു തൽക്കാലം ചില പ്രായശ്ചിത്തങ്ങൾ ചെയ്തിട്ടു മുറയ്ക്കു കലശം മുതലായവയും നടത്തി.

നാലാം കലശം കഴിഞ്ഞ ദിവസം തന്ത്രിയും ചേരമാൻ പെരുമാളും മഴവഞ്ചേരിപ്പണിക്കർ മുതലായവരും മറ്റും കൂടി ക്ഷേത്രത്തിൽ മേലാൽ നടക്കേണ്ടതു പതിവുകളെല്ലാം നിശ്ചയിച്ചു. പ്രതിദിനം അഞ്ചു പൂജയും മൂന്നു ശീവേലിയും ആണ്ടുതോറും മകരമാസത്തിൽ രോഹിണിനാൾ കൊടിയേറ്റും കുംഭമാസത്തിൽ രോഹിണിനാൾ ആറാട്ടുമായിട്ട് ഇരുപത്തെട്ടു ദിവസത്തെ ഉത്സവവും വേണമെന്നും മറ്റുമാണ് നിശ്ചയിച്ചത്. ഈ ചേരമാൻ പെരുമാൾ ചാക്യാർകൂത്തിൽ വളരെ പ്രതിപത്തിയുള്ള ആളായിരുന്നതിനാൽ ക്ഷേത്രത്തിൽ എന്നും ചാക്യാർകൂത്തു വേണമെന്നും കൂത്തു വല്ല കാരണവശാലും ഒരു ദിവസമെങ്കിലും മുടങ്ങിപ്പോയാൽ ചാക്യാർ അതിനു പ്രായശ്ചിത്തമായി ഒരു കൂടിയാട്ടം നടത്തണമെന്നും ഇതിനു പുറമെ ആണ്ടിലൊരിക്കൽ ഒരംഗുലീയാങ്കം കൂത്തുകൂടി നടത്തണമെന്നും അത് ആണ്ടുതോറും ഉത്സവത്തിനു മുമ്പായിരിക്കണമെന്നും ഇതു കൂടാതെ ആണ്ടുതോറും ഉത്സവക്കാലത്തു മളയറബ്ഭഗവതിയുടെ പ്രീതിക്കായി മൂന്നു ദിവസം (*കുംഭമാസത്തിൽ രേവതി, അശ്വതി, ഭരണി*) തീയാട്ടുകൂടി വേണമെന്നും നിശ്ചയിച്ചു. ഇവയെല്ലാം എന്നും ശരിയായി നടത്തുന്നതിനു വേണ്ടുന്ന വസ്തുക്കൾ ദേവസ്വം പേരിൽ പതിച്ചുകൊടുക്കുകയും ക്ഷേത്രത്തിൽ കഴകത്തിനും, പൂജകൊട്ട്, പാട്ട് മുതലായവയ്ക്കു വാരിയന്മാരെയും മാരാന്മാരേയും അടുത്ത സ്ഥലങ്ങളിൽനിന്നു വരുത്തി അവർക്ക് ഇവിടെ താമസിക്കുന്നതിന് ഗൃഹങ്ങൾ പണിയിച്ചുകൊടുത്തു കോട്ടയ്ക്കകത്തുതന്നെ സ്ഥിരതാമസമാക്കുകയും ചെയ്തു. മഴുവഞ്ചേരിപ്പണിക്കർ, ചേരിപ്പണിക്കർ, പുല്ലമ്പിലായിക്കയ്മൾ എന്നീ നായന്മാർക്കും കോട്ടയ്ക്കകത്തുതന്നെ ഗൃഹങ്ങളുണ്ടാക്കിച്ചുകൊടുത്ത് അവരുടെയും കുടുംബസഹിതമുള്ള സ്ഥിരവാസം അവിടെത്തന്നെയാക്കിയിരുന്നുവല്ലോ. എങ്കിലും കോട്ടയ്ക്കകത്തുള്ള ഗൃഹങ്ങളിൽവെച്ച് ആരും മരിക്കാനും

പ്രസവിക്കാനും പാടില്ലെന്നുകൂടി നിശ്ചയിക്കുകയും ആ വകയ്ക്കായി കോട്ടയ്ക്കു പുറത്തും മേൽപറഞ്ഞവർക്കെല്ലാം ഓരോ ഭവനങ്ങൾ ഉണ്ടാക്കിച്ചുകൊടുക്കുകയും ചെയ്തു. ക്ഷേത്രത്തിൽ കൂത്ത് പതിവായി നടത്തുന്നതിനു പൊതിയിൽ ചാക്യാരെ കുടുംബസഹിതം ഇവിടെ വരുത്തി, വെന്നിമല ക്ഷേത്രത്തിൽ നിന്ന് ഏകദേശം നാലു നാഴിക പടിഞ്ഞാറ് 'ഉമ്പുകാട്' എന്ന ദേശത്തു ഭവനമുണ്ടാക്കിച്ചു കൊടുത്ത് അവിടെത്താമസിപ്പിച്ചു. കൂത്തു നടത്തുന്ന വകയ്ക്ക് അനുഭോഗമായി ആ ഉമ്പുകാട് എന്ന ദേശവും മറ്റനേകം വസ്തുക്കളും അവർക്കു പതിച്ചു കൊടുക്കുകയും ചെയ്തു. അതിനുമുമ്പ് ആ ചാക്യാർ താമസിച്ചിരുന്നത് ആലങ്ങാടു താലൂക്കിൽ 'പൊതി' എന്ന ദേശത്തായിരുന്നു. അതിനാലാണ് ഇവർക്കു പൊതിയിൽ ചാക്യാരെന്നുള്ള നാമം സിദ്ധിച്ചത്. അവർ ആ ദേശം വിട്ട് ഇവിടെപ്പോന്നിട്ടും ആ പൂർവ്വനാമത്തെ ഉപേക്ഷിച്ചില്ല. എങ്കിലും ഇപ്പോൾ ഇവരെ 'ഉമ്പുകാട്ടുചാക്യാർ' എന്നു ചിലർ പറയാറുണ്ട്.

ക്ഷേത്രത്തിൽ ഓരോ പ്രവൃത്തികൾ നടത്തുന്നവർക്കും ചേരമാൻ പെരുമാൾ യഥായോഗ്യം ഓരോരോ അനുഭവങ്ങൾ കല്പിച്ചുകൊടുത്ത കൂട്ടത്തിൽ തീയാട്ടു നടത്തുന്നതിലേക്ക് ആ തീയാട്ടുണ്ണിയുടെ കുടുംബത്തിലേക്കും ഒൻപതും പറ പുഞ്ചനിലം അനുഭോഗമായി പതിച്ചു കൊടുത്തു. അത് ഇതെഴുതുന്ന എന്റെ കുടുംബത്തിലേക്കാണെന്നുകൂടി ഇവിടെ കൃതജ്ഞതാപൂർവ്വം പറഞ്ഞുകൊള്ളുന്നു.

ഉത്സവം കലശം മുതലായവയ്ക്ക് തന്ത്രിക്കു കൂറപവിത്രം കൊടുക്കുന്നതിന് അധികാരമുള്ള ഒരു ബ്രാഹ്മണൻ ഉണ്ടായിരിക്കേണ്ടത് അത്യാവശ്യമാകയാൽ ചേരമാൻ പെരുമാൾ ക്ഷേത്രത്തിലെ സമുദായസ്ഥാനം മേൽപ്പാഴൂർ നമ്പൂരിപ്പാട്ടിലേക്കു കൊടുക്കുകയും കൂറപവിത്രം കൊടുക്കുക എന്ന കൃത്യം അദ്ദേഹം നടത്തുന്നതിന് ഏർപ്പാടു ചെയ്യുകയും ചെയ്തു.

ഇത്രയുമൊക്കെ ചെയ്തിട്ടും ആ ക്ഷേത്രത്തിൽ ശാന്തിക്കു ചേരമാൻ പെരുമാൾ ആരെയും സ്ഥിരപ്പെടുത്തിയില്ല. അതിന് അപ്പോളപ്പോൾ രണ്ടോ മൂന്നോ കൊല്ലത്തേക്കു മാത്രമായിട്ട് ആളുകളെ നിയമിച്ചാൽ മതിയെന്നാണ് അദ്ദേഹം നിശ്ചയിച്ചത്.

ക്ഷേത്രകാര്യങ്ങളൊക്കെ നിശ്ചയിക്കുകയും അവയ്ക്കു വേണ്ടുന്ന വസ്തുക്കൾ പതിച്ചുകൊടുക്കുകയും ചെയ്തതിന്റെ ശേഷം കാലം കൂടി ചേരമാൻ പെരുമാൾ അവിടെത്താമസിച്ചിരുന്നു. പിന്നെ അദ്ദേഹം കേരളരാജ്യം തന്റെ ബന്ധുക്കൾക്കും സ്നേഹിതന്മാർക്കും ആശ്രിതന്മാർക്കും മറ്റുമായി വിഭജിച്ചുകൊടുത്തു പരദേശത്തേക്കു യാത്രയായ കാലത്തു വെന്നിമല ക്ഷേത്രം സംബന്ധിച്ചുള്ള സകല കാര്യങ്ങളും തന്നെപ്പോലെ സമുദായവുമായി യോജിച്ചു നടത്തിക്കൊള്ളുന്നതിനു

പറഞ്ഞ് തെക്കുകൂർ രാജാവിനെ ഏല്പിച്ചിട്ടാണ് പോയത്. അതിനാൽ ചേരമാൻ പെരുമാൾ കേരളം വിട്ടുപോയതിന്റെ ശേഷം അവിടെ ക്ഷേത്രകാര്യങ്ങളെല്ലാം അന്വേഷിച്ചുനടത്തുകയും നടത്തിക്കുകയും ചെയ്തിരുന്നത് തെക്കുംകൂർ രാജാവായിരുന്നു. എങ്കിലും ഈ സ്ഥലം കണ്ടുപിടിക്കുകയും ഇപ്രകാരമെല്ലാമാക്കിത്തീർക്കുകയും ചെയ്ത പെരുമാളിനെക്കുറിച്ചുള്ള സ്മരണ ജനങ്ങളുടെ മനസ്സിൽനിന്നു വിട്ടുപോകാതെയിരിക്കാനായിട്ട് സംഭാഷണങ്ങളിലും എഴുത്തുകുത്തുകളിലും ദേവന്റെ നാമം ഉപയോഗിക്കുന്നതു 'പെരുമാൾ' എന്ന ശബ്ദംകൂടി ചേർത്തു വേണമെന്നു തീർച്ചപ്പെടുത്തുകയും അതു നടപ്പാവുകയും ചെയ്തു. ഇപ്പോഴും ആ ദേവനെ ജനങ്ങൾ സാധാരണയായിപ്പറയുന്നത് 'വെന്നിമലപ്പെരുമാൾ' എന്നാണ്.

വെന്നിമല ദേവസ്വകാര്യങ്ങൾ ഭരിക്കുന്നതിനുള്ള അധികാരം തെക്കുംകൂറിൽ അന്നന്നു മൂപ്പായിട്ടുള്ള രാജാവിനു സമുദായസ്ഥാനം മേൽപ്പാഴൂർമനയ്ക്കൽ രാജാവും സമുദായവും കൂടിച്ചേർന്നും യോജിച്ചു നടത്തിക്കൊള്ളണമെന്നാണല്ലോ ചേരമാൻ പെരുമാളുടെ കല്പന. അതിനാൽ തെക്കുംകൂർ വലിയ രാജാവും സമുദായവും മിക്ക സമയത്തും ക്ഷേത്രസന്നിധിയിൽത്തന്നെ താമസിക്കേണ്ടിയിരുന്നു. വിശേഷിച്ചും കൂറപവിത്രം കൊടുക്കുന്നതിനും കൊടിയേറ്റിനും മറ്റും ചോദ്യാനുവാദം അത്യാവശ്യമായിരുന്നതിനാൽ ഉത്സവമടുത്തപ്പോൾപ്പിന്നെ ആറാട്ടു കഴിയുന്നതുവരെ അവർക്കു രണ്ടുപേർക്കും ക്ഷേത്രസന്നിധി വിട്ടുപോകാൻ ഒരു നിവൃത്തിയുമില്ലായിരുന്നു. അതിനു പുറമെ ഉത്സവത്തിൽ ആറാട്ടിന്റെ തലേദിവസം ദേവനെ പള്ളിവേട്ടയ്ക്കെഴുന്നള്ളിച്ചുകൊണ്ടുപോകുമ്പോൾ എഴുന്നള്ളത്തിനു മുമ്പിൽ വില്ലുമമ്പും ധരിച്ചുകൊണ്ട് നടക്കുകയും പള്ളിവേട്ടയ്ക്കുള്ള സ്ഥലത്തു ചെന്നാൽ ദേവന്റെ പ്രതിപുരുഷനായി ആദ്യം കാണുന്ന മൃഗത്തെ ലക്ഷ്യമാക്കി ശരം പ്രയോഗിക്കുകയും ചെയ്യുന്നതിനു രാജാവുതന്നെ വേണമെന്നായിരുന്നു നിശ്ചയിച്ചിരുന്നത്. ഇവ മുമ്പു നടത്തിയിരുന്നതു ചേരമാൻ പെരുമാൾ തന്നെയായിരുന്നു. അതിനാൽ അദ്ദേഹത്തിന്റെ പ്രതിനിധിയായ തെക്കുംകൂർ രാജാവും അപ്രകാരമെല്ലാം നടത്തിപ്പോന്നിരുന്നു.

അങ്ങനെയിരുന്ന കാലത്ത് തെക്കുംകൂറിൽ മൂപ്പ് 'മണികണ്ഠൻ' എന്നു പ്രസിദ്ധനായ രാജാവിനായിത്തീർന്നു. അദ്ദേഹം വെന്നിമലപ്പെരുമാളുടെ ക്ഷേത്രകാര്യങ്ങളെല്ലാം തന്റെ പൂർവ്വികന്മാർ നടത്തിപ്പോന്നിരുന്നതുപോലെ നടത്തിക്കൊണ്ടിരുന്നു.

വെന്നിമലപ്പെരുമാളെ പള്ളിവേട്ടയ്ക്ക് എഴുന്നള്ളിച്ചുകൊണ്ടുപോകുന്നത് ക്ഷേത്രത്തിൽനിന്ന് ഏകദേശം അഞ്ചു നാഴിക തെക്കുപടിഞ്ഞാറു 'നാലുന്നാക്കൽ' എന്ന സ്ഥലത്തായിരുന്നു പതിവ്. മുൻകാലങ്ങളിൽ അവിടെ ഒരു വനപ്രദേശമായിരുന്നതിനാൽ അവിടെച്ചെന്നാൽ

എന്തെങ്കിലും കാട്ടുമൃഗത്തെക്കാണുക സാധാരണമായിരുന്നു. മണികണ്ഠരാജാവിന്റെ കാലത്ത് ഒരാണ്ടിൽ പള്ളിവേട്ടയ്ക്കെഴുന്നള്ളിച്ച് അവിടെച്ചെന്നപ്പോൾ ആദ്യം കണ്ടത് ഒരു പശുവിനെയായിരുന്നു. ഗോഹത്യ മഹാപാപമാണെങ്കിലും ആദ്യം കാണുന്ന മൃഗത്തെ ലക്ഷ്യമാക്കി ശരം പ്രയോഗിച്ചുകൊള്ളണമെന്നാണല്ലോ നിശ്ചയം ചെയ്തിരിക്കുന്നത്. അത് ദേവകാര്യമാകയാൽ അതിനെ ഭേദപ്പെടുത്തിയാൽ ദേവകോപമുണ്ടായെങ്കിലോ എന്നു ഭയപ്പെട്ട് രാജാവ് ആ പശുവിനെ ലക്ഷ്യമാക്കിത്തന്നെ ശരം പ്രയോഗിച്ചു. ശരമേറ്റ പശു മരണവേദനയോടുകൂടി നിലവിളിച്ചുകൊണ്ട് കുറച്ചുദൂരം വടക്കോട്ട് ഓടീട്ട് അവിടെ ഒരു സ്ഥലത്തു വീണു കൈയും കാലുമടിച്ചു മരിച്ചു. രാജാവിന് ഇതു നിമിത്തം ദുസ്സഹമായ ദുഃഖവും പശ്ചാത്താപവുമുണ്ടായി. അതിനാലദ്ദേഹം ഉത്സവം കഴിഞ്ഞതിന്റെ പിറ്റേ ദിവസം തന്നെ ഉഭയകുലപരിശുദ്ധന്മാരും രാഗദ്വേഷാദിരഹിതന്മാരും വേദശാസ്ത്രനിപുണന്മാരുമായ അനേകം മഹാബ്രാഹ്മണരെ വരുത്തി യോഗം കൂട്ടി താൻ ചെയ്തുപോയ മഹാപാപത്തിനു പ്രതിവിധി എന്താണു ചെയ്യേണ്ടത് എന്നു ചോദിച്ചു. ആ മഹാബ്രാഹ്മണർ എല്ലാവരുംകൂടി ആലോചിച്ചിട്ട്, "മരിച്ച പശുവിന്റെ ശരീരം ഒരു വൃക്ഷശാഖാഗ്രത്തിൽക്കെട്ടിത്തൂക്കണം. അതിന്റെ നേരെ താഴെയായിട്ടു രാജാവിരിക്കണം. ആ പശുവിന്റെ ശരീരം മുഴുവനും ദ്രവിച്ചു മുറിഞ്ഞുമുറിഞ്ഞു രാജാവിന്റെ തലയിൽ വീഴണം. അതു മുഴുവനും വീണുകഴിയുന്നതുവരെ രാജാവ് അവിടെ നിന്നു മാറരുത്. മുഴുവനും വീണു കഴിഞ്ഞാൽപ്പിന്നെ ആ പശുവീണു മരിച്ച സ്ഥലത്ത് ഒരു ക്ഷേത്രം പണിയിച്ചു വിഷ്ണു പ്രതിഷ്ഠ കഴിപ്പിക്കണം. അവിടെ പൂജാദികളും മറ്റും എന്നും ശരിയായി നടത്തക്കവണ്ണം വേണ്ടുന്ന വസ്തുവകകൾ ആ ദേവസ്വത്തിലേക്കു പതിച്ചുകൊടുത്തിട്ട് പോയി ഗംഗാസ്നാനവും സേതുസ്നാനവും നടത്തണം. ഇത്രയും ചെയ്താൽ ഈ മഹാപാപം തീരും എന്നു വിധിച്ചു. മണികണ്ഠരാജാവ് ബ്രാഹ്മണവിധിപ്രകാരം ക്ഷേത്രം പണിയും പ്രതിഷ്ഠയും കഴിപ്പിച്ചതിന്റെ ശേഷം ഈ വിഷ്ണുക്ഷേത്രം തന്റെ ഒരു സ്മാരകമായിരിക്കണമെന്നു നിശ്ചയിച്ച് അതിനു 'മണികണ്ഠപുരം' എന്നു പേരിട്ടു. ആ ക്ഷേത്രത്തിൽ ഇപ്പോഴും പറഞ്ഞുവരുന്ന പേർ അതുതന്നെയാണ്.

അനന്തരം മണികണ്ഠരാജാവ് തീർത്ഥാടനസ്നാനത്തിനായി യാത്രയായ സമയം തന്റെ ഗുരുനാഥനായ ചിത്രകൂടത്തിൽപ്പിഷാരടിയുടെ അടുക്കൽച്ചെന്ന് "ഞാൻ ഗംഗാസ്നാനത്തിനായി പോകുന്നു. ഗംഗാസ്നാനവും സേതുസ്നാനവും കഴിഞ്ഞാൽ എവിടെയെങ്കിലും ഒരു പുണ്യസ്ഥലത്ത് താമസിച്ച് ആയുശ്ശേഷത്തെ നയിക്കണമെന്നല്ലാതെ ഇങ്ങോട്ടു മടങ്ങിവരണമെന്നു ഞാൻ വിചാരിക്കുന്നില്ല. വെന്നിമല

ക്ഷേത്രത്തിന്മേലുള്ള അധികാരം മേലാൽ നമ്മുടെ കുടുംബത്തിലേക്ക് ആവശ്യമില്ലെന്നാണ് ഞാൻ വിചാരിക്കുന്നത്. അതിനാൽ ആ ക്ഷേത്രത്തിന്മേൽ എനിക്കും എന്റെ കുടുംബത്തേക്കുമുള്ള സകലാധികാരങ്ങളും അവകാശങ്ങളും കർത്തവ്യങ്ങളുമെല്ലാം എന്റെ ഗുരുനാഥനായ അവിടേക്കു ഞാൻ പൂർണ്ണസമ്മതത്തോടുകൂടി ഒഴിഞ്ഞുതന്നിരിക്കുന്നു. ദേവസ്വകാര്യങ്ങളെല്ലാം എന്റെ പൂർവ്വസമുദായവും കൂടിച്ചേർന്നു നടത്തിക്കൊള്ളുമെന്നു ഞാൻ പൂർണ്ണമായി വിശ്വസിക്കുന്നു. അവിടേക്കു ദേവസ്വത്തിലുള്ള സ്ഥാനത്തിന്റെ പേർ "കോയിമ്മ' എന്നായിരിക്കട്ടെ. ഈ സ്ഥാനം അവിടുത്തെ കുടുംബത്തിൽ അന്നന്നു മൂപ്പായിട്ടുള്ളവർക്കായിരിക്കുന്നതാണ്" എന്നു പറഞ്ഞു വന്ദിച്ച് ഗുരുനാഥന്റെ അനുഗ്രഹവും വാങ്ങിക്കൊണ്ട് അദ്ദേഹം ഉടൻതന്നെ പോവുകയും ചെയ്തു.

മണികണ്ഠരാജാവ് ഏതാനും ദിവസത്തെ വഴി വടക്കോട്ടു പോയതിന്റെ ശേഷം ഒരു ദിവസം രാത്രിയിൽ അദ്ദേഹം ഒരു സത്രത്തിലെത്തിക്കിടന്നു. ആ സമയം വഴിപോക്കരായ ചില ബ്രാഹ്മണരും അവിടെ വന്നുകൂടി. അവർ തമ്മിലുള്ള സംഭാഷണത്തിൽ ഒരു ബ്രാഹ്മണൻ ശേഷമുണ്ടായിരുന്നവരോട് "തെക്കുംകൂറിൽ മൂപ്പായിരുന്നു മണികണ്ഠരാജാവ് ഒരു ഗോഹത്യ ചെയ്തുപോകയാൽ തദ്ദോഷപരിഹാരാർത്ഥം മഹാബ്രാഹ്മണവിധിപ്രകാരം ഒരു ക്ഷേത്രം പണിയിച്ചു വിഷ്ണു പ്രതിഷ്ഠയും കഴിപ്പിച്ചിട്ട് അദ്ദേഹം തീർത്ഥസ്നാനത്തിനായിട്ടു പോയി. ക്ഷേത്രം വളരെ രസികനായി. പക്ഷേ അവിടെച്ചെല്ലുന്നവർക്കു കുളിക്കണമെങ്കിൽ വേറെ വല്ലിടത്തും പോകണം. രാജാവ് അവിടെ ഇത്രയുമൊക്കെ ചെയ്ത സ്ഥിതിക്ക് ഒരു ജലാശയംകൂടി ഉണ്ടാക്കിക്കേണ്ടതായിരുന്നു. അതു ചെയ്യാത്തതു വലിയ മോശമായിപ്പോയി. ഒരു ക്ഷേത്രമുണ്ടായാൽ അതിനടുത്ത് ഒരു കുളവുമുണ്ടായിരിക്കേണ്ടതത്യാവശ്യമാണ്. കുളമുണ്ടായാൽ ബ്രാഹ്മണർ കുളിച്ചു സന്ധ്യാവന്ദനം കഴിക്കുകയും പശുക്കളിറങ്ങി വെള്ളം കുടിക്കുകയും ചെയ്യുമല്ലോ. അതും പാപശാന്തിക്കു കൊള്ളാവുന്നതായിരുന്നു. അക്കാര്യം പറയാൻ ആ മഹാബ്രാഹ്മണർക്കും ചെയ്യാൻ രാജാവിനും തോന്നാഞ്ഞത് എന്താണാവോ? എന്നു പറഞ്ഞു. ബ്രാഹ്മണർ ഇങ്ങനെ പറഞ്ഞത് രാജാവവിടെക്കിടക്കുന്നുണ്ടെന്ന് അറിഞ്ഞുകൊണ്ടല്ലായിരുന്നു. എങ്കിലും രാജാവ് അതെല്ലാം കേൾക്കുകയും ഉടനെ എണീറ്റ് തെക്കോട്ട് നടന്നു തുടങ്ങുകയും ചെയ്തു. ഏതാനും ദിവസങ്ങൾകൊണ്ട് അദ്ദേഹം വീണ്ടും മണികണ്ഠപുരത്തു ക്ഷേത്രസന്നിധിയിലെത്തി. അവിടെ അമ്പലത്തിന്റെ വടക്കേ നടയിൽ വലുതായിട്ട് ഒരു ചിറ കുഴിപ്പിച്ചു. മനുഷ്യർക്ക് കുളിക്കാനും കന്നുകാലികൾക്ക് വെള്ളം കുടിക്കാനും സൗകര്യപ്പെടത്തക്കവിധത്തിൽ പണിക്കൂറ തീർപ്പിച്ചിട്ട്

പിന്നെയും അദ്ദേഹം വടക്കോട്ടുതന്നെ പോയി. അദ്ദേഹത്തിന്റെ പിന്ന ത്തെക്കഥയൊന്നും ആർക്കും അറിയാൻ കഴിഞ്ഞിട്ടില്ല. മണികണ്ഠ രാജാവ് ക്ഷേത്രം പണിയിച്ചു പ്രതിഷ്ഠ കഴിപ്പിച്ചതും മറ്റും കൊല്ലം 350-ാമാണ്ടിടയ്ക്കാണെന്നുള്ളതിനു ചില ലക്ഷ്യങ്ങൾ കാണുന്നുണ്ട്.

ചിത്രകൂടത്തിൽപ്പിഷാരടിക്കു വെന്നിമലക്ഷേത്രത്തിലെ കോയിമ്മ സ്ഥാനം കിട്ടിയതിന്റെശേഷം അദ്ദേഹം ക്ഷേത്രസമീപത്തുതന്നെ ഒരു ഭവനം പണികഴിപ്പിച്ചു സ്ഥിരവാസം അവിടെക്കായി. അതിനുമുമ്പ് അവർ താമസിച്ചിരുന്നതു മൂവ്വാറ്റുപുഴത്താലൂക്കിലൊരു സ്ഥലത്തായി രുന്നു. ഇവരുടെ ശാഖാകുടുംബങ്ങൾ കിടങ്ങൂർ മുതലായി പല സ്ഥല ങ്ങളിൽ ഇപ്പോഴുമുണ്ട്.

തെക്കുംകൂർരാജാവ് ദേവസ്വാധികാരം ഒഴിഞ്ഞുപോയതിന്റെശേഷം മേൽപ്പാഴൂർ നമ്പൂരിപ്പാടും തനിക്കു പകരം ഓരോ നമ്പൂരിമാരെ ഓരോ കാലാവധിവെച്ചു സമുദായമായി നിയമിച്ചു കാര്യങ്ങൾ നടത്തിച്ചു തുടങ്ങി. അങ്ങനെയല്ലാതെ താൻതന്നെ പോയി കാര്യങ്ങൾ നടത്താ തെയായി. തെക്കുംകൂർ രാജ്യവും തിരുവിതാംകൂറിലേക്ക് ഒതുങ്ങിയ കാലംമുതൽ ചിത്രകൂടത്തിൽപ്പിഷാരടിയുടെ കുടുംബത്തിൽ അന്നന്നു മൂപ്പായിട്ടുള്ളവരെ മഹാരാജാവു തിരുമനസ്സിലേ കൽപ്പനപ്രകാരം കോയിമ്മയായി നിയമിക്കുകയും ആ കോയിമ്മയും മേൽപ്പാഴൂർ നമ്പൂരി പ്പാടു നിയമിക്കുന്ന സമുദായവും ദേവസ്വകാര്യങ്ങൾ അന്വേഷിച്ചു നട ത്തുകയും ചെയ്തുതുടങ്ങി. ഇപ്പോഴും അങ്ങനെതന്നെ നടന്നുവരുന്നു.

വെന്നിമലക്ഷേത്രത്തിൽ കൂത്ത് വളരെ പ്രധാനമായ ഒരു കാര്യ മായിട്ടാണ് ചേരമാൻ പെരുമാൾ നിശ്ചയിച്ചിരുന്നത്. അദ്ദേഹം കേരള രാജ്യം വിട്ടുപോയതിനോടുകൂടിത്തന്നെ അക്കാര്യം അവിടെ വളരെ മോശമായി. പ്രതിദിനം കൂത്തു വേണമെന്നുള്ള ഏർപ്പാട് അദ്ദേഹം പോയതിനോടുകൂടിത്തന്നെ അസ്തമിച്ചു. പിന്നെ ആണ്ടിലൊരിക്കൽ ഒരംഗുലീയാങ്കം കൂത്തും ഉത്സവത്തിൽ ഇരുപത്തെട്ടു ദിവസത്തെ കൂത്തുംമാത്രം നടത്തിയിരുന്നു. അതും ചിലപ്പോൾ ചില കാരണ ങ്ങളാൽ മുടങ്ങുകയും അതിനു പ്രായശ്ചിത്തമായി ഓരോ കൂടിയാട്ടം നടത്തുകയും ചെയ്തിരുന്നു. അങ്ങനെ പത്തുപതിനഞ്ചു കൂടി യാട്ടംവരെ നടത്തിയിരുന്നത് ഇതെഴുതുന്ന എനിക്കുതന്നെ ഓർമ്മ യുണ്ടെന്നല്ല, പലതും ഞാൻ കണ്ടിട്ടുമുണ്ട്. കൂടിയാട്ടം എന്നാൽ സാധാ രണ കൂടിയാട്ടങ്ങൾക്കുള്ളതുപോലെ പുരുഷാർത്ഥങ്ങൾ പറയുകയും നിർവ്വഹണമാടുകയും മറ്റും അവിടെപ്പതിവില്ല. ഒരു ദിവസംകൊണ്ടു കഴിയത്തക്കവണ്ണം ഏതെങ്കിലും ഒരു നാടകത്തിലെ ഒരങ്കത്തിന്റെ ഒരംശം അഭിനയിക്കമാത്രമേ അവിടെ പതിവുള്ളൂ. ആശ്ചര്യചൂഡാമണി, തപതീസംവരണം മുതലായ ചില നാടകങ്ങളിലെ ദൂതഘടോൽകചാങ്കം, ശൂർപ്പണഖാങ്കം, ബാലിവധം മുതലായ ചില ഭാഗങ്ങളാണ് അവിടെ

അഭിനയിച്ചുകണ്ടിട്ടുള്ളത്. ഇതിലൊക്കെ ഒന്നോ രണ്ടോ വേഷത്തിലധികം ഉണ്ടായിരിക്കാറില്ല. അവിടെ അഭിനയിക്കുന്ന ശൂർപ്പണഖാങ്കത്തിൽ ശൂർപ്പണഖയുടെയും ശ്രീരാമന്റെയും വേഷംമാത്രമേ പതിവുള്ളു. ലക്ഷ്മണന്റെ വേഷം പതിവില്ല. അങ്ങനെയായതിനെക്കുറിച്ചു കേട്ടിട്ടുള്ള ഐതിഹ്യം താഴെ ചേർക്കുന്നു.

പണ്ടൊരിക്കൽ ശൂർപ്പണഖാങ്കം അഭിനയിച്ചപ്പോൾ ശൂർപ്പണഖ സീതയുടെ നേരെ പാഞ്ഞടുക്കുന്നതു കണ്ട് ശ്രീരാമൻ ലക്ഷ്മണനെ വിളിച്ചു. അപ്പോൾ ശ്രീകോവിലിനകത്തുനിന്ന് “ഇതാ ഞാൻ വരുന്നു” എന്നു വിളിച്ചുപറഞ്ഞതായി കേൾക്കപ്പെട്ടു. അപ്പോഴേക്കും ലക്ഷ്മണന്റെ വേഷം ധരിച്ചിരുന്ന ആൾ പെട്ടെന്ന് അരങ്ങത്തു പ്രവേശിക്കുകയും ശൂർപ്പണഖയുടെ കർണ്ണനാസികാച്ഛേദനം ചെയ്യുകയും ചെയ്തു. അതുകൊണ്ടു ശ്രീകോവിലിനകത്തുനിന്ന് ആരും പുറത്തേക്കു വന്നില്ല. എങ്കിലും പിന്നെയും ശ്രീകോവിലിനകത്തുനിന്ന് “ഇനി മേലാൽ ഇവിടെ എന്റെ വേഷം ആരും ധരിക്കരുത്” എന്നുകൂടി വിളിച്ചു പറഞ്ഞതായി കേൾക്കപ്പെട്ടു. പിറ്റേദിവസം കാലത്ത് ശാന്തിക്കാരൻ കുളിച്ചു വന്നു നട തുറന്ന് അകത്തു ചെന്നപ്പോൾ ബിംബത്തിന്റെ ഒരു കാൽ മുമ്പോട്ടു വെച്ചിരിക്കുന്നതായിക്കണ്ടു. അത് ഇപ്പോഴും അങ്ങനെ തന്നെയാണിരിക്കുന്നത്. ഇപ്രകാരമെല്ലാമുണ്ടായ കാലംമുതൽക്കാണ് അവിടെ ലക്ഷ്മണന്റെ വേഷം വേണ്ടെന്നു വെച്ചത്. അവിടെ പ്രതിഷ്ഠിച്ചിരിക്കുന്നത് സാക്ഷാൽ ലക്ഷ്മണസ്വാമിയാണല്ലോ.

മേൽപറഞ്ഞ അദ്ഭുതസംഭവങ്ങൾക്കു ശേഷം അവിടെ ശൂർപ്പണഖാങ്കം അഭിനയിച്ചപ്പോൾ ശൂർപ്പണഖയുടെ കർണ്ണനാസികാച്ഛേദത്തിന് ലക്ഷ്മണൻ പ്രവേശിക്കേണ്ടുന്ന ഘട്ടമാകുമ്പോൾ ശൂർപ്പണഖാവേഷധാരിയായ ചാക്യാർ നടയിൽ ചെന്നുനിന്നു സ്വയമേവ മൂക്കും മുലയുമൊക്കെച്ഛേദിച്ചു നിണവുമണിഞ്ഞ് അവിടെനിന്നു തല്ലിയലച്ചു നിളവിളിച്ചുകൊണ്ട് അരങ്ങത്തേക്കു വരികയായിരുന്നു പതിവ്. സ്വാമിതന്നെ കർണ്ണനാസികാച്ഛേദനം ചെയ്തുവിട്ടു എന്നാണു സങ്കല്പം.

ഇപ്രകാരമെല്ലാം മഹാത്മ്യമേറിയതായ ആ സ്ഥലത്തിന്റെ ഇപ്പോഴത്തെ സ്ഥിതി വിചാരിച്ചാൽ മഹാകഷ്ടമെന്നല്ലാതെ മറ്റൊന്നും പറയാൻ കാണുന്നില്ല. ദേവസ്വാധികാരികളുടെ അജ്ഞതയും അനൈകമത്യവും താന്തോന്നിത്തവുംകൊണ്ട് ആ ദേവസ്വമിപ്പോൾ ഏകദേശം ശൂന്യപ്രായമായിരിക്കുന്നു എന്നുതന്നെ പറയേണ്ടിയിരിക്കുന്നു. ദേവന്റെ സങ്കേതസ്ഥലവും ഋഷ്യാശ്രമതുല്യവുമായിരുന്ന കോട്ട ആരും വെട്ടിയഴിക്കരുതെന്നായിരുന്നുവല്ലോ പൂർവ്വനിശ്ചയം. ആ സ്ഥലം മിക്കവാറും ദേവസ്വക്കാർ അന്യന്മാർക്കു കാണപ്പാട്ടമായി എഴുതിക്കൊടുക്കുകയാൽ

ആ സ്ഥലത്തു കുടിയാന്മാർ തെങ്ങ്, പിലാവു മുതലായ വൃക്ഷങ്ങൾ വെച്ചുപിടിപ്പിച്ച് ആദായമെടുത്തുതുടങ്ങിയിരിക്കുന്നു. വേറെയും അനേകം വസ്തുക്കൾ അന്യാധീനപ്പെടുത്തിക്കളഞ്ഞു. ആകപ്പാടെ ദേവസ്വത്തിലേക്കുള്ള ആദായമിപ്പോൾ മുമ്പുണ്ടായിരുന്നതിൽ വളരെക്കുറഞ്ഞുപോയിട്ടുണ്ട്. എങ്കിലുമിവിടെ പൂജയും മറ്റും മുട്ടിയതായി ഇതുവരെ കേട്ടുതുടങ്ങീട്ടില്ല. നാമമാത്രമായിട്ടെങ്കിലും ആണ്ടുതോറും ഉത്സവവും കഴിഞ്ഞുകൂടുന്നുണ്ട്. ഉത്സവക്കാലത്തു പതിവുള്ളവയിൽ തീയാട്ടു മാത്രമേ ഇപ്പോളവിടെ ശരിയായി നടക്കുന്നുള്ളു. കൂത്ത് അവിടെയിപ്പോൾ ആകപ്പാടെയുള്ള കൂത്തുതന്നെ. ചാക്യാരുടെ ഒരു കൂത്തും അവിടെ ഒരു ദിവസംപോലുമില്ലാതായിട്ട് ഇപ്പോൾ ഏകദേശം പന്തീരാണ്ടു കഴിഞ്ഞിരിക്കുന്നു.

തെക്കുംകൂർ രാജാവ് ഗോഹത്യ ചെയ്തതിൽപ്പിന്നെ പള്ളിവേട്ടയ്ക്കു ദൂരസ്ഥലത്തേക്ക് എഴുന്നള്ളിപ്പോകാറില്ല. അക്കാലം മുതൽ ക്ഷേത്രത്തിൽനിന്ന് എഴുന്നള്ളിച്ചു സ്വല്പം പടിഞ്ഞാട്ടു പോയിട്ട് അവിടെ പള്ളിവേട്ട ബലിതൂവുകയും അമ്പിടുകയും ചെയ്താൽ മതിയെന്നു തീർച്ചപ്പെടുത്തി അതിനൊരു സ്ഥലവും നിശ്ചയിച്ചു. ഇപ്പോഴും ആ സ്ഥലംവരെ എഴുന്നള്ളിച്ചുപോയി അവിടെ ബലി തൂവുകയാണ് പതിവ്. ഇവിടെ പള്ളിവേട്ടബലി തന്ത്രി തൂവിക്കഴിഞ്ഞാൽ മഴവഞ്ചേരി മൂത്തപണിക്കരും തറ്റുടുത്ത് ഉത്തരീയവുമിട്ടുവന്ന് കൈവട്ടകയും പൂപ്പാലികയുമെടുത്തു തൂവണം എന്നൊരു ചട്ടം ചേരമാൻ പെരുമാൾ നിശ്ചയിച്ചിട്ടുള്ളതാണ്. അതും ഇപ്പോഴും നടന്നുവരുന്നുണ്ട്. ഈ ബലി തൂവാനുള്ള മന്ത്രം പണിക്കർക്കു തന്ത്രിയാണ് ഉപദേശിച്ചു കൊടുക്കേണ്ടത്. അതു മൂത്തപണിക്കരെയല്ലാതെ മറ്റാരെയും ഗ്രഹിപ്പിക്കാറില്ല; തന്ത്രിയല്ലാതെ മറ്റാരും ഉപദേശിക്കാറുമില്ല. ഒരു മൂത്തപണിക്കർ കഴിഞ്ഞാൽ പിന്നത്തെ മൂത്തപണിക്കർക്ക് ഉപദേശിച്ചുകൊടുക്കും. അങ്ങനെയാണ് ഇപ്പോഴും നടന്നുവരുന്നത്.

ഇതു കൂടാതെ ക്ഷേത്രത്തിൽ വിശേഷവിധിയായി ഒരു പതിവു കൂടിയുണ്ട്. ചേരമാൻ പെരുമാൾ വെന്നിമലെത്താമസിച്ചിരുന്ന കാലത്ത് ദേവനെ ശീവേലിക്കും മറ്റും പുറത്തെഴുന്നള്ളിക്കുന്ന സമയങ്ങളിൽ എഴുന്നള്ളത്തിന്റെ പിന്നാലെ അദ്ദേഹവുംകൂടി നടക്കാറുണ്ടായിരുന്നു. അപ്പോൾ മഴവഞ്ചേരിപ്പണിക്കർ മുതലായ മൂന്നു വീട്ടിൽ നായന്മാരുടെ കുടുംബങ്ങളിലെ ഓരോ സ്ത്രീകൾ ഓരോ കുത്തുവിളക്കുമെടുത്തുകൊണ്ടു പെരുമാളുടെ മുമ്പിലും നടക്കാറുണ്ടായിരുന്നു. ചേരമാൻ പെരുമാൾ ഇവിടം വിട്ടുപോയിട്ടും ആ സ്ത്രീകൾ ദേവനെ എഴുന്നള്ളിക്കുന്നതിന്റെ പിന്നാലെ കുത്തുവിളക്കെടുത്തുകൊണ്ട് നടക്കുകയെന്നുള്ള പതിവു വേണ്ടെന്നുവെച്ചില്ല. ദേവന്റെ പിന്നിൽ ചേരമാൻപെരുമാളിപ്പോഴുമുണ്ടെന്നാണു സങ്കല്പം.

ഈ ദേവസ്വം നാമാവശേഷമായിപ്പോകാതെ യഥാപൂർവ്വം പുഷ്ടിപ്പെടുത്തുന്നതിനു കോയിമ്മയും സമുദായവും സ്ഥാനികളായ നായന്മാരും യോജിച്ച് ഐക്യമത്യത്തോടും ഈശ്വരവിചാരത്തോടും നല്ല മനസ്സോടുംകൂടി മനഃപൂർവ്വം ശ്രമിച്ചാൽ കാലക്രമേണ അതു സാധിക്കാവുന്നതാണ്. വെന്നിമലപ്പെരുമാൾതന്നെ അവർക്കതിനു നല്ല മനസ്സുണ്ടാക്കിക്കൊടുക്കട്ടെ.

■